மகடாலு

மகடாலு

ஏயெம்

எழுத்து
பிரசுரம்

Title: Magadaalu
Author's Name: Ayem

Published by Ezutthu Prachuram

Ezutthu Prachuram
(An imprint of Zero Degree Publishing)
No. 55(7), R Block, 6th Avenue,
Anna Nagar,
Chennai - 600 040

Website: www.zerodegreepublishing.com
E Mail id: zerodegreepublishing@gmail.com
Phone: 89250 61999

Ezutthu Prachuram First Edition: December 2022
ISBN: 978-93-95511-21-6
TITLE NO EP: 395

Cover Design: Vijayan
Layout: Vidhya Velayudham

சமர்ப்பணம்

தமிழ் நாவல் உலகை வளப்படுத்திய
படைப்பாளிகளுக்கும் மொழிபெயர்ப்பாளர்களுக்கும்

முன்னுரை

நாற்பது ஆண்டுகளுக்கு முன் வாழ்ந்த ஓர் ஆளுமை, மகடாலு. அவரோடு பழகவும் ஆடுகளோடு காடுகளிலும் வயல்களிலும் ஏரி-குளப்பகுதிகளிலும் பயணிக்கக் கிடைத்த வாய்ப்பில் நிறைய கற்றுக்கொண்டேன். எப்போதும் எவருக்கும் உற்சாகம் அளித்துவந்தவர்அவர். அதனாலோ என்னவோ மகடாலு கதையைக் கேட்டவர்களும் நாவலை வாசித்தவர்களும் அவரை சிலாகித்துப் பேசினர். முழுதாய்ப் படித்த இருவர், விருதுவரை கொண்டு சென்று பாராட்டினர். ஆழமும் சவால்களும் கொண்ட அவரது வாழ்வின் தீவிரமே நாவலை நகர்த்திச் செல்வதாகச் சொல்லலாம்.

நாவலை எழுதத் தொடங்கும்போது இருந்த வடிவத்திற்கும், வெவ்வேறு பாதைகளில் பயணித்து எழுதி முடித்தபின் அமைந்த வடிவத்திற்கும் பேரிடைவெளி. நான்அறிந்த மகடாலுவுக்கு முன்னும் பின்னும் இணைத்த

பகுதிகள், அவர் நிகழ்த்திக் காட்டிய சம்பவங்கள் இயல்பாய் வந்திறங்கியவை. ஒரு புள்ளியில் தொடங்கும்போது அது ஒரு கோலத்தை நோக்கி நகர்வதை அனுபவித்தேன். இப்படித்தான் சற்றும் நினைக்காதவை எத்தனையோ நாவலின் பகுதிகளாகி எனக்கே புதிதாயின.

இந்த நாவலை எவரும் விரும்பிப் படிக்கவேண்டும் என்பதற்காக நிறைய பகுதிகளைக் கொண்டுவந்தும் மகடாலுவை நிறைய இடங்களுக்குப் போகவும் செய்து சலிப்பென்ற ஒன்று வராமல் நிறைய முயற்சிகள் செய்யப்பட்டன. அது ஓரளவு வந்துள்ளது என்பதைச் சிலரின் கருத்துகள் வழி அறியமுடிந்தது. வாசிப்பவர்கள் நாவல் நிகழும் காலத்தை நினைவில் வைப்பது உதவியாய் இருக்கும். இளம்வயது மகடாலுவை, ‘அவன்’ என்றும் வயதாகி ஆடுமேய்க்க வரும்போது, ‘அவர்’ என்றும் குறிப்பிட்டுள்ளேன்.

நிச்சயம் இந்த நாவலின் ஒருசில பாத்திரங்கள் ஒருசில சம்பவங்கள் தமிழ் நாவலுக்குப் புதியதாகவும் வாசிப்பவர்களின் மனதில் நீண்டு வாழும் எனவும் நம்புகிறேன். சிலருக்கு அழுகை வரவும், மனிதநேயம் பெருகவும் வாய்ப்புகள் உண்டு. அதேநேரம், வாழ்வை இன்னும் தீவிரமாக அணுகும்போக்கும் நடக்கலாம். ஆழ்ந்த அனுபவங்கள் நிறைய இருப்பதால் அதுபற்றிய தெளிவுக்கு மகடாலு அழைத்துச் செல்வார்.

ஒடுக்குமுறையின் நுட்பங்கள் நாவல்வழி மனதில் ஏறி அதைச் செய்யவிடாமலும் செய்யும்போது குற்றவுணர்வாகவும் மாறவேண்டும் என்று ஒருகட்டத்தில் நினைத்தேன். ஒரு கட்டத்தில் இந்த மனிதவாழ்வில் முயற்சிக்கு எந்த அளவு இடமுள்ளது என்பதைச் சிறிதேனும் தெரிந்துகொள்ள இது உதவவேண்டும் என்று நினைத்தேன். ஒரு நேரம் மனிதர்கள் தங்களை அறியாமல் செய்யும் செயல்கள் வளர்ந்து அடையும் நிலைகளை அறிய உதவவேண்டும் என்று பலவாறாய் எழுந்தவையெல்லாம் நாவலின் கூறுகளாகி இருப்பதைப் படிப்பவர்கள் உணரமுடியும்.

இந்தப் படைப்பை எழுதியது பேரனுபவம் என்றால் சிலரது கருத்துகளை ஆலோசனைகளைக் கேட்டுத் திருத்தி எழுதும்போது இன்னொரு அனுபவம். த. ராஜன் அவர்கள் முதல் வடிவத்திற்குச் சொன்ன கருத்துகளோடு இரண்டாவது முறை எழுதும்போது, முதல் ஏழு பகுதிகளைப் படித்துத் திருத்தினார். கவிஞர் ரவிசுப்பிரமணியன் இருமுறை படித்து நிறைகுறைகளைச் சொல்லி உதவினார். அவரது பாராட்டுகள் மனதிற்கு இதமாக இருந்தன. திரு. அருண்பாரி, படித்து சில கருத்துகளைச் சொன்னதோடு, 'இது ஒரு அவார்டு நாவல் மாதிரி இருக்கு' என்றார். ஆஸ்திரேலியாவில் இருக்கும் பராசக்தி சுந்தரலிங்கம் அவர்கள் உற்சாகமாகப் படித்து ஒரு நீண்ட மின்னஞ்சலில் பாராட்டுகளையும் செம்மைப்படவேண்டிய ஓரிரு அம்சங்களையும் குறிப்பிட்டிருந்தார்.

நண்பர் எழுத்தாளர் சீனிவாச ராமானுஜம் உரையாடலில் கவனம் செலுத்தவேண்டிய அவசியத்தைச் சொல்லி அதைத் தெரிந்துகொள்ள இருநாவல்களைப் பரிசீலித்து அதுபற்றிப் பேசி, 'நோமேன்ஸ் லேண்ட்' என்கிற படத்தையும் குறிப்பிட்டார். நான்காம் வடிவத்தில் எழுத்தாளர் சி. மோகன் அவர்களின் வாசிப்பில் எனக்கு இன்னும் பாராட்டுகள் கிடைத்தன. குறிப்பாக கோவி, கனகா பாத்திரங்கள் மிகவும் பிடித்திருந்ததாகச் சொல்லியதோடு, மகடாலு பற்றிய அவரது கேள்விகள் நாவலை செம்மைப்படுத்த வைத்தன. அனைவருக்கும் நன்றி.

வேண்டிய நேரத்தை எடுத்துக்கொண்டபோது தோழி ராதிகாவும் மகள் யாழினியும் பிரச்சினையாக்கவில்லை. அவர்களின் பொறுமையும் உதவியும் நிறையவே துணைபுரிந்தன.

இப்படியொரு போட்டியை விதையாக்கி செயலாக்கிய ஸீரோ டிகிரி பதிப்பகத்தினர், நடுவர்கள், வடிவமைப்பாளர்கள், அச்சக ஊழியர்கள், விற்பனையாளர்கள், படிக்கப் போகிற நீங்கள்... எல்லோருக்கும் நெஞ்சார்ந்த நன்றி.

- ஏயெம்

ayemyoga@gmail.com

1

திடீரென வந்து நின்ற பேருந்தின் சக்கரங்கள், கற்களை சாலையின் அடியிலிருந்து வெளியிழுத்து தேய்த்தபடி சிறிது தூரம் சென்று அமைதியைக் கிழித்து பேரொலியெழுப்பி சிறு அதிர்ச்சி தந்தன. 'விபத்தோ' என்று சிலர் சாலையை அடைந்தனர்; நேரடியாகவும், பார்வை மூலமும். ஒரு மூட்டையைத் தூக்கி வெளியே வீசினார் நடத்துனர். ஓட்டுனரும் தன் பங்கிற்கு 'அவனைக் கீழேத்தள்ளு' என்று பற்களை அழுத்தி அதன் ஆயுளைக் குறைத்துக்கொண்டிருந்தார். சற்றே பதற்றப்பட்டு, இறங்கிய மகடாலு கீழே விழுந்து, சக்கரத்தின் அருகிலிருந்த மூட்டையை எடுத்துத் திரும்புவதற்குள் பேருந்து நீண்ட தூரம் போய்விட்டிருந்தது.

உச்சத்தில் சூரியன். வெயில் ஒழுகிக்கொண்டிருந்தது. சாலைகள் கறுத்து, வாய் திறந்து பலதுகளின் வருகைகளுக்குக் காத்திருந்தன. மரங்கள் சாலைகளுக்குத்

துணையிருப்பது போல மௌனத்தில் அசைவற்று இருந்தன. மனிதர்களும் கால் நடைகளும் அனலில் இருந்து தப்பித்து நிழலில் அடைக்கலமாயிருந்தனர். எல்லாவற்றையும் அடக்கிய மகிழ்வில் சூரியன் மேலும் பிரகாசமானது.

பிரதான சாலைதான். பல ஊர்களின் போக்குவரத்தும் இதனூடாய்தான் என்றாலும் யாரோ திட்டமிட்டு மனித நடமாட்டத்தையும் வாகன ஓட்டத்தையும் நிறுத்தி வைத்தது மாதிரி அமைதி பரவி, நுட்பப் பார்வைக்கு வினோதமாகும் சூழல். மகடாலு சுற்றுமுற்றும் பார்த்துக்கொண்டார். ஐம்பதைத் தாண்டிய வயதுடைய அவர், வேலைக்காக மூட்டையை எடுத்துக்கொண்டு நடையைக் கட்டினார்.

நகங்களைப் பலி கொடுத்து சிதைந்திருந்தன விரல்கள். கணுக்கால்கள், முட்டி, கைகளில் சற்றே ஆறிய புண்கள் நீண்ட காலமாய் உட்கார்ந்து கொண்டு போக மறுப்பதாக இருந்தன. சேண்டஸ் செருப்பு ஜோடி சில தையல்களில் உயிர் வாழ்ந்து கொண்டிருந்தன. முடிகள் ஆங்காங்கே வண்ணமிழந்து சிதறிக்கிடந்தன. கறைகளுக்கு இடம் தந்துதவிய வேஷ்டி, உடலில் பெரியதாய் தொங்கிக்கொண்டிந்த சட்டை. இவற்றுக்குள் நின்றது மகடாலுவின் உடல். இவற்றுக்கு மேல் இருந்தது அவரது மனம்.

தார்ச்சாலையை முல்லையூரோடு இணைக்கும் மண்பாதையில் அவர் போய்க்கொண்டிருந்தார். மகடாலுவுக்கு இது நான்காவது கிராமம். நொண்டி நடைதான் என்றாலும் எதனாலும் அவரை நிறுத்த முடியவில்லை. முன்னிருந்த பகுதிகள் சிறிது நேரத்தில் பின்னால் போயின. அந்தக் கைத்தடியின் ஆதரவில் மெல்ல மெல்ல ஊரை நெருங்கிக் கொண்டிருந்தார் மகடாலு. செருப்பின் தேய்ந்து கிழிந்த இடங்களில் வெற்றுக்கால் தரையை முத்தமிடும் போதெல்லாம் நெருப்பு தொட்டுச் செல்வதாக இருந்தது. எதற்கும் நிற்பதாக இல்லை பயணம். வீட்டின் திண்ணைகளிலும் வாசல் பக்க நிழல்களிலும் இருந்த ஊர்க்காரர்கள், ‘யாரோ புதுசா இருக்கு?’ பேச்சுகளில் மகடாலுவுக்கு இடம் தந்தனர்.

குடிசை வீடுகள் தாண்டியதும் ஒரு மைதானம். கட்சிக் கொடிக்கம்பங்கள் பல போட்டிகளில் நீண்டிருந்தன. 'மாண்புமிகு முதல்வர் எம். ஜி. ஆர்.' என்று தொடங்கிய ஒரு சுவரொட்டி கவனத்தை ஈர்த்தது. சிறு மகிழ்வு. அதைத் தாண்டினால் டீக்கடை, அங்கு வேலையில் அவசரங்களோடு இருந்தார், கணபதி. இறுகிய உடல், கூர்ந்த கண்கள், முறைப்பதில் பட்டம் பெற்றவரோ என்று தோன்றும்.

மகடாலு, கொடிக்கம்பத்தில் சாய்ந்து செருப்பை சரிசெய்து கொண்டு நிமிரும்போது, 'ஏய் யார்ராவன் அங்க மூத்தரம் போறது?' மகடாலு அதிர்ந்து, நிமர்ந்து, 'அய்யா நான் மூத்தரம் போலிங்க' என்றார்.

'ஏய் குஷ்டரோகியா நீ? இந்தப் பக்கம் வராத.' உருவம் மீறிய குரல் கடுமையாய் மகடாலு காதுகளில் விழுந்தது.

'மன்னாரு வரச்சொல்லியிருக்காருங்க' மதிப்போடு ஒலித்தது.

'அந்தப் பொறிக்கியா? வந்த வழியே போயிடு.' ஆனாலும் மகடாலு, கணபதியை நோக்கி நடந்தார்.

'இந்தப் பக்கம் வந்தா சுடுதண்ணிய மேல ஊத்திடுவன். போடா.'

மகடாலுவுக்கு அழகுநிலா இறந்தபோது உலுக்கியோடு, வீரபாகுவைக் கொல்ல பூமியிலிருந்து புறப்பட்டவனாய் ஓடியது நினைவுக்கு வந்தது. சகோதரியின் ஊரில் ஒரு கூட்டமே துரத்தி ஓரம் கட்டிய நேரம், சக்தியைத் திரட்டி, அவர்களை விரட்டியடித்தது நினைவுக்கு வந்தது. இப்போது அதையெல்லாம் ஓரம்வைத்து, துணிந்து சூரியனைப் பார்த்தார்.

பின்னாலிருந்து 'யாரு ஊருக்குப் புதுசா?' டவுனிலிருந்து வந்துகொண்டிருந்த கண்ணுசாமியின் கேள்வியில், மகடாலுவின் சூடு குறைந்த மாதிரியானது.

'ஆமாங்க. மன்னார் அய்யாவப் பாக்கணும்.' மகடாலுவின் முன்புறத்தைப் பார்த்ததும், கண்ணுவுக்கு ஏதேதோ நினைவுகள். மகிழ்ந்து, 'நேராப் போயி எடதுபக்கம் திரும்புனா மூணாவது ஊடு, மன்னாரு ஊட்டலதான் இருப்பான், பாத்துப் போப்பா.'

நன்றியை மனதாரச்சொல்லி, கணபதியைப் பார்க்காமல் புது வேகத்தில் நடையைத் தொடர்ந்தார்.

‘ஏ கண்ணு குஷ்டரோகிய எல்லாம் ஊர்ல விடலாமா? நீ பாட்டுக்கும் போங்கற?’ கணபதியின் கோபம் திசை மாறியது.

‘இவன் ஆஸ்பத்திரியில இருந்தவன்யா. பயப்பட வேண்டியதில்லை. இவனுக்குப் பின்னாடி எத்தனையோ கத இருக்கு. அவனுக்கு வைத்தியம் பாத்த அமிர்தம் டாக்டர் சொல்லியிருக்காங்க. நல்லவண்டா.’

‘அதெல்லாம் எனக்கெதுக்குயா. பாத்தா திமுறு புடிச்சவன் மாதிரி இருக்கான்.’

‘யோவ், தாங்க முடியாத வெயில். அப்பறம் பேசறேன்’ கண்ணு வடக்கில் வேகமெடுத்தார். கணபதி இரு திசைகளையும் பார்த்த விதம் அவரது முகத்தை மேலும் இறுக்கியது. ‘எங்கப் போனாலும் ஒங்களுக்கு இதுதான் வழி’ அழுத்தமாக தலையை ஆட்டிக்கொண்டார்.

தூரத்தில் வரும் போதே மகடாலுவைப் பார்த்துவிட்டார், மன்னார். அவரது ஒவ்வொரு அசைவையும் கூர்ந்து கவனித்தார். சில மனதில் விரிந்து கணக்குகளாயின. சம்பளம், தங்குமிடம், உணவு, வாரம் அரை நாள் விடுமுறை, விழாக்கால உடைகள். சிறு பட்டியல் ஒன்று நீண்டது. கண்கள் மூடித்திறந்தன.

உயரமும் நல்ல உடல்வாகும் சரியான அளவில் அமைந்து பார்வைக்கும் நாயக அளவில் இருந்தார். வயதைத் துல்லியத்தில் சொல்ல முடியாதபடி, இளமை தூக்கலாகவே இருந்தது. அடர்ந்த மீசை கம்பீரத்தை அள்ளி வழங்கியிருந்தது. ‘மன்னார் என்றால் பயம்’ என்று சொல்வார்கள்.

ஆட்டுச் சந்தையில் மகடாலுவை சந்திந்தபோது ஆடுகளின் இயல்பைப் பற்றியும் அவற்றின் பராமரிப்பு பற்றியும் கதை கதையாய் சொன்ன போது ஈர்க்கப்பட்டவர் மன்னார். சில வாரங்களின் உரையாடலில், ‘நீ ஆடு மேய்க்க வரியா?’ என்று தொடங்கிய பேச்சு, மகடாலுவை இங்கு கொண்டுவந்திருக்கிறது.

‘வாரம் ஒரு நாள் சந்தைக்குப் போகவும் சரி’ என்றார், மன்னார்.

நாற்பதிற்கும் அதிகமான ஆடுகளை மேயவைத்து, நீர்த்தேவைகளை உரிய நேரத்தில் பூர்த்திசெய்து, அவைகளுக்கு நோயென்றால் அதைக் கையாண்டு, உடன் மேய்க்கும் பிள்ளைகளை அரவணைத்து, மாலை திருப்தியாய் ஆடுகளைப் பட்டியில் அடைத்து, குட்டியீன்றால் அதைப் பாதுகாத்து... என்று பல வேலைகளையும் செய்ய வேண்டும். அதனால் பல கோணங்களிலும் கேள்விகளை பார்வையைக் கொண்டு மதிப்பீட்டில் தீவிரமாக இருந்தார், மன்னார்.

மகடாலு, ‘தாங்கள் எதிர்பார்க்கும் வேலைக்கு ஏற்றவரா?’ என்ற சந்தேகம் கமலாவுக்கு உதித்தது. ஒருவரை ஒருவர் பார்த்துக்கொண்டனர். பின்பு கமலா பெருமூச்சுடன், ‘என்ன மகடாலு பஸ்ஸ விட்டு எறங்கி இங்க வரவே இவ்வளவு கஷ்டப்பட்டா, நாளு முழுக்க ஆடுங்க கூட எப்படி?’ இவரின் கணவன்தான், மன்னார். பரந்த குணமும் விரிந்த பார்வையும் கொண்ட கமலா, எதையும் தன்னைப்போலவே செய்வார்.

‘நீங்க இத வுடுங்கம்மா. ஒரு நாலு நாள் என்னோட வேலய எப்படின்னு பாருங்க. திருப்தி இல்லன்னா சொல்லுங்க, போயிக்கிறேன். என்ன நம்புங்க. நான் நொண்டி நொண்டி வர்ரத எல்லாம் வச்சி ஒரு முடிவுக்கு வராதீங்கம்மா.’

‘மகடாலு, சொல்கிற முழுதையும் கேட்காமல் பேசுகிறானே’, என்று இருந்தாலும், அவரது வார்த்தைகளில் இருந்த நம்பிக்கையை சும்மா விட்டுவிட முடியவில்லை. மகடாலுவை உற்றுப் பார்த்தார். நிமர்ந்து உட்கார்ந்தார், மன்னார்.

‘ஆடுங்க எனக்கு புள்ளங்க மாதிரிங்க, அதுங்க கூட சேர்ந்துட்டா புண்ணு என்னா, வலி என்னா, சாப்பாடு என்னா, மழ, வெயிலு என்னா அதுங்கதான் எனக்கு. ஆடுங்கதானே என்ன வாழவைக்கப் போவுதுங்க. அதுங்கள சரியான நேரத்துல உரிய எடத்துக்கு கொண்டுகிட்டுப்போறது, எங்க மொதல்ல மேய வைக்கணும், எப்ப ரெஸ்ட்டுக்கு நிறுத்தணும், தண்ணிக்கு எப்படி... எல்லாமும் மனசுல இருக்கு. எல்லாத்தயும் இப்ப

சொல்லமுடியாது. மேய்ச்சு வரும்போது நீங்களே பாத்து சந்தோசப்படுவீங்க.'

முழு கவனத்தோடு கேட்ட மன்னார், கண்களை மூடி பெருமூச்சோடு, 'கமலா, மகடாலுவுக்கு சாப்பாடு போடு' சொல்லியதும், எழுந்து உணவைக் கொண்டுவரச் சென்றாள் கமலா.

மகடாலுவை முழுதும் நம்பமுடியாவிட்டாலும் அவரது வார்த்தைகள் நம்பிக்கை இருவரையும் யோசிக்கவைத்தன; சோதிக்கத் துணிய வைத்தன. மகடாலு, வைராக்கியத்தில் சொன்னதைவிட சிறக்க கற்பனையை விரிவாக்கினார். தனது சுடுகாட்டு சத்தியங்களை தினசரி வாசகங்களை நினைவுபடுத்திக்கொண்டார்.

உணவு வாசனையும் கமலாவின் கொலுசுகளின் ஒலியும் மகடாலுவை நோக்கிப் போயின. மகடாலு சுவரில் சாய்ந்துகொண்டு தனது மூட்டையை அவிழ்த்து தட்டு, தம்ளரை எடுத்துக்கொண்டார். கமலாவுக்கு சற்றே வியப்பு, 'நான் வர்ரது எப்படித் தெரியும்?' மகடாலு கமலாவைப் பார்த்து, தட்டை ஓரமாக வைத்துவிட்டு, 'வாசனதான் எட்டு வூட்டுக்கு போவும் போலருக்கேம்மா!'

மாலையானதும் ஆடுகள் உறங்குமிடத்திற்கு அழைத்துச் செல்லப்பட்டார், மகடாலு. தங்கிக்கொள்ள ஒரு இடமும் அருகில் காட்டினான், சேகர். அது மன்னாரின் பழைய வீட்டை ஒட்டி போடப்பட்ட ஒரு தாழ்வாரம். அது பெரும் சுவரிலிருந்து சரிந்து கூரையால் வேயப்பட்டிருந்தது. தானியங்கள் குவித்து வைக்கும் இடமான இந்த வீடு எப்போதாவதுதான் திறக்கப்படும். அதற்கும் எதிரில் உள்ள ஆடுகளுக்கும் இனி மகடாலுதான் காவல்.

ஊரின் நடுப்பகுதி என்று சொல்லும்படி அமைந்திருந்தது ஆட்டுப்பட்டி. அதன் மேற்குப் பக்கம் இருபது வீடுகள் தாண்டினால் அம்மன் கோவில். அதன் பின்னால் முருகன் கோவில். அதன் அருகில் பக்கவாட்டில் விநாயகர் கோவில். அதை

ஒட்டி ஆலமரம். கோவிலுக்குப் பின்புறம் வயல்வெளிகளுக்கு, குளக்கரைக்கு, அதைத்தாண்டி வெளியூருக்குச் செல்லவும் பாதை. சற்றே தள்ளி மேலும் மேற்கில் பெரிய பாதை ஏரிகளுக்கும், நீர்ப்பாசன பரப்புகளுக்கும், காட்டுக்கும், வேறு ஊர்களுக்கும் போக.

கிழக்குப் பகுதியில் முப்பது வீடுகள் தாண்டினால் மன்னார் வீடு. அதைத் தாண்டினால் இருக்கும் குடியிருப்புகள் ஜாதியால் பிரிக்கப்பட்டவை. அதையும் தாண்டினால் மற்றொரு ஜாதிக்குரிய இடம். இவ்விரண்டின் ஓரமாக இருக்கும் சாலைதான். நகரத்திற்கும் தார்ச்சாலைக்கும் போகும் பாதை. மன்னார் வீட்டை ஒட்டிப் போகும் பாதை இன்னொரு கோயிலுக்கும் நிலங்களுக்கும் போகும் பெரிய மண் சாலை. அதில் நிறைய மரங்கள் உண்டு.

வடக்குப் பக்கம் நிறைய வீடுகள், பஞ்சாயத்துத் தலைவர் உள்ளிட்ட பெரும் புள்ளிகள் வாழுமிடம். நிறைய முடிவுகள், நிகழ்வுகள் எல்லாம் இந்தத் தெருவில்தான். இந்தத் தெருவில்தான் கண்ணுசாமி என்கிற கண்ணு மாணவர்களுக்குப் பாடம் சொல்லிக் கொடுத்துக்கொண்டிருந்தார். சற்று தூரத்தில் உட்கார்ந்துகொண்டிருப்பது வானதி என்றும் ஊரில் நன்கு படித்தவர்களில் ஒருவர் என்றும் அவர் தனது வீட்டுக்குத் தெரியாமல் கண்ணுவுக்கு உதவுவதாகவும் சேகர் சொல்லி மகடாலுவை அழைத்துச் சென்றான்.

‘மகடாலு, ஞாபகம் இருக்கா?’ கண்ணு கேட்டதும் எல்லோரும் மகடாலுவைப் பார்த்தனர்.

‘பாத்த மாதிரி இருக்கு...’

‘நீ வைத்தியம் பாத்த ஆஸ்பத்திரிக்கு வருவேன். டாக்டர் அமிர்தம் ஒன்னப் பத்தி நெறைய சொல்லியிருக்காங்க.’

மகடாலு செருப்பைக் கழட்டிவிட்டு, கண்ணுவை நெருங்கி, ‘அந்த டாக்டர்தான் எனக்கு மறுவாழ்வு தந்தாங்க.’ கண்களில் நீர் தளும்ப சிலரும் அவ்வுணர்வோடு சேர்ந்துகொண்டனர்.

‘சரி அப்பறம் பேசுவோம்’ கண்ணு புத்தகப்பக்கம் பார்வையைத் திருப்ப, மகடாலு சேகரின் பின்னால் போவதை பலரும் வேடிக்கைப் பார்த்தனர்.

‘டீக்கடைப்பக்கம் போறப்போ ஜாக்கிரத. அவருக்கு குஷ்ட ரோகின்னாலும் புடிக்காது, மன்னாருன்னாலும்தான்’ என்று சொல்லி வேகமாக முன் சென்றான். மூங்கிலாய் வளர்ந்த சேகர். எப்போதும் பாடல்களை சுமந்தாலும் சிரித்துப் பழகுவான். கமலாவுக்கு சேகர், மூன்றாவது கை என்றும் ஒரு பேச்சு உண்டு.

மேற்குப்பக்கம் ஏரியை ஒட்டிய பெரும் நிலப்பகுதி நெல்லுக்கான கரும்புக்கான இடமாக இருந்தது. ஏரிக்கரையின் தொடக்கத்தில் சில புளிய மரங்கள்; பிறகு இரு பெருத்த அரச மரங்கள். காற்றை உற்பத்தி செய்யும் இயந்திரமோ என்று நினைக்கும் படியிருக்கும். பிறகு பனை மரங்கள், இலுப்பை மரங்கள் என்று பல அந்தப் பகுதி ’பசுமையின் தாயகமோ?’ என்று இருக்கும்.

‘தோ அந்தப் பக்கம் போனா காடு, இந்தப்பக்கம் (வடக்கு) போனா ரோடு, நீங்க மேய்க்கப் போறது ஆடு’ என்று சொல்லி, ஒரு பாட்டை முணுமுணுத்தபடி வேறொரு உலகில் இருந்தான், சேகர்.

அந்தக் காட்டுக்கு ஏரிக்கரை வழியாகவோ அல்லது கிழக்கிலுள்ள பெரும் மண்பாதை வழியாகவோதான் பெரும்பாலும் போவர். குறுக்கு வழி இல்லாமலா? மழை, பருவத்தில் பெய்தால் அப்போது பச்சைச்செடிகள் முற்களால் வேலிகள் அதிகமாகி நின்றுகொண்டிருக்கும். பொது வழிகள் அப்போது இல்லாமலாகிவிடும்.

இரவானதும் சேகர் வந்து மகடாலுவின் பாத்திரத்தில் உணவைக் கொட்டிவிட்டுப் போனான். நிறைய நடந்ததில் கால் வலியும் பசியும் அதிகமாயின. சாப்பிடும் போது ஊரைச் சுற்றிப்பார்க்கையில் காதில் விழுந்த பேச்சுகளை அசை போட்டு அவர்களின் மன நிலையை அறிய முயன்றார். தன்னை சுற்றியுள்ளவர்கள் வேடிக்கை பார்ப்பதையும் கவனித்துக் கொண்டார்.

'நாளைக்கு ஒரு நாள், இந்த மனோ மேயற எடத்தெல்லாம் காட்ட ஒங்க கூட வருவான்.' சேகரின் அறிமுக நினைவோடு, தனது அனுபவங்களையும் ஆடுகளின் தேவைகளையும் யோசித்துக்கொண்டே பட்டியருகே போனார் மகடாலு. நிற்கமுடியாமல், ஒரு கழியைப் பிடித்துக்கொண்டார். ஒவ்வொரு ஆடாய் பார்க்கத்தொடங்க, சில ஆடுகள் மனதில் அடையாளங்களோடு இறங்கின.

தூரத்தில் வார்த்தைகள் உக்கிரமடைந்து ஒலிகள் சிதறிக்கொண்டிருப்பது கேட்டது. அதில் டீக்கடை கணபதியின் குரல் தெளிவாய், வலுவாய் பீறிக்கொண்டிருந்தது. குடி போதையால் இந்த ஆட்டமென நினைத்துக்கொண்டு, மகடாலு நாளைய கனவில் ஊறத்தொடங்கினார்.

தாழ்வாரத்திற்கு வெளியே துணியை விரித்து உடலைக் கிடத்தும் போது வலிகள் சற்றே குறையத்தொடங்கின. பேச்சுகள் முற்றாய் நின்று, பூச்சிகளின் ஒலிகள் கேட்டன. காற்று எங்கிருந்தோ திட்டமிட்டு அனுப்பப்படுவதுபோல் உடலைத் தழுவியது, எல்லாமும் மாறி, உறக்கம் விரைவானது. மனோ ஒருவருடன் வந்து மகடாலுவைக் காட்டிவிட்டு சப்தமில்லாமல் போனான்.

2

இரவு முடிந்து பகல் தொடங்கிய நேரம். உலகைக் காக்கும் சூரியன் கண் திறக்கும் முன்பே கிராமம் உயிர் பெறத்தொடங்கி விட்டது. இயற்கை சுகமாய் விரிந்து கிடந்தது. கோயிலின் பாடலொலியில் பக்தி காற்றோடு பயணித்து வீடுகளில் புகுந்தது. உறக்கங்கள் விழிப்புகளாகி, விழிப்புகள் செயல்களாகிக் கொண்டிருந்த சமயம். பெண்கள் வீட்டுக்கருகிலும், ஆண்கள் சற்று தொலைவிலும் வயிற்றைச் சுத்தம் செய்ய ஆயத்தமாயினர்.

அதே நேரம் வாசல்கள் சாண நீரால் நனைந்து, உலர்ந்து, கோலத்தைத் தாங்கி அழகாகின. கால் நடைகளின் கழிவுகள் சுத்தமாவதும், சில வயல்கள் நோக்கிப் பயணமாவதும், சில இடம் மாற்றிக் கட்டப்படுவதும் சில உணவு பெறுவதும் சில வண்டி இழுக்கப் புறப்படுவதும் நிறைய செயல்பாடுகள் அவை தொடர்பாக நடந்தன.

காற்றின் வசந்தம் அந்த நேரத்தில் ஊரெங்கும் வீசி மகிழ்வளித்தது. கைப்பம்பில் நீர் பெருக்கி வரிசைகள் தொடரும் நேரமும் அது. பார்வைக்கு உற்சாகம் தொற்றிக்கொள்ளும், சோம்பேறிக்கூட இவற்றைக் கண்டு செயல்களில் இறங்கிவிடுவதுண்டு. ஏதோ சக்தி மேகமாய்ப் பரவி, காலையை மதிக்கும் உள்ளங்கள்.

கூண்டை விட்டு வெளியேறிய கோழிகளில் சில உடலை நீட்டி தலையை உதறி இறை தேடலில் மும்முரமாயின. அவற்றை வாசலில் உட்கார்ந்திருப்பவர்கள் வேடிக்கைப் பார்ப்பதும், குழந்தைகள் அவற்றைத் துரத்திப் பின் ஓடி மகிழ்வதும் நடந்தன. சில இடங்களில் பன்றிகள் உறுமலோடு கிளம்பிவிட்டன.

மகடாலு ஊருக்கு முன் எழுந்து ஒரு நடையோடு வயிற்றை சுத்தம் செய்து, கைப்பம்பில் நீரெடுத்து உடலை நனைத்து கோயில் முன் நின்று கைகோர்த்துக் கும்பிட்டு, பின் கால்களில் பஞ்சையும் அதன் மேல் துணியையும் வைத்துக்கட்டிக்கொண்டார். அதன் மேல் செருப்பு அமர காலுறை போட்டது மாதிரி இருந்தது. சிறிது தூரம் கைத்தடியின்றி நடந்து ஆடுகளைப் பார்த்துக்கொண்டிருந்தார். சத்தியங்கள் உயிராகி, பலம் கூடியது மாதிரி இருந்தது.

'யாரது குஷ்ட ரோகி நம்மத் தெருவுல?' 'யாரோ ஒரு நொண்டி போறான்' இன்னும் பேச்சுகள் இருந்தாலும், எதையாவது செய்யத் துடித்தார் மகடாலு. துடைப்பம் முறத்தோடு பட்டியில் நுழைந்து, சில ஆடுகளை எழுப்பி அதன் கீழுள்ள புழுக்கைகளை அகற்றி ஓரமாகக் கொட்டிக்கொண்டிருந்தார். அப்போது வந்த சேகர், 'நீங்க இதையெல்லாம் செய்ய வேணாம். அதுக்கெல்லாம் ஆளிருக்காங்க' என்றான். அவன் அப்படிச் சொன்னாலும், திட்டமிட்டபடி சில இடங்களைச் சுத்தம் செய்துவிட்டுதான் வெளியே வந்தார், மகடாலு.

பழைய சாதமும் குழம்பும் காலை உணவாக வந்தது. சேகரை நன்றிப் பார்வையில் அனுப்பிவைத்தார். ஓடி வந்த செல்லாயியும் பெருமாளும் மகடாலுவைப் பார்த்ததும் தயங்கி தூரத்தில் நின்றனர். மெல்ல தாங்களும் ஆடு மேய்ப்பவர்களென்று சொல்லி பேசிக்கொண்டிருந்தனர்.

'நான் ஊருக்குப் புதுசு. நீங்கதான் எனக்கு ஒதவணும்.' மகடாலுவுக்குத் தலையசைத்தனர். பதிமூன்று வயதான செல்லாயி நல்ல வளர்த்தி. ஒல்லி என்று சொல்ல முடியாத துறுதுறு ஆள். விவாதம் என்றால் பலரையும் பின்னுக்குத் தள்ளிவிடுவாள். பேசுவதே சண்டை போடுவது மாதிரி இருக்கும். பெருமாள் வேகமானவன் கணக்கின்றி எதையும் செய்பவன், ஆனால் பயந்தவன். இவன் அவளை விட மூத்தவன், படிப்புக்கு கட்டணம் செலுத்த முடியாமல் இந்த மேய்ப்புலகிற்கு வந்தவன். இருவருக்கும் மேய்ப்பதில் அனுபவம் இருப்பதை சிறிது நேர பேச்சினூடே மகடாலு தெரிந்து சிரித்தார்.

பாத்திரத்தைக் கழுவும் போது நழுவி அது கீழே விழ, பெருமாள் ஓடிப்போய் தண்ணீரை ஊற்றித் திரும்பும் போது, மனோ நின்றான். பாத்திரங்களை ஓரம் வைத்து, ஈரத்தை துணியிலேற்றி பெருமூச்சு விட்டு, 'மனோ நீ இன்னிக்கி எங்கக்கூட வரவேணாம். இவங்கள வச்சிப் பாத்துக்கிறேன்' அவன் குழம்பியதால் சிறிது அமைதி நிலவியது. சிறு தோல்விபோல் எல்லோரையும் பார்த்தான். 'எதுக்கு ஒனக்கு கஷ்டம்' மகடாலு அவன் மகிழ முயற்சியெடுத்தார். செல்லாயியும் பெருமாளும் அவரை சற்றே ஆழமாய்ப் பார்த்தனர்.

ஆடுகளும் சரளா, அம்சம் உள்ளிட்ட நான்கு பிள்ளைகளும் மகடாலுவோடு கிளம்பியாயிற்று, அசைந்து போகும் அழகாய் அவை தெருக்களில் புழுதியைக் கிளப்பின. பலர் வாசலில் நின்று மகடாலுவைப் பார்த்தனர். தூரத்திலிருந்து கமலா ஏதோ சொல்வதற்காக விரைந்து வந்தாள். மகடாலுவின் நடையில் மாற்றமிருந்தது. ஆடுகளுக்கும் அவருக்கும் நெருக்கம் இருந்ததைப் பார்த்து முகம் மலர்ந்தது. அதனால் சொல்ல வந்தது தேவையற்றுப்போனது. அப்போது ஆடுகள் இரு பக்க வேலிகளுக்கிடையில் நீண்டிருந்த ஒழுங்கையில் இன்னும் அழகாய்ப் போய்க்கொண்டிருந்தன. பிள்ளைகள் மகடாலுவை சற்று தூரத்திலிருந்தே கூர்மையாகப் பார்த்துக்கொண்டிருந்தனர்.

நால்வரும் தூரத்திலேயே இருப்பதையும் தங்களுக்குள் ஏதோ பேசிப்பார்ப்பதையும் மகடாலு தெரிந்துகொண்டார். 'ஏ கருப்பி,

ஏ செவல, ஏ பவுனு, ஏ மூக்கி...' சில ஆடுகளைப் பார்த்துப் அழைத்தார். நால்வரும் மகடாலுவைப் பார்த்து சிரித்தனர். 'கையத் தட்டி ஒன்னோட ஆடக் கூப்பிடு பாப்போம்?' இப்படி விளையாட்டாய் நுழைந்த சில சூழலையே மாற்றின.

வழியில் இருந்த மணல் மேட்டில், நடக்க முடியாமலிருந்த ஒரு ஆட்டுக்குட்டியைத் தூக்கி அம்சம் கொஞ்சிக்கொண்டே நடந்துகொண்டிருந்தாள். குழந்தையை இழுத்து நீட்டியது போலிருக்கும், அவளைப் படிக்க வேண்டாமென ஆடுமேய்க்கச் சொன்னது குடும்பம். தினம் அழுது கொண்டே வந்தவள், அதை நிறுத்தி பிறரோடு சமமாக சில வாரங்கள் ஆயின. அந்த ஆட்டுக்குட்டியை மகடாலு தன் கைகளில் வாங்கி, மென்மையாய் தடவிக்கொடுத்து மணல் நிறைந்த பகுதி முடிந்ததும் கீழே விட, அது விரைந்தோடியது. அதன் பின் எல்லோரும் நடையைத் தொடர்ந்தனர்.

முதலில், ஏரியை ஒட்டிய பகுதிகளில் இருந்த பசுமையிடத்தில் ஆடுகள் மேய்ந்தன. மகடாலு அங்குள்ள மேய்ச்சலுக்கான பிற பகுதிகள் பற்றிக்கேட்டார். கண்களை விரித்து மேன்மேலும் கேட்டு அறிந்துகொண்டிருந்தார். தங்களுக்கு தெரிந்த விஷயங்களை மகடாலுவிடம் சொல்ல ஒரு போட்டியேயிருந்தது.

'எனக்கும் ஆடுங்க பத்தித் தெரியுமே?' சரளா தன்னையும் பேச்சில் சேர்த்துக்கொண்டாள். இவளை 'குண்டு' என்று செல்லாயி கூப்பிட்டால், 'குண்டி' என்று அழைப்பான் பெருமாள். 'பாக்கணுமாடா?' என்று ஒரு நாள் கேட்டபோது, கண்களை மூடிக்கொண்டே ஓடிய பெருமாள், பின் அப்படி சொல்வதை நிறுத்திக்கொண்டான்.

ஆடு மேய்ப்பதில் பிள்ளைகளுக்குப் பிரச்சினைகளாக இருப்பன பற்றி கேட்டுக்கொண்டார். அவற்றில் பயிர் நிலங்களில் மேய்வது, தண்ணீர் குடிக்க பல நேரம் வாய்ப்பில்லாதது, கடும் வெயில், மேய இடமில்லாதது, சில நேரம் மதியம் உணவில்லாமல் தவிப்பது, செருப்பில்லாத்து... ஒவ்வொன்றையும் விரித்துக்கேட்டு அறிந்தார், மகடாலு.

செல்லாயி பிற ஆடுமேய்க்கும் குழுக்களோடு இருக்கும் சண்டைகள் பற்றிச் சொல்லி மகிழ்ந்தாள். பெருமாள் மகடாலு பற்றி அறிந்து கொள்ள சில கேள்விகளைக் கேட்கத்தொடங்கினான். பிற பிள்ளைகளும் பங்கேற்றனர். மகடாலு நீண்ட நாட்ளுக்குப் பின் தன் பழைய கதையை சொல்வதாக உணர்ந்தார். 'இன்னிக்கு இது போதும் மீதிய அப்பறம்' என்று சொன்னவர், 'என்னென்ன வெளையாட்டு தெரியும்?' என்று கேட்டதும் அத்தனையையும் சொன்னார்கள். 'யாராவது செலம்பம் சுத்துவீங்களா?' பெருமாள், தெரியும் என்றவன் மகடாலு தடியை 'வேண்டாம்' என்றான்.

மகடாலு சிலம்பம் சுற்றி தடியை தவறவிட்டு, அம்சத்தை ஓடி எடுத்துவரச் சொன்னார். 'இன்னும் கொஞ்சம்' என்று அவர்கள் கேட்டபோதும் தடி தூரத்தில் விழுந்தது. 'பெருமாள் கொஞ்சம் எடுத்தாப்பா' என்று பெற்று மீண்டும் சுற்றினார், இப்போது தவறவில்லை. கைகளைத் தட்டினர். மகடாலு தெம்பாய் நடந்தார்.

இளம் உள்ளங்களில் வலியைத் திணித்து அதன்வழியே தன்னைப் பார்க்கச் செய்ய இப்போது அவர் விரும்பவில்லை. நோய் குணமாவதற்கு எடுக்கும் முயற்சிகளை விவரித்தார். அதனால் பிள்ளைகளுக்கும் விரைவில் அது சரியாகிவிடுமென நம்பவைத்தார். இதை மாற்ற கள்ளிப்பழங்களைப் பறிக்கச் சொல்லி கொண்டுவரச்சொன்னார், புளியங்காய்கள் சில சேர்த்துகொண்டு அவற்றை ஒரு இலையில் பரப்பிப் பகிர்ந்தனர்.

மதியம் நேரம். ஏரிக்கரையில் இருக்கும் இரு பெரிய அரசமரங்கள் ஆடுகளுக்கும் மேய்ப்பவர்களுக்கும் நிழல் தந்து, காற்றையும் அள்ளித் தந்துகொண்டிருந்தன. மகடாலு அந்த ஊரில் இருக்கும் பிற மரங்கள் பற்றிய விபரங்களைக் கேட்டார். ஆடுகள் படுத்தும் நின்றும் அமைதியான பின், பிள்ளைகள் பசியாறத்தொடங்கினர். இப்போது எல்லோரும் மகடாலுவை சற்றே நெருங்கியிருந்தனர்.

ஒவ்வொருவரிடமும் இருக்கும் ஆடுமேய்க்கும் திறமைகளை அனுபவங்களைக் கேட்டு மனதில் பதிவு செய்து கொண்டார்.

‘சரி இப்ப ஆடுங்க ஒரு பயிருள்ள நெலத்துல எறங்கி மேய்ஞ்சா, எப்படி சமாளிப்பீங்க?’

‘ஒரு ஆடு காணாமப் போனா என்ன செய்வீங்க?’

‘யாரு ஆடு காணாமப் போனதுன்னு சொல்லலலியே?’ செல்லாயி தன் வழியில் கேட்டாள்.

‘ஆடுங்க மயக்கம் போட்டு விழுந்தா என்ன செய்வீங்க?’

‘எத்தன ஆடுங்க இருந்தா மேய்க்க கஷ்டமா இருக்கும்?’

‘எத்தன ஆடுங்க இருந்தாலும் கஷ்டமாத்தான் இருக்கு’ என்றாள், சரளா.

கேள்விகள் தொடர்ந்து கொண்டிருக்க அம்சம் சற்றே தூங்கிவிட்டாள். சரளா நீர்த்துளிகளை அம்சாவின்மீது விசிறி தடுமாறி கண் திறக்கவைத்தாள். ‘பால் வேணுமாம்மா?’ செல்லாயிக்கு, பெருமாள், ‘எனக்கு வேணும். தருவியா?’ என்று கேட்டதும் எழுந்தாள், ஓடினான்.

வெயிலின் சூடு சற்றே குறைந்து இருக்க, ஆடுகளோடு பிள்ளைகள் மீண்டும் பயணமாயினர். மகடாலு இவர்களுக்கு முன்பே சென்று வேலிகளும் அவற்றை ஒட்டிய செடிகள் புற்கள் கொண்ட பகுதியை மேயுமிடமாய்க் கண்டு காத்திருந்தார். அப்போது, மகடாலு சில தழைகளையும் சிறு கிளைகளையும் ஆடுகளுக்காக வைத்திருந்தார்.

ஆடுகள் வந்தபோது, பெருமாளிடம் சொல்லி நான்கு இடங்களில் அவற்றை வைக்கச் சொன்னார். பிள்ளைகள் அவரை நிமிர்ந்து பார்த்தனர். புண்கள் நிறைந்த காலோடு அடுத்து எங்கு போகலாம் என்று பார்க்க நொண்டத் தொடங்கினார். அப்போது காலில் முள் குத்தியது போல் வலி. அடுத்த அடியில் அது ஆணி குத்தியது போல் இருந்தது. அடுத்த அடியில் இரண்டும் கூடி வலியின் உச்சத்தைக் கொடுத்தன. உடல் முழுதும் அதுவாகி, நடையின் வேகத்தைக் குறைத்தது. மற்றொரு காலில் அழுத்தம் கொடுத்து, பற்களைக்கடித்து, பெருமூச்சோடும், முனகலோடும் நடக்கத் தொடங்கினார்.

குளக்கரைப் பக்கத்திலிருந்து மகடாலு குரல் கேட்டு பிள்ளைகள் ஆடுகளோடு நகர்ந்து போயினர். பூமியே நகர்ந்து அத்திசைக்கு பயணமாவதாய் இருந்தது. ‘அங்க எதுக்கு? நாம இதுவரைக்கும் போனதில்லியே?’ செல்லாயி கேட்ட சிறிது நேரத்தில் ஆடுகள் ஈரப்பசைக்கு முளைத்திருந்த புற்களை, செடிகளை, மலர்க்கொடிகளை என்று சுற்றிலும் கணக்காய் பிரித்துக்கொண்டு மேய்ந்தன. பல பெரும் மரங்களுக்குள் இருக்கும் அந்தக் குளக்கரையில் குழு குழுவாய் மேயும் ஆடுகள் மேல் விழுந்தும் விழாமலும் இருந்த சூரிய ஒளி, பார்வைக்கு சுகத்தைத் தந்தது.

மகடாலு இன்னும் சுற்றிலுமுள்ள இடங்களை மேய்வதற்குப் பார்த்துக்கொண்டிருந்தார். பிள்ளைகள் ஆடுகளோடு குளக்கரைப் பகுதியில் மகிழ்ந்து மரங்களில் ஏறியும் ஆடுகளைக் கொஞ்சியும் விளையாடிக்கொண்டிருந்தனர். அடுத்து மகடாலு எதை ஆடுகள் மேயுமிடமாக்குவார் என்று தங்களுக்குள் பேசிக்கொண்டனர். அப்போது மகடாலு திரும்பி வந்துவிட்டார்.

வெயில் மேலும் குறைந்து நிழல்களும் குளக்கரைக்காற்றும் கூடி இடத்தையே கொண்டாட்டத்திற்குத் தயாராக்கின. ‘இதுவரைக்கும் நாங்க இங்கெல்லாம் வந்ததேயில்ல, ரொம்ப நல்லாயிருக்கு’ என்றாள் சரளா. ‘ஆடுங்களுக்கு இப்படியெல்லாம் தழையப் போடலாம்னு நெனச்சதில்லை. ஒன்னு ரெண்டாயிருந்தா போடுவோம். நல்ல ஐடியா’ பெருமாள் நெருக்கமாகிச் சொன்னான்.

கொண்டு வந்திருந்த இரண்டு கரும்புகளை ஒடிக்கச்சொல்லி பகிர்ந்தளித்தார் மகடாலு. அதைக் கழுவிய பின் தின்றனர். அது மாலை நேர சிற்றுண்டி மாதிரி இருந்தது. ‘யார் சீக்கிரம் தின்று முடிப்பது?’ என்ற போட்டியில் ஒரு விளையாட்டு இனிப்பாய்த் தொடங்கியது.

சிறிது நேரத்தில் ‘யாருக்குப் பாட வரும்?’ மகடாலு கேட்டதும், ‘அம்சம் நல்லா பாடுவா’ என்றாள் சரளா. அடுத்த சில வினாடிகளில் ‘ஏய் பாடு பாடு’ என்று சொல்வதற்குள் அம்சம் வெட்கத்தில், இடத்தை விட்டு தூரமாய் ஓடிக்கொண்டிருந்தாள்.

மகடாலு, 'யாருக்கு ஆடத்தெரியும்?' என்று கேட்டதை யாரும் எதிர்பார்க்கவில்லை. பெருமாள் செல்லாயியையும், செல்லாயி பெருமாளையும் காட்டிக்கொண்டிருந்தனர். அதற்குள் நான்காவதாய் நின்றுகொண்டிருந்த சரளாவிடம். 'ஒனக்கென்ன தெரியும்?' என்று கேட்டார். அவள் வளைந்து நெளிந்து 'நான் கொஞ்சம் பாடுவேன், கொஞ்சம் ஆடுவேன்' என்று சொன்னாள்.

ஆடுகளின் மேயும் வேகமறிந்து மகடாலு ஒரு முடிவுக்கு வந்தார். அப்போது மாலை நேரம் ஆடுகள் ஒத்துழைக்கத் தயாராயின. பிள்ளைகளை ஒரு பரந்த நிலப் பகுதியில் ஆடுகளை நிறுத்தச் சொல்ல, அவற்றில் சில ஆடுகள் படுத்துக்கொண்டன. சில புரியாமல் நின்று கொண்டிருந்தன. சில வெளியேறி வீட்டுக்குப் போகும் நிலையில் இருந்தன. பெரும் பரப்பு இவர்களைப் பார்த்துக்கொண்டிருந்தது.

முதலில் சரளா ஒரு பாட்டைப் பாடினாள். முடிவில், கைதட்டிப் பாராட்டினர். 'ஏய் ரொம்ப நல்லா பாட்றே!' பெருமாள் வியந்தான். அடுத்து இருவரும் அம்சம் பாட்டுக்கு ஆட முடிவாகியது. அது ஒரு போட்டி போல் அமைந்தது. ஆடுகளும் கேட்டுப் பார்த்து ரசிப்பது போலிருந்தது. மகடாலு அடித்த விசில் திசையெல்லாம் கேட்டது. இப்போது அந்த இடமே வேறொன்றாகி, 'இன்னொரு ரவுண்ட்?' என்றாள் அம்சம். அவர்களும் மனதளவில் மாறி, கைதட்டி மகிழ்ந்து வீடு நோக்கிப் பயணமாயினர்.

அந்த நேரத்து ஒளியோடு, பரந்த நிலப்பரப்பை, வானத்தோடு சேர்த்துப் பார்க்கும் போது, இயற்கை வலுவாகி, பெரும் சுகமாக மாறியது. காற்றும் சேர்ந்துகொள்ள உள்ளுக்குள் ஏதோ வருடி புது உணர்வானது. பிள்ளைகள் வாழ்வில் தங்களின் திறமையை இப்படி பிறர் முன் வெளிப்படுத்தியதில்லை. மகடாலு கேட்ட போது இருந்த மெல்லிய கோபம், தயக்கம் இப்போது பெரும் புளகாங்கிதத்திற்குக் காரணமாகின. இப்போது அதை நிறுத்த முடியாமல் இன்னும் தங்களுக்குள் தொடர்ந்தார்கள்.

ஆடுகள் தெருவில் வரும்போது, பதற்றத்தைத் தாங்கிய முகங்கள்

நிறைய தெரிந்தன. அம்சத்தின் தாய் மற்றும் செல்லாயியின் அப்பா இருவரும் ஆடுகளை நோக்கி ஓடி வந்தனர். வேறு சிலரும் இவர்களை நோக்கி வரத்தொடங்கிவிட்டனர். பிள்ளைகளின் குழப்பத்தில் மகிழ்ச்சி குறையத் தொடங்கியது.

3

ஆடுகளைப் பட்டியில் அடைத்து, அவற்றுக்கு நன்றியை தனது பார்வையில் சொல்லிவிட்டு, தன் இருப்பிடம் சென்றார், மகடாலு. உள்ளே நுழைந்ததும் இடுப்புத்துணியை அவிழ்த்த போது அப்பகுதியில் காற்றை உணர்ந்தார். சுவரில் சாய்ந்து பிடித்துக்கொண்டே மெல்ல மெல்ல தரையைச் சென்றடைந்தார். கால்களின் வலிகள் அப்போதுதான் கடுமையாய்த் தெரிய வந்தன. காலையில் போட்ட கட்டுகளை முழுதாய் அவிழ்க்கும் போது, துணியில் ரத்தமும் சீழும் படிந்திருப்பதைக் கண்டார். புதுத் துணியொன்றை எடுத்து அவற்றை ஒத்தி எடுத்து, பெருமூச்சொன்றை விட்டார். மகிழ்ச்சிக் காற்று உள்சென்று தட்டிக் கொடுத்துப் பார்த்தது.

‘டேய் மகடாலு இன்னிக்கு நல்லாவே சமாளிச்சிட்டடா’ அவருக்குள்ளிருந்து ஒரு குரல் ஒலிக்க, முகத்தில் சிரிப்பு வந்து, வலியைக் குறைப்பது மாதிரி இருந்தது.

கண்களை மூடி பலருக்கும் பலதுக்கும் நன்றி சொல்வதில் மூழ்கியெழுந்தார். மிதப்பதாய் இருந்தது. என்றோ வைத்த ஒரு பாக்கு பற்களுக்கிடையில் உட்கார சற்று நேரத்தில் எல்லாம் மாறின.

இப்போது வலி மேலும் குறைந்து, கால்களை ஆட்டிக்கொண்டார். கண்கள் மூடிக்கொண்டன. ஆடுமேய்ப்பதை இன்னும் எப்படியெல்லாம் சிறப்பாக்க முடியுமென யோசித்துக்கொண்டிருகும் போதே, அன்றைய நாளில் இருந்த குறைகளைத் தேடிக் கண்டுபிடித்து, இனி அவை நடக்கக்கூடாது என தீர்மானம் மாதிரி, பற்களைக் கடித்து கடுமையாய் சொல்லிக்கொண்டார்.

இரவு உணவோடு வந்த சேகர், 'மொத நாளக்கே ஒரு கலக்கு கலக்கிட்டீங்க போலருக்கு?' மகடாலுவுக்குப் புரியவில்லை. மன்னார் அல்லது கமலா எதாவது சொன்னார்களா? 'என்னப்பா சொல்றே?' சேகர் மகடாலுவைப் பார்த்து, 'ஊரெல்லாம் ஒங்களப்பத்திதான் பேசறாங்க. மொதலாளி வீட்லயும்தான்.' இன்னும் சேகர் சொல்வான் என்று நினைத்துக்கொண்டிருக்கும் போதே அவன் எங்கேயோ பார்த்தபடி வெற்றுப் பாத்திரங்களோடு கிளம்பிவிட்டான்.

'டேய் சேகர் எங்கடா, அவசரமா?'

'ஆமாம். 'ஒரு தலை ராகம்'னு ஒரு படம் டவுனுல ஓடுது நெறைய பேர் ரெண்டாம் ஆட்டம் போறாங்க, நானும்...'

ஆழ்ந்த ஓர் அமைதி. கடந்தகாலம். மனைவியாகி இருக்க வேண்டிய அழகுநிலாவை நினைக்கத்தொடங்கினார், மகடாலு. எத்தனையோ பேர் அவளை விரும்பினாலும் பலபேர் தேடித்தேடி வெறியாய் அலைந்தாலும் பலர் வசதியாய் இருந்தாலும், படித்திருந்தாலும் 'ஏன் என்னை விரும்பினாள், நிலா?'

நிலாவின் சகோதரன் தர்மனும் அம்மா மரகதமும் எத்தனையோ பேரைச் சொன்னாலும் மகடாலுவைத்தான் அழகுநிலா தனது மனதில் வைத்திருந்தாள். அதனால் பெண் பார்க்கும்

நிகழ்வில், 'இவங்களுக்கு என்னை புடிக்கக்கூடாது' என்று வேண்டிக்கொள்வாள், முகத்தை வெறுப்பாக்கிக்கொள்வாள், உடையணியவதில் வேண்டுமென்றே பிடிக்காததை அணிந்து கொண்டிருப்பாள். சிலரை விட்டு கட்டுக்கதைகளை சொல்லவைத்து வந்தவர்களை மறுக்க வைப்பாள்.

'அவளுக்கு நம்மூர்லயே யாராச்சும் இருந்தா பாரேண்டா?' என்று மரகதம், தர்மனிடம் மீண்டும் கேட்டபோது, 'அவளுக்குதான், ஊர்ல யாரயுமே புடிக்க மாட்டேங்கதே' என்றான். 'பாக்கவேண்டியவங்ககளப் பாத்தா ஏன் புடிக்காது?' என்று வெட்கத்தை முழுங்கிக்கொண்டே சொன்னாள், நிலா. அம்மாவைப் பார்த்தான் தர்மன். சப்தமில்லாமல், 'மகடாலு' என்றாள்.' அழகுவைப் பார்த்தான், அவள் சிரித்தது மாதிரி இருந்தது. கனவில் மிதப்பது மாதிரியும்.

மகடாலு அப்போது நடுத்தர உயரம். நிலாவுக்குப் பிடித்த நிறம், முரண்டு திரண்ட தோள்கள், கூரிய பார்வை. சிரித்தால் உயிராகும் முகப்பகுதிகள், எல்லாமே சரியாய் நிறைந்த மாதிரி தோற்றம், நடக்கும் போதே சக்தியை உடனழைத்து வருவதாக இருக்கும் பலம். கண்களை மூடிக்கொண்டு ஏற்கும் வேலையை அசுரமாய் செய்து முடிப்பது... என்றிருந்தான்.

மகடாலுவுக்கு, அழகுநிலாவைப் பிடித்திருந்தாலும், அவளைப் பெண் பார்க்க வருபவர்களை அவளுக்காக ஏங்குபவர்களை ஒப்பிட்டு, பயந்து, 'இவள் நமக்கானவள் இல்லை' என்று சொல்லிக்கொண்டான். தனது அம்மா இறப்பிற்குப் பின் மரகதத்தோடு அவள் வந்தபோது நெருக்கத்தில் பார்த்து, 'இவள் நமக்கு இல்லவே இல்லை' என்று நினைத்துக்கொண்டான். அப்படி வளர்ந்து, அழகைப் பெருக்கி, உயிரைக் குடிப்பவளாகத் தெரிந்தாளோ என்னவோ? யார் திருமணம் பற்றி சொன்னாலும் உண்மையான காரணத்தை மறைத்து, 'அம்மா செத்து போச்சி. கடன் தலைக்கு மேல ஏறிப்போச்சி' என்று கதைவிட்டு திருமணப் பாதையை மூடிக்கொள்வான்.

ஒரு நாள் அழகுநிலாதான் வயலில் பலரோடு களையெடுக்கும் போது வெகு அருகிலிருந்து பேசத்தொடங்கினாள்,

மகடாலுவுக்கு அப்போது பேச்சில் ஆர்வமில்லை. 'வேல செய்யறப்போ என்னா பேச்சு?' என்று பலரின் முன் அவளைக் காட்டிக்கொடுத்தான். அவள் சிரித்து அதை சரிசெய்தாள். பிறகு அவன் நண்பன் சுப்பு ஏதோ குசுகுசுவென்றுச் சொல்லி, மகடாலு அவளிடம் வந்து, என்ன பேசுவதென்று தெரியாமல், 'காலையில சாப்பிட்டியா?' என்றான். அவள் பலமாகச் சிரித்து, 'காலையில சாப்பிடாம வேலைக்கு வருவாங்களா?' என்று பகடி செய்து மகடாலுவை பதிலுக்கு காட்டிக்கொடுக்க, அவன் முழித்தான். 'சரி சாப்டலன்னு வையி, நீ என்ன செய்யப் போற?' மேலும் மகடாலு நெளிந்தான். நண்பன் முகத்தைச் சுருக்கி, தலையில் அடித்துக்கொண்டான்.

சங்கடத்தைப் புரிந்த நிலா, சிறிது நேரம் கழித்து மடியில் வைத்திருந்த பயிறு உருண்டையை பிறருக்குத் தெரியாமல் மகடாலுவுக்குத் தந்தாள். அவன் அதை கையில் வைத்துக்கொண்டு ஏதோ சொல்ல நினைத்தான். நிலா அதைப் பிடுங்கிக்கொண்டு மீண்டும் வேலையில் தொடர்ந்தாள். மகடாலுவும் வேலையில் இறங்கினான். நேரமறிந்து அந்த உருண்டையை இரண்டாக்கி, ஒன்றை மகடாலு வாயில் திணித்தாள். அவன் தடுமாறி ஏதோ சொல்ல முயன்ற போது, 'வேல செய்யறப்போ என்னா பேச்சு?' என்று அவனைப் பார்த்துச்சிரித்தாள். இப்போது, அவன் எதையோ புதியதாக உணர்ந்தான். மகடாலு ஏதோ கேட்க முயல, 'ம் வேல நடக்கட்டும்' என்று மீதியை அவனிடம் காட்டி, தான் சாப்பிடத் தொடங்கினாள். உருண்டையால் வீங்கிய கன்னத்தோடு ஒழுங்கு காட்டினாள். நெளிந்தான். இடைவெளி குறைந்து, மனச்சுவரின் ஒரு பகுதி உடைந்த மாதிரியிருந்தது. சிறிது நேரத்தில் அவன் அவளைப் பார்த்து, சிரித்து, இயல்பாய் பேசத்தொடங்கினான். உறவின் முதல் அடி பதிந்தது. மகடாலுவின் சந்தேகங்கள் பல நொறுங்கி மறைந்தன.

குடிசைக்கு வெளியே ஆடுமேய்க்கும் பெருமாள் கூப்பிடும் சப்தம் கேட்டு வேஷ்டியை இடுப்பில் சுற்றிக்கொண்டு, வெளியே வந்தார், 'என்னப்பா ஏதாவது பிரச்சினையா?'

கேட்டு முடிக்கவும் மற்ற ஆடுமேய்க்கும் சகாக்கள் மூவரும் சிரித்துக்கொண்டே வந்து சேரவும் திட்டமிட்டது மாதிரி இருந்தது.

அவர்களுக்குள் என்ன நடந்ததோ? மீண்டும் சிரித்துக்கொண்டு ஒருவரை ஒருவர் பிடித்து நெருங்கி நகர்த்திக்கொண்டு மகிழ்வில் இருந்தனர்.

'ஒங்கள தப்பா நெனச்சி, என்னோட அம்மா, கமலா அக்காகிட்ட சண்ட போட்டிருக்காங்க. அதக் கேட்டப்போ ரொம்ப கஷ்டமா இருந்திச்சி' அம்சம் மூச்சு வாங்கிக்கொண்டே குழந்தையானாள்.

'எங்க வூட்ல மட்டுமென்ன? அங்கயும் தப்பா யாரோ சொல்லி பயந்து போய் அழுதிருக்காங்க' என்றாள் செல்லாயி. மகடாலு இருவரையும் பார்த்து, புரியாமல், 'ஏன் சண்ட போட்டாங்க? எதுக்குப் பயந்தாங்க?'

'ஓ ஒங்களுக்கு எதுவுமே தெரியாதா?' மீண்டும் நால்வரும் உடலை அசைத்துச் சிரித்து அடங்கத் தொடங்கினர். பெருமாள், 'அய்யோ சாயங்காலம் நாமெல்லாம் வீட்டுக்கு வர்ரதுக்கு கொஞ்சம் லேட்டாயிடுச்சியில்லியா, அப்போ ஆடுங்களுக்கும் எங்களுக்கும் ஏதோ ஆயிடுச்சின்னு நெனச்சிக்கிட்டு பயந்து போய் இப்படி செஞ்சிருக்காங்க.'

'அவங்களுக்கு என்னப் பத்தித் தெரியாது இல்லப்பா லேட்டானா யாரா இருந்தாலும் அப்படி செஞ்சியிருப்பாங்க. வேற ஒன்னுமில்லயே? சரி நாளைக்குப் பாக்கலாம்.' அவர்கள் போவதாக இல்லை.

'வேற என்னா? சொல்லுங்க.'

'இல்ல அந்த மனோதான் குமாருகூட சேந்து ஏதோ சொல்லி கொழப்பிட்டான். ஒருத்தவங்க வூட்டுல பயந்துபோய், அது எல்லாத்துக்கும் போயிடுச்சி...' பெருமாள் முடிப்பதற்குள். 'ஊரே நின்னு பொலம்பியிருக்கு, ஏதோ பெரிசா நடந்திட்டமாதிரி...' சரளா தன் கருத்தைச் சொல்லி முடிக்கும் முன். 'அத விடுங்க

முடிஞ்சி போனது. அந்தப் பையன் ஏதோ தெரியாம, எங்க கூட வரவேணாம்னு சொன்னதால கோபப்பட்டிருப்பான். வயசு அப்படி' மகடாலு சமாதானப்படுத்தி அனுப்பப் பார்த்தார்.

மீண்டும் சிரித்து, 'பாட்டு ஆட்டம்னு சாயங்காலம் ஜாலியா இருந்திச்சி. வீட்ல சொன்னா நம்பவே மாட்டேங்கிறாங்க. நீ பாட்னியான்னு கேக்கறாங்க?' சரளா மகிழ்ச்சியாய் சொன்னாள். 'நான் ஆடுனா இவங்கல்லாம் தப்பு தப்புன்னு தப்புறாங்க' என்று செல்லாயி புகார் மாதிரி சொன்னாள்.

'ஆமாம் நீயா பாட்ன? ஒன்னோட வாயிதான?' பெருமாள் கிண்டலில் இறங்க, 'நாங்கல்லாம் சேந்து பாட்னதாலதான் பாட்டு நல்லா இருந்திச்சி' என்று செல்லாயி பெருமாள் பக்கம் சேர, 'யாரும் இல்லாமலே நல்லா பாடுவேனே?' என்று சரளா சொன்னதும், 'எங்க பாடு' என்று அம்சம் கேட்பதற்குத் தயாரானாள். மீதி பேரும் மகிழ்ச்சி நிலையில் இருந்ததால், 'பாடு பாடு' என்று கூவ, பாடினாள். பலர் கேட்கக் கூடினர்.

சரளா பாடி முடித்ததும் கைதட்டிப் பாராட்டினர். 'இப்ப ஒத்துக்கிறேன்' என்று பெருமாள் கை கொடுத்து அவளை ஒரு சுற்று சுற்றினான். மேலும் சிலர் கை தட்டுவதில் சேர்ந்துகொண்டனர். 'அடுத்து யார்?' என்று சரளா உற்சாகத்தில் கேட்டதும், மற்றவர்களையும் எதிர்பார்க்க வைத்தது.

'அட அடா இதுக்குதான் வந்தீங்களா இந்த நேரத்துல? ஆடுங்க இருக்குதுங்க பாத்து, சீக்கிரம் முடிச்சிக்கங்க' என்று சூழலுக்கேற்ப வார்த்தைகளை உதிர்த்தார் மகடாலு. அப்போது எங்கோயிருந்து வேகமாக வந்து சேர்ந்த குமார், 'ஏய் என்னா பெரிய ஆடு, அதுங்க கெடக்குது. பசங்களா, நீங்க பூந்து வெளயாடுங்க. இப்படியெல்லாம் கேட்டு, பாத்து ரொம்ப நாளாச்சி' பிள்ளைகள் குமார் சொன்னதற்கு மதிப்பளிக்கவில்லை. ஆட்டத்தைத் தொடர சற்றே தயங்கினர்.

கூடியிருந்தவர்கள், 'தொடங்கு, ஆரம்பி, சீக்கிரம்...' என்று சொன்னபின், பாட்டும் ஆட்டமும் தொடங்கியது. சிறிது நேரத்தில் அந்த இடம் மேலும் கூட்டமாகி சிறுவர் நடுவயதினர் முதியவர் என்று எல்லாரும் இருந்தனர். பாட்டும் ஆட்டமும்

தொடங்கி விட்டால் உடனே நிறுத்த முடியுமா? வேடிக்கைப் பார்க்க வந்த ஒருவர் பழைய திரைப் பாடலொன்றைப் பாடினார். வேறு சிலர் ஆட்டத்தில் பங்கேற்க, எதிர்பாராமல் தொடர்ந்தது.

'அந்த நேரத்தில் அந்த இடத்தில் அப்படியொரு நிகழ்வு நடந்ததில்லை' என்று சொல்லும் அளவு, களைகட்டி அசைவுகளாலும் வெவ்வேறு ஒலிகளாலும் அந்தச் சிறுவர்கள், பலரையும் சேர்ந்து, ஆட பாட வைத்துவிட்டனர். மகடாலு அமைதியாக வேடிக்கை பார்த்துக்கொண்டிருந்தார்.

'போதும் போதும் நிறுத்துங்க... ஆடுங்க பயப்படுதுங்க' என்று சொன்னதும் பிள்ளைகள் உடனே நிறுத்திவிட்டனர். பிறர், மகடாலுவை திட்டத்தொடங்கினர். 'என்னாப் பெரிய ஆடுங்க? நாங்க பாக்காததா, ஏதோ புதுசா வந்திட்ட. என்னிக்கோ ஒரு நாளு இப்படி நடக்குது' குமார் மீண்டும் பேச, மகடாலு. ஆடுமேய்க்கும் பிள்ளைகளை போகச்சொல்லி உடனே கூட்டத்தைக் குறைத்தார்.

'இது பொது இடம். யாரும் யாரையும் எதுவும் சொல்ல முடியாது' என்று ஒருவர் சொல்லிப் பாடத்தொடங்க, குமார் கைதட்டி, ஆடிப் பங்கேற்றான். 'குடிகாரப் பைய. ஆளையும் அவனையும் பாரு' என்று ஒரு பாட்டி திட்டியதை சிலர் மதித்து வீட்டுக்குக் கிளம்பினர். கடைசியாகப் போன குமார், மகடாலு இருக்கும் தாழ்வாரக் கதவை உதைத்து, திட்டிவிட்டுப் போனான்.

நீண்ட நேரமாகியும் தூக்கம் வராமல் வெளியே வந்தார். அப்போது ஊர், ஆழ் உறக்கத்தில் இருந்தது. பூச்சிகளின் ஒலியும் அவ்வப்போது நாய்கள் குரைப்பது கேட்டது. சுற்றிலும் பார்த்து ஆடுகளை நெருங்கியபோது, பதுங்கியிருந்த இருவர் மகடாலுவைத் தள்ளிவிட்டு ஓடினர். கைத்தடியை அவர்கள் மீது வீசி தடுமாறவைத்தார் மகடாலு. அவர்கள் திரும்பாமல் ஓடி மறைந்தனர்.

4

மகடாலு தூக்கத்திலிருந்து எழும்போது சற்றே தாமதமாகிவிட்டது. வாய் சுத்தம் செய்து, முகம் கழுவி, நன்றி சொல்லி, அன்றைய நாளின் துவக்கத்தை வணங்கி, டவுனில் வாங்கிய புது வெற்றிலையை வாசத்தோடு போட்டுக்கொண்டே தன்னைத் தாக்கியவர்களை நினைத்துக்கொண்டு தரையைப் பார்த்தார்.

எறும்பு, பூச்சி புழுக்கள், பறவைகள் என்று பார்க்கும் அனைத்தும் உற்சாகமாகவும் முனைப்பாகவும் தங்கள் உலகில் மகிழ்வாகவும் இருந்தன. குளிரும் இல்லாமல் சூடும் இல்லாமல் தனித்துவமான அந்த நேரம் பிரச்சினைகளோடும் பீடித்திருந்தது. மகடாலு பூமியையும் மரங்களையும் பார்த்து உயிரின அசைவுகளை யோசித்துக்கொண்டிருந்தார். திடீரென 'நானெப்படி?' 'நாளெப்படி?' கேள்விகள் அவரை எழ வைத்தன.

மகடாலு கிழக்குப் பக்கமாக நடந்து போகும்போது டீக்கடையிலிருந்து சிலர் அவரைப்பற்றி பேசிக்கொண்டிருந்தனர். காதில் விழுந்தாலும் நடப்பதில் தீவிரமாக இருந்தார். அவர் மீதான பார்வைகள் கூடின. சேகர் சொன்னது நினைவுக்கு வந்தது, 'குஷ்ட ரோகியவும்...' கணபதி தன்னைப் பார்ப்பதைக் கண்டு, தான் பார்க்காதது மாதிரி காட்டிக்கொண்டார்.

போனவேகத்தில் திரும்பியதை எதிர்பார்க்காதவர்கள் அவரது நடையை, உடலை, பேச்சைக் குறை சொல்லி மகிழ்ச்சிப் பொருளாக்கினர். கணபதி மகடாலு மாதிரி நடந்து காட்டி பெரும் சிரிப்பலையை உண்டாக்கினார். மகடாலு இதையும் காணாதது போல் பற்களைக் கடித்துக்கொண்டு வலியில் இருப்பது போல் நடையில் காட்டிக்கொண்டு இருப்பிடம் வந்தடைந்தார்.

தங்குமிடத்தின் உள்ளும் புறமும் சுத்தமானதில் மகிழ்ந்தார். பிறகு ஆடுகளைப் பார்த்து இன்றும் புழுக்கைகளை ஓரம் செய்வதில் இறங்கினார். ஓடிவந்த சேகர், மூச்சைக் கடினப்படுத்தி, 'மொதலாளி வீட்டுக்கு வரச்சொன்னார்' என்று சொல்லிவிட்டு ஓட்டத்தைத் தொடர்ந்தான். வேட்டியை சரி செய்து, சூரியனைப் பார்த்துக்கொண்டார், மகடாலு. 'வேலை அவ்வளவுதானா?' பல எண்ணங்கள் மனதை அழுத்தி உடலையும் அசைத்தது. போய்ச் சேரும்போது சில பெண்கள் கமலாவுடன் உரக்கப் பேசிக்கொண்டிருந்தனர். மகடாலுவைப் பார்த்ததும் யாரோ தடைபோட்ட மாதிரி பேச்சுகள் நின்றன.

'அம்மா சாப்பாடு ரொம்ப நல்லாயிருக்கும்மா. அதுக்கு நன்றி சொல்லிக்கிறேன்' மகடாலுவின் குரலும் பொருளும் எல்லோரையும் கவனிக்க வைத்தது. 'சொல்லுங்கம்மா நான் என்ன செய்யணும்?' மகடாலு சுறுசுறுப்பாய் இருந்தார்.

'இவங்க ஓங்கூட ஆடு மேய்க்கற புள்ளைங்களோட அம்மாங்க' மகடாலு அவர்களுக்கு வணக்கம் சொன்னார். சிறிது அமைதி. ஒருவரை ஒருவர் பார்த்துக்கொண்டிருந்தனர். மகடாலுவுக்குப் புரியவில்லை. அவர்களை மாற்றி மாற்றிப் பார்த்து, 'சொல்ல

வந்த விசயத்தைச் சொன்னால் நன்றாக இருக்கும்’ என்று நினைத்துக்கொண்டார்.

‘புள்ளங்க எல்லாமே நல்லவங்க. நான் கொடுத்து வச்சவன். இதெயெல்லாம் பாக்க கேக்க என் நெலா இல்லாமப் போயிட்டா.’ கமலாவுக்கு மகடாலுவின் கதை ஓரளவு தெரியும். பிறர் யோசனையில் இருந்தனர்.

‘ஒன்னுமில்ல. இந்த குஷ்டரோகம் மத்தவங்களுக்கு ஒட்டிக்குமா? யாருக்காவது ஒன்னால பிரச்சினையா ஆயிருக்கா? இவங்க புள்ளங்கள மேய்க்க அனுப்பலாமா, வேண்டாமான்னு யோசிக்கிறாங்க. ஊர்லவும் இதுபத்தி பேச்சு இருக்கு.’

‘நியாயமான கேள்விம்மா. இப்படியெல்லாம் கேட்டாதான் நல்லது.’

‘சரி பதிலச்சொல்லு மகடாலு?’

இங்க பாருங்க (கைகளையும் கால்களையும் உடலையும் காட்டி) ‘எவ்வளவு சுத்தமா!’ மீண்டும் அமைதி. மகடாலு சரியாக நடக்க முயற்சித்தார். ஓடிவந்த பெருமாள், ‘வானதி அக்கா வர்ராங்க’ என்றான்.

அப்போது நுழைந்த வானதி, ‘கவலையே படாதீங்க. மகடாலு ஆஸ்பத்திரியில இருந்தவரு. சிகிச்சை எடுத்துக்கிட்டவரு. அதனால் இவருகிட்ட இருந்து குஷ்ட ரோகம் யாருக்கும் பரவாது. இது பத்தி எனக்குத் தெரியும். கண்ணு அங்க லெட்டரு எழுத, படிக்க அடிக்கடி போவாரு அவரும் சொல்லியிருக்காரு’ சூழலை சற்று மாற்றியது. பெருமாள் கிளம்பினான்.

‘அப்படி யாருக்காவது பிரச்சினைன்னா சொல்லுங்க நானே வேலய விட்டுடுறேன்.’

‘எங்களுக்கு ஒன்னுமில்ல ஆனா சின்ன பசங்க பயப்படுதுங்க’ என்றார், செல்லாயியின் அம்மா.

‘யார் யாரோ ஏதேதோ சொல்றாங்க அதனாலதான் நான் வந்தேன்’ என்றார், அம்சத்தின் தாயார்.

'என்ன நம்புங்கம்மா நல்லது நடக்கும்' குரு வாசகம்போல் உதிர்த்து கிளம்பினார், மகடாலு.

'நீ இருக்குற எடத்துக்கு பக்கத்துல யாரும் எதுவும் சொல்லாம பாத்துக்கணும் மகடாலு. இல்லன்னா சின்னப் பிரச்சினையா இருந்தாலும் அதப் பெருசாக்கி பஞ்சாயத்துக்குப் போவும். அப்பறம், என்ன நடக்கும்னு தெரியாது' கமலா வேறொரு பிரச்சினையை எழுப்புவதாக இருந்தது.

'அப்படியெல்லாம் ஒரு நாளும் வராதுங்க. ஓங்கப் பேரு கெடாம நாம் பாத்துக்கிறேன். ராத்திரி கூட ரெண்டு பேரு பட்டிக்கு வந்தானுவ' கமலா கேட்டு அதிர்ந்தாள். விவரத்தை நடித்துச் சொன்னார்.

'பத்தரம்' என்றாள், கமலா.

இன்னும் எத்தனை புகார்கள், ஒரே நாளில்?! இந்த நிலையில் காலை உணவு பற்றிப் பேசமுடியுமா? வலிகள், பசி, பயம், கேள்விகள் எல்லாவற்றையும் சிறியதாக்கி, பற்களைக் கடித்துக்கொண்டு தனது நடைக்குப் பலம் சேர்த்தார். சூரியக்கதிர்கள் எச்சரிப்பது போல் கடுமையாய் இறங்கிக்கொண்டிருந்தன.

சேகரை காலை உணவுக்காக எதிர்பார்த்த நேரம் வெற்றியாகவில்லை. மகடாலு ஆடுகளோடும் பிள்ளைகளோடும் கிளம்பிவிட்டார். நேற்றைவிட இன்று தெருவில் வேடிக்கைப் பார்ப்பது அதிகமாக இருந்தது. ஆடுகள் மகிழ்வாக இருந்தன. மகடாலுவிடம் பிள்ளைகள் அவ்வப்போது எதையாவது சொல்லும் போது மகடாலு கவனமாய் இருந்தார்.

ஏரிக்கரையின் அரச மரங்கள் இலைகளை, கிளைகளை வீசி வரவேற்றன. அந்த வழியாகப் போகிற யாரையும் சற்றேனும் நிறுத்தி சுகம் தந்து அனுப்பி வைக்கும் பழுத்த மரங்கள் அவை. இடப்புறம் பரந்த ஏரிதான் ஆனால் வறட்சியால் அது அழகொழிந்து போயிருந்தது. ஏரி முழுதும் நீரிருந்து, பார்க்க வாய்ப்பிருந்தால் அது எல்லை தாண்டி ஏதோ ஒரு வளமான நாட்டின் பகுதியோ என்றாகிவிடும். எந்தப்பக்கத்திலிருந்து

பார்த்தாலும் அழகு குறையாது சலிக்காது. பக்குவமான மனிதர் போல் அமைதியாய் இருக்கும். கண்டு பிரமிக்கமுடியும்.

இப்போது எது ஏரிப்பரப்பு, எது நிலப்பரப்பென்று தெரியாமல், இருக்கும் நீர்பரப்பை மட்டுமே வைத்து இளக்காரமாய் தெரியாதவர்கள் மதிப்பிடலாம். அதற்கெல்லாம் அது கோபித்துக் கொள்ளப்போவதில்லை. மழை, அதிலும் நீண்ட மழைக்குக் காத்திருக்கிறது. பிறகு தேடிவருவார்கள் எல்லோரும் வயது வித்தியாசமின்றி. பறவைகள் வந்து விளையாடும். தேவைகள் முடிந்தாலும் உடனே போகாமல் இருந்து சில விளையாட்டுகளைக் காட்டும் அல்லது ஒலியெழுப்பி மகிழ்ச்சியை அதிகரித்துவிட்டுப் போகும்.

ஏரியின் சிறிய பகுதியில் மட்டுமே இப்போது புற்களுண்டு. இன்று முன்னமே அதற்கு வேறு சிலரின் ஆடுகள் முந்திக்கொண்டன. அதனால் மகடாலு ஆடுகளை வயல்வெளிகளுக்கு ஓட்டச்சொன்னார். அங்கு வரப்புகளில் மாடுகள் மேய்ந்து மீதமிருந்த புற்களைத் தேடித்தேடி உட்கொண்டன. சில ஆடுகள் பயிர்களை நோக்கி ஓடின. பிள்ளைகள் மீண்டும் வரப்புகளுக்கு கொண்டுவந்தாலும், மேய்வதற்கு ஒன்றுமில்லாததுபோல ஆடுகள் தடுமாறின.

நேற்று மாலையிலிருந்து, இப்போது வரை அவை இருந்த விரதத்திற்கு பசியாற சரியான தீனியில்லையேல் எப்படி இருக்கும்? ஆடுகளின் தேவைகள் நிறைவேறிவிட்டால் அவை வேகம் குறைந்து ஓய்வுக்கு இடம்தேடும். மகடாலு யோசித்துக்கொண்டே பிள்ளைகளை 'நல்லா ஓட்ற.' 'அழகா எல்லாத்தயும் வளைக்கிற' என்று உற்சாகப்படுத்தினார்.

யாராக இருந்தாலும் ஓடுவதற்கு ஓர் எல்லையுண்டுதானே? பயிர்களை மேயாமலிருக்க ஆடுகளை விரட்டி விரட்டி களைத்துப்போய் மகடாலுவைப் பார்த்தனர். கூடி, ஆடுகள் மேய இருக்கும் சிறந்த இடங்களை மீண்டும் கேட்டார். அவருக்கு காட்டைவிட்டால் சிறந்ததொரு இடம் பிடிபடவில்லை.

'காட்டுக்கா? ஐயோ வேணாம், அதிகாரிங்க வந்து ஆடுங்கள ஓட்டிக்கிட்டுப் போயிடுவாங்க' இப்போதும் மூச்சு வாங்கதான்

செல்லாயி கத்தினாள். பிற பிள்ளைகள் காட்டுக்குப்போக உள்ளுக்குள் விருப்பமிருந்தாலும் வெளியே சொல்ல பயம். செல்லாயி சொல்வது போல் நடந்துவிட்டால்? ஏதோ பெரும் விடுகதைக்கு பதில்தேடுவதுபோல் அனைவரும் இருந்தனர்.

'வாங்க காட்டுக்குப் போவோம், கொஞ்ச நேரம் இருந்திட்டு மதியானத்துக்கு வந்திடலாம்' என்றார். பிள்ளைகள் தயங்கினர். முன்னர் நடந்த கதைகள் சிலவற்றை அவரிடம் சொல்லி பயமுறுத்தினர். 'காட்டுக்குள்ள வேணாம், ஓரத்துல மேயவச்சி ஓட்டியாந்துடலாம். யாராச்சும் வந்தா நான் பேசிக்கிறேன்' என்றார் மகடாலு. இது ஓரளவு நம்பிக்கையைத் தந்தது.

'காட்டுக்கு வெளியிலன்னா நம்பள எவனும் புடுங்க முடியாது' பெருமாள் மகடாலுவுக்கு ஆதரவானான். வழியெங்கும் வறண்ட நிலமென்பதால் ஆடுகள் திசை மாறாது. மேய்ப்பவர்கள் எல்லோரும் ஒன்றாகவே போகலாம். ஒரே நேரத்தில் சிரிப்பு. ஆடுகளின் பின்னால் காடு நோக்கிப் பயணமாயினர். பெண் பிள்ளைகள் தோள்களில் கை போட்டுக்கொண்டு பக்க வாட்டுகளில் இழுத்தும் வட்டமடித்தும் விளையாடினர்.

உழுது, காய்ந்து, மழைக்குக் காத்திருந்தே சூடான மாதிரி இருந்தது, நிலம். பூமியில் நடந்தாலும் மலைமேல் ஏறுவது போல் தடுமாறினர். காடு கண்களுக்குத் தெரிந்தாலும் நடக்க நடக்க அது போய்க்கொண்டிருப்பதாக இருந்தது. மண் உடலைச்சூடாக்கி வியர்வையை வெளியேற்றியது.

'இன்னிக்கு ஏதாவது புதுசா பாடலாமா?' என்றாள் சரளா. உடனே வெயிலை மறந்து அவளை எல்லோரும் பார்த்தனர். பாட்டு உடனே நினைவுக்கு வராதா என்ன? அம்சம் சிரித்தாள்.

'ஒரு பாட்டையே ஒழுங்கா பாடத்தெரியல அதுக்குள்ள புதுசு, கிதுசுன்னு, ஏ எட்டப்போ,' மகடாலுவை நெருங்கியிருந்த அவளை தூரப்படுத்திவிட்டு, அவன் நெருக்கமாகி, 'நான் மொதல்ல புதுசா ஆட்டம் கத்துக்கப்போறேன்' பெருமாள் செல்லாயியை கூப்பிட்டு ஆடி, மகடாலுவைப் பார்க்கச் சொல்ல முயன்றான்.

'நான்தான் மொதல்ல ஆமா சொல்லிட்டேன், இல்லன்னா?'

'இல்லன்னா என்னா பண்ணுவ?' பெருமாள் வலக்கைய மடக்கி விரல்களைச் சுருக்கி, சண்டைக்குப் போவது மாதிரி பேசினான். அவள் சிறிது தூரம் ஓடிப் போய், 'ஓட்ட வெட்டிடுவேன்' என்று படுகோபப்பட்டாள்.

ஆடுவதை நிறுத்தி, 'என்ன சொன்ன? அடிங்..ஒன்னயும் ஒன்னோட..' பெருமாள், சரளாவை நோக்கி ஓடத்தொடங்க. 'அவள எதுவும் செய்யக் கூடாது. ஆமாம் சொல்லிட்டேன்' மகடாலு குரலுக்கு மதித்து, ஓட்டத்தை நிறுத்தித் திரும்பினான், பெருமாள்.

மீண்டும், செல்லாயியுடன் கோபத்தில் ஆடினான், பெருமாள். அவள் பார்த்துக்கொண்டே ஈடுகொடுத்தாட, 'ஏ இது கரகாட்டப் பாட்டு' என்றாள் சரளா. 'இதிலென்னா பெருசா சொல்லயிருக்கு. இதத்தான வருசா வருசம் கோயில் விழாவுல ஆட்றாங்களே' என்று ஒரு பதில் போட்டாள்.

'சரி நீ ஆடு சரளா, நீங்க பாடுங்க செல்லாயி பெருமாள்' என்று மாற்றி விட்டு அவர்களின் கோபத்தை அணைத்து, யோசிக்க வைத்தார். யாரும் எதிர்பார்க்காத ஒன்றைக் கேட்ட அம்சம், 'அப்ப நானு? ஏ என்ன அம்போன்னு விட்டுட்டீங்களே' என்று அலறி வாய்ப்புக்கு மனுபோட்டாள்.

ஆடுகளும் இந்த ஐவரும் புழுதியைக் கிளப்பிப்போவது கானல் நீரில் மிதப்பது மாதிரி இருந்தது. கண்ணுக்கெட்டிய தூரம் காய்ந்த நிலங்கள்தான். யாருமற்ற நிலப்பரப்பில் இவர்கள் மட்டும் நடந்துகொண்டிருப்பதாக இருந்தது. ஆடுகளும் தடுமாறி போய்க்கொண்டிருந்தன.

'சரி நீ ஆட்றியாம்மா?' தலையசைத்தாள் அம்சம். சரளாவுடன் சேர்ந்து புழுதியைக் கிளப்பினாள். பெருமாள் சிரித்து, 'இப்பப் புரியுதா? ஆட்றது எவ்வளவு கஷ்டம்னு?' அவர்களுக்குள் பேச்சு சூடாகும் போது, 'தோ காடு வந்தாச்சி, வாங்க.' மகடாலு சொல்வதைக் கேட்டு ஆடுகளுக்கருகில் போய் பொறுப்புகளை ஏற்றனர்.

பார்வை எல்லைக்குள் அடங்காத காடு. பசுமை குறைந்திருந்திருந்தாலும் ஒட்டுமொத்தப் பார்வைக்கு காய்ந்து போனவை அவ்வளவாகத் தெரியவில்லை. ஆடுகள் காட்டை நெருங்கும்போது சற்றே வேகமாக நடந்தன. 'நல்ல வேளை காட்டுக்கு வந்தோம்' என்று நினைத்துக்கொண்டனர்.

'இந்த வெயில்ல ஆபீசர் யாரும் வரமாட்டாங்கன்னு நெனக்கிறேன்' பெருமாள் வேறேதோ சொல்ல வந்தான். அதை மகடாலு புரிந்துகொண்டார். 'தம்பி கொஞ்சம் கொஞ்சமா உள்ளப் போலாம். இன்னிக்கி வெளி ஓரம் உள் ஓரம் அதுக்கு மேல வேணாம், சரியா?' மகடாலு கவனமாய் எச்சரிக்கையாய் இருப்பது பிள்ளைகளுக்குப் பிடித்திருந்தது.

யார் யார் எங்கு நிற்க வேண்டும், எப்படியான சப்தத்திற்கு எங்கு வர வேண்டும், என்றெல்லாம் கவனமாகச் சொல்லிவிட்டார். மகடாலுவின் விசில் சப்தம் அம்பு மாதிரி ஓடி ஒலித்தது 'அம்மாடியோவ்' அம்சம் பெருமாளை விசிலடிக்க முயற்சிக்கச் சொன்னாள். பிறகு செல்லாயி காற்றோடு சிறியதாய் ஒலியெழுப்பி மகிழ்ந்தாள்.

அனல் காற்றிலும் நின்று எத்தனையோ ஜீவராசிகளுக்கு உதவி, வாழவைத்து, அமைதியாய் நிற்கும் காட்டுக்குள் நுழைந்து யாராவது வருகிறார்களா என்று பார்த்துக்கொண்டார். பாதைகள், செடிகள், கொடிகள், மரங்கள், வித வித பூச்சிகள் என்று பலவற்றையும் பார்த்துக்கொண்டிருந்தார். சிலவற்றைக் கேட்டு தெரிந்துகொண்டார். சற்று தூரத்தில் குட்டை ஒன்று இருப்பதை பெருமாள் சொல்லி, அங்கு போய், கமலா கொடுத்த உணவை முடித்து, குளிர்ந்த நீருக்கருகில் முட்டியிட்டு உட்கார்ந்து உறிஞ்சி, வயிற்றை நிறைத்து வெளியேறினார் மகடாலு.

காட்டை விட்டு எல்லோரும் வெளியேறும் போது, 'ஏ பாம்பு!' என்று பெருமாளை சரளா ஏமாற்றினாள். அந்த இடத்தில், எந்த மிருகம் வருகிறதென்றாலும் நம்பாமல் இருக்க முடியுமா? அவன் ஒரு முள் செடி மீது விழுந்து, எழுந்து ஓடி நின்று சுற்றிலும் பார்த்தான். பிறர் சிரித்துக்கொண்டிருந்தனர். மகடாலு சரளாவிடம் போய். 'ஏய் அங்கப்பாரு அந்தப் பாம்பு. வா வா'

என்று கத்தி அவர்களை இடத்தை விட்டு போகச்செய்தார். இது பெருமாளின் கோபத்தைக் குறைக்கும் உத்தி என்று அவனுக்குத் தெரியாது. ரத்தம் கசிய நொண்டிக்கொண்டு வந்தான், அவன்.

சரளாவைக் கூப்பிட்டு பெருமாளுக்கு ஒரு தழையை கசக்கி சாறை அடிபட்ட இடத்தில் சொட்டச் செய்து, அதன் சக்கையை காயத்தில் வைத்து ஒரு கட்டுப் போடச்சொன்னார். கைத்துணியை கிழித்து அதைச் செய்தாள். பெருமாள் மறுக்கவில்லை, கோபப்படவில்லை.

‘ஒனக்கு ஏதாவதுன்னா ஒருநாள் நான் கட்டுப்போட்றேன்’ என்றான்.

‘நான் ஒரு நாளும் ஒன்னமாதிரி விழமாட்டேன், தெரிஞ்சிக்கோ’ சரளா சொல்லும் போது, ‘ஒரு தள்ளு தள்ளினால் போதும் கட்டுப்போட வேண்டியிருக்கும்’ என்று நினைத்துக்கொண்டான் பெருமாள். இருவரும் ஆடுகளுக்குப் பின் ஓடிவந்து சேர்ந்துகொண்டனர்.

மாலையில் நில அரங்கில் இரண்டாம் நாள் கலை நேரம். நேற்றை விட, ஆட்டங்களும் பாட்டுகளும் அதிக நேரத்தை எடுத்துக்கொண்டன. இரு குழுவாகிக் கொண்டாட்டம். அரங்கேற்றம் போலிருந்தது. ஒரு குழு சொல்லும் பாடலையோ, ஆட்டத்தையோ எதிர் குழு மேற்கொள்ளவேண்டும். எதிர்பாராமலும், சவாலானதும் நிறைய இருந்தன. என்றோ பார்த்தவை கேட்டவையெல்லாம் வெளிப்பட்டு சிலரை வேடிக்கைப் பார்க்கவும் கை தட்டிப்பாராட்டவும் செய்தது.

முடிவில், மகடாலுவிடம், ‘யார் பெஸ்ட்’ என்று கேட்டனர். ‘எல்லாமே நல்லா பண்ணிட்டீங்க. என் முடிவை நாளைக்குச்சொல்றேன்’ பாராட்டி அவர்களைப் பின்தொடர வைத்தார். அம்சம் மகடாலுவை நெருங்கி, ‘இன்னிக்கி நான் எப்படி?’ என்றாள். சிரித்து, ‘ம் ம்’ என்று முகம் விரிய அவளுக்கு மட்டும் கேட்கும்படி ஒலித்தார்.

இன்று, சற்று முன்னதாகவே ஆடுகள் வீடுகளுக்குத் திரும்பின.

பிள்ளைகளை எதிர் நோக்கி இன்றும் வீட்டினர் காத்திருந்தனர்; சில வீட்டு உறவினர்களுடன் கமலாவும் நின்றிருந்தாள். உற்சாகம் இருபக்கமிருந்தும் பீறிட்டது மாதிரி இருந்தது. பிள்ளைகள் ஓடி வந்து கட்டிக்கொள்வதும் அருகில் நின்று அன்றைய நாள் பற்றிய விசாரிப்புகளுக்குப் பதில் சொல்வதுமாய் இருந்தனர். இந்த நடப்பை வேடிக்கைப் பார்த்து மகிழ்ந்தவர்கள் உண்டு.

பட்டியில் ஆடுகளை நிரப்பி விட்டு, தெருவுக்கு வந்த மகடாலுவை கண்ணுசாமி கூப்பிட்டு, 'நான் ஒன்னப்பத்தி நெறையா கேள்விப்பட்டேன். அது பத்தி இன்னும் தெரிஞ்சுக்கலாம்னு பாக்கறேன். உட்காந்துகோ' அருகில் வானதி இருந்தாள். அவர்களை மதிப்பதாக நினைத்துக்கொண்டு வெகு தூரம் தள்ளி உட்கார்ந்தார். 'ஏன் இவ்வளவு கிட்ட, போய் ஆட்டுப்பட்டிகிட்ட ஒக்காந்துக்கிலாமே?' வானதி, சொன்னதைப் புரிந்துகொண்டு சற்றே அருகில் வந்து, மின்சாரக் கம்பத்தைப் பிடித்தபடியே உட்கார்ந்துகொண்டார், மகடாலு.

மகடாலு குனிந்து உட்கார்ந்தபோது, மேலும் உயரம் குறைந்த மாதிரி இருந்தது, முகம் சற்றே களைத்திருந்தாலும், பேசுவதற்குத் தயாராக இருந்தார். வானதி நல்ல உயரம், இலேசாக பூசிய உடல். தீர்மானமாய் சொல்ல முடியாத வயது, ஊருக்கு ஏற்றபடி தன்னை மாற்றிக்கொண்டதால் ஆண்களிடம் பேசுவது எப்போதாவதுதான். அதுவும் கணவனும், மாமியாரும் சந்தேகப்படாதவர்களாக பார்த்து, அவர்களின் கோபத்தை கிளறாதபடி.

சிறு வயது முதல் தொடங்கி பல கேள்விகளை கண்ணுவும் வானதியும் கேட்க மகடாலு ஒரு பேட்டி மாதிரி பதில் சொல்லிக்கொண்டிருந்தார். இடையிடையே மகடாலு அல்லது கண்ணு அல்லது வானதி அல்லது இருவரும் உணர்ச்சிமயமானார்கள். பேசப் பேச நேரம் பறந்தது. இப்போது வேறு சிலரும் அருகில் வந்தனர்.

'ஒரே ஒரு தடவ டாக்டர் அமிர்தம் அம்மாவ இந்த ஊருக்கு வரச்சொல்லி இந்த நோயப்பத்தி சொல்லச் சொன்னா, ரொம்ப ஒதவியா இருக்கும்' மகடாலு சொன்னதற்கு 'நிச்சயமா செய்யறேன்' என்றார், கண்ணு.

சேகர் உணவோடு காத்திருப்பதை வானதி சொல்ல மகடாலுவைப் போகச்சொன்னார் கண்ணு. ‘அப்பறமா பேசுவோம். இப்ப போ, உடனே சாப்புடு.’ வானதி சொன்னதை சரி என்பதுபோல் கண்ணு எழுந்து வீட்டுக்குள் போக நகர்ந்தார். வானதி தனது மகன்களைத் தேடத்தொடங்கினார். அவர்கள் தனக்குப் பின்னால் நிற்பதை, பயமுறுத்துவது போல ஒலியெழுப்பியபோது தெரிந்துகொண்டு, அவர்களை துரத்திக்கொண்டே வீட்டுப் பக்கம் ஓடினாள்.

‘ஆடுங்க மேல ஆசப்பட்டு இந்த ரௌடி மன்னார், யாரயாச்சும் வச்சு திருடவைக்க மாட்டானா? இப்படி ஒரு நொண்டியக் கொண்டாந்து வச்சிகிட்டு என்ன வேண்ணாலும் செஞ்சிட்டு பழிய அவன் மேலப்போடலாம் இல்லியா?’ குமார் சொன்னது சிலரை எரிச்சல் படுத்தியது.

‘இப்பெல்லாம் மன்னார் அப்படி பண்றதில்லப்பா. வீணா யாரு மேலயும் பழியப்போடக்கூடாது’ இதற்கு, ‘முன்னாடி செஞ்சான் இல்ல. ருசி கண்ட பூன விடுமா? ஒன்னுமில்ல ஒரு ஆடு என்னா வெல?’ குமார் விளையாட்டாய் சொன்னது, சிலரது நம்பிக்கையில் குழப்பமேற்படத் தொடங்கியது. மனோ, தூரத்திலிருந்து சிரித்துக்கொண்டிருந்தான்.

5

வாரஆட்டுச் சந்தை. வெயில். அசைவுகள் குறைந்து சிலைகள் போல் அவை எங்கும் நிற்கின்றன. தலையில் துணியோ கொடையையோ வைத்து அனலின் சூட்டை சிலர் தடுக்கின்றனர். ஆடுகள் எல்லாவற்றையும் தாங்கிக்கொண்டு பொறுமை காக்கின்றன. இங்கிருந்து எவர் வீட்டுக்கு எந்த ஆடுகள் போகப்போகின்றனவோ? அவற்றிற்கு தங்கள் எஜமானைத் தேர்வு செய்ய வாய்ப்பு உண்டா?

மகடாலு இந்தச் சந்தையில்தான் ஆடுவாங்குவதில் பயிற்சியைத் தொடங்கி, பிறகு ஆலோசனை வழக்குவதில் வள்ளலானார். பிறர் தேவைக்கு ஆடுகள் வாங்கித்தரவும் அதற்காக மகடாலுவை நாடவும் உயர்ந்தார். இது செய்தியாகி இப்போதெல்லாம் முன்னமே சொல்லிவைத்து அவரது உதவியைப் பெறுவது நடக்கிறது. ‘ஏ மகடாலு இப்பவே

சொல்லிட்டேன், அடுத்த வாரம் ஆடுவாங்க எங்களுக்கு நீதான் ஒதவனும். நீ கேக்கற தொகைய நான் தர்ரேன், ஏமாத்தப்புடாது.'

இரைச்சல். பலரும் குரலெழுப்பி பேரங்களில் மூழ்கிய தருணம். பணமிருக்கும் இடத்தில் உணர்ச்சிகளுக்குப் பஞ்சமிருக்குமா? எப்படியாவது விற்றுவிடவும் எப்படியாவது குறைந்த விலையில் வாங்கிவிட நடக்கும் போராட்டம் ஒலியாக, உணர்வாக, அசைவாக, ஆடுகளாக பலவாய் மாறின.

சிலர் கூடுதல் விலைக்கு கடும் எதிர்ப்பு தெரிவித்தனர். உடனே முகத்தில் கோபத்தைக்காட்டி கை அசைவுகளைச் சேர்த்து கொடுமைக்கு எதிராய் குரலெழுப்பும் புரட்சியாளராய் மாறிவிடுவர். சிலர் பதிலுக்கு எதிர்ப்பதுண்டு. சிலர் மௌனமாய் பதிலைப்பெற்று ஆடுகளை விற்பதில் கவனம் செலுத்துவர்.

அனுபவம் வாய்ந்தவர்கள் ஆடுகளைத் தூரத்திலிருந்தே மதிப்பீடுசெய்வர். தொட்டு மேலும் சிலவற்றை அறிந்து தேவையெனில் பேசுவர். இல்லையேல் அடுத்து என்று நகர்வர். கண்கள் கூர்மையாய் இருக்கவேண்டும். கைகள் பலதையும் உணரும் கருவியாக வேண்டும். இதில் கைதேர்ந்தவர்கள் ஒரு பார்வையில் முழு சந்தையையும் எடை போட்டு போக்கு எப்படியென சொல்லிவிடுவர்.

மகடாலு காரை விட்டு இறங்கியதும், முழு சந்தையையும் பார்வையில் கொண்டு வந்தார். வரும் போதே எந்த மாதிரியான ஆடுகள் வேண்டும் என்ன விலையில் வேண்டும், வாங்கும் நோக்கமென்ன? எல்லாவற்றையும் கேட்டு தெளிவாக்கிக்கொண்டார். அவர் பார்ப்பதையே கேமரா போல உடன் வந்த இருவரும், முகத்தை – உடலசைவுகளை உணர்வின் ஏற்ற இறக்கங்களைக் கவனித்தனர்.

தெரிந்த சிலர் மகடாலுவை அழைத்தனர். அவர்களுக்கு இவர் பதிலளித்தும் அளிக்காமலும் மெல்ல ஆடுகளுக்கிடையிலும் மனிதர்களுக்கிடையிலும் போனார். கூடவே இருவரும் நெருக்கமாகத் தொடர்ந்ததால் பலரும் மகடாலுவை மதிப்போடு பார்த்தனர்.

‘ஏ மகடாலு சூப்பர் ஆடுங்க... இங்க வா. வெலயக் கொறச்சி தர்ரேன்’ ஒருவர்.

‘அய்யா இங்க வாங்கய்யா’ இன்னொருவர்.

‘என்னப்பா கண்ணுத் தெரியலியா?’

ஒருவர் ஓடிப்போய் மூவரையும் அழைத்து வந்து தனது ஆடுகளைக் காட்டினார். மகடாலு எதுவும் சொல்லாது வேறிடம் சென்றார். அங்கும் இங்குமாகப்போய் பிறகு நின்று ஒவ்வொன்றாய் பார்த்து தொட்டு சிலவற்றை வந்தவர்களிடம் பகிர்ந்தார். அவர்கள் வியப்பாய் கேட்டுத்தொடர்ந்தனர். ’இன்னும் சொல்லுங்க ஆர்வமாய் இருக்கிறோம்’ என்பது போல் கவனமாய் கேட்டுக்கொண்டனர்.

சிறிது நேரத்தில் டீ ஏற்பாடு செய்தனர். மகடாலு வேண்டாமென தன் வேலையைத் தொடர்ந்தார். குடித்துக் கொண்டே அவர்கள் மகடாலுவையே பார்த்துக்கொண்டிருந்தனர். மகடாலு ஒருவரிடம் சிரித்து பேசிக்கொண்டே ஆடுகளைப் பார்த்தார். இருவரும் பேசிய விதம் கைகூடியது போல் இருந்தது. அவர்கள் வந்தவுடன் இரண்டு ஆடுகளுக்கு பேரம் பேசப்பட்டது. மகடாலு ஏறவில்லை. அவரோ இறங்கவில்லை. அந்த இருவரும் தங்களுக்குள் பேசி, ‘வாங்கிடலாம், வெல பரவாயில்ல’ என்றதும், ‘நீங்க சொல்றதனாலதான் சரி என்கிறேன்’ என்றார், மகடாலு.

வெயில் இன்னும் கடுமையாகி அங்கிருக்கும் எல்லா உயிர்களையும் சூடாக்கியது. பல இடங்களில் சர்பத், ‘உடல் குளிர்ச்சிக்கு’ என்று விற்கப்பட்டது. அடிக்கடி சிலர் புற்களிருக்கும் பகுதிக்குப்போய் நின்று கொண்டனர். காலில் மிதியடி இல்லாமல் பலப்பல வேலை செய்பவர்கள் அவர்கள்.

நாக்கு ருசிக்கு அலைபவர்களுக்கு பஜ்ஜியும் வடையும் உண்டு. அந்த நேரத்தில் ஏதாவதொன்று தேவையாய் இருக்க, கிடைப்பவை உணவாகிவிடுகின்றன. அவ்வப்போது வெள்ளரியும் உண்டு. சுண்டல் கடலைகள் இல்லாமலா?

‘மகடாலு ஏதாச்சும் சாப்ட வேணுமா?’ மறுத்து அவர்களை

வேறு இடத்திற்கு கொண்டுபோனார். ‘வெயில் கொளுத்துது’ என்று ஒருவர் நிழலில் நின்றார். மகடாலு தனது வேலையில் முழுதாய் இருந்தார்.

விற்றலும் வாங்கலும் வாய்ப்புகளோடு ஓரிடத்தில் இப்படி சந்தையாய் நடப்பது எத்தனை பெரிய அம்சமென பலரும் நினைத்து, இங்கு வந்து பலன் பெருவது கண்கொள்ளாக்காட்சி. காலையில் இருந்த வெற்றிடம் உயிர்களால் நிரம்பி உணர்வால் மிதந்து எத்தனையோ நடக்கும். ஒரு நிகழ்வு, உறவுக்கும் நட்புக்கும் இடம் தராமலா என்ன?

இங்குதான் பலர் தங்களின் உறவை முதலில் சந்தித்தது. பேசிய சில வினாடிகளில் ஊர், சாதி, குடும்பம் பற்றி ஒரு துளி என்று எத்தனையோ புதியதாகிவிடும். குடும்பத்தில் பெண், மாப்பிள்ளை பார்த்துக்கொண்டிருப்பது தெரியவரும். அல்லது குறிப்பிட்டவரின் குடும்பம் பற்றி அறிவது நடக்கும். புதிய கடன்கள் வாங்குவது, வாங்கிய கடன்கள் வசூலிப்பது என்பது மட்டுமா?

அரசியல் கட்சியினருக்கு புதுத் தொடர்பு, பேச்சுகளில் விரியும் வர்த்தகம், பிற ஊர்களின் சிறப்பு, பயிர்கள் பற்றி அங்கிருக்கும் வசதி வாய்ப்புகள் பற்றி என்றொரு பட்டியல் சொல்லலாம். லாபம் தரும் பயிர்கள், விவசாயியை நஷ்டமாக்கும் விளைச்சல்கள், சுற்று வட்டார சண்டைகள், திருவிழா பற்றிய அறிவிப்புகள் நடந்து முடிந்த சம்பவங்கள். கடன் கொடுப்பதற்காக ஆடுகளை விற்றல், பிள்ளைகளுக்கு பள்ளிக்கட்டணம் கட்ட, திருமணத்திற்காக ஆசைஆசையாய் வளர்த்த உருப்படிகளை இழப்பது.

சந்தை என்கிற ஒரு நிகழ்வில் நடக்கும் இந்த இன்னும் எல்லாம் சேர்ந்துதான் களைகட்டுகிறது. எத்தனை பேர் நாள் கணக்கில் காத்திருந்து வரும் இடமிது. அவசரங்களுக்கு நகை, அண்டா, குண்டா என்கிற வரிசையில் ஆடுகள் கொடுக்கும் நிதி பெரும் வரவாகும், மகிழ்வாகும். பணம் வந்ததும் சிலர் குடிக்கவும், நீண்ட நாள் ஆசையான ஹோட்டலில் சாப்பிடுவது, குடும்பத்திற்கு ஆடை எடுப்பது, பலகாரங்கள் வாங்குவது,

சேமிப்புக்கு பணம் தருவது, பயணங்கள் மேற்கொள்வது என்றும் செயல்கள் பெருகுவதுண்டு.

பலர் கிராமத்திலிருந்து வருவதால் அங்கு கிடைக்காத பொருள்கள் இங்கிருந்து ஊருக்குப் பயணமாகும். பிள்ளைகள் எதிர்பார்த்து காத்திருப்பார்கள். அங்கும் 'அது வாங்கியிருக்கலாம், ஒருவருக்கு ஏன் அதிகம், இன்னொருவருக்கு ஏன் ஒன்றுமில்லை' என்றெல்லாம் சண்டைகள், மகிழ்ச்சிகள் விரியும். சந்தையை ஒட்டிய கதைகளோடு, ஆடுகள் வளர்த்த கதைகள் குட்டிகள் ஈன்ற சம்பவங்கள். யாரிடமிருந்து யாரிடம் கை மாறுவது, அவர்கள் ஊர், எதற்காக வாங்குகிறார்கள் என்கிற ஒரு பகுதியும் உண்டு.

பணம் புழங்கும் இடத்தில், கையேந்தி எதிர் நோக்கும் சிலர் பணத்திற்காக செய்யப்படும் வேறு சிலவும் மறைமுகமாக நடக்கும். கடன் வாங்க வருவர். எல்லா ஆடுகளும் விருப்பத்தோடா விற்கப்படுகின்றன? வேறு வழியின்றி வருவதால் அழுகை, சண்டைகள், இழப்பு உணர்வுகள், இனி ஆடு மேய்க்கும் வேலை இல்லை என்றால் புது வேலையை தேடும் முயற்சி. இதற்கு எதிராக வேலை இல்லாதவர்கள் ஆடுகளை மேய்க்கத் தயாராவது. உறவு வருகைக்காக ஆடுவாங்கி கெடாவெட்டுதல் உண்டுதானே?

நிறைய பேர் துண்டுக்குக்கீழ் தங்களது கைகளை வைத்துக்கொண்டு பேரம்பேசுவது பார்ப்பவர்களுக்கு ஒரு விளையாட்டுபோல் இருக்கும். ஆனால் அதில் பணம் இருப்பது தீர்மானமாவது அங்குதான். அந்தத் துண்டு மட்டும் விற்கும் ஒருவன் வருவான். அதற்கு ஒரு முக்கியத்துவம் தந்து அதை கவர்ந்து வாங்கவேண்டுமென எண்ணம்.

ஒரு சில கிராமங்களிலிருந்து வண்டிகளிலும் லாரிகளிலும் ஆடுகள் விற்கக் கொண்டு வருவதும் உண்டு. அதற்கென கட்டணம் உண்டு. 'ஒனக்குத் தெரியுமா என்னோட ஆட்டை லாரியில கொண்டு போய் வித்தேன்' என்று பேச்சுகளும் இருக்கும். லாரிகளில் வந்திறங்கும் ஆடுகள் போல, லாரியில் ஏற்றப்பட்டு பெரு நகரங்களுக்கும் வெளி மாநிலங்களுக்கும்

கொண்டு செல்லப்படுவதுண்டு.

நூற்றுக்கணக்கான குடும்பங்களுடன் தொடர்புடைய சந்தை ஆண்டாண்டு காலமாய் உயிரோடு, உயிராக எல்லாவற்றுடன் மனங்களில் இடமாகி காலத்தின் வாழ்வின் தேவையென ஆகியது. மனதின் அடுக்குகளில் வாழும் சந்தை, வாரமொரு நாள் உயிர் பெற்றுக் களைகட்டும்.

எத்தனை மாற்றங்கள் உயர்வுக்கும் தாழ்வுக்கும் பணப்பெருக்கத்திற்கும் பொருளிழப்பிற்கும் தன்னை விரித்து மனித வாழ்வில் பங்காற்றும். சந்தையின் ஆட்டுப்புழுக்கைகள், மூத்திர நாற்றங்கள், வருவோரின் இயற்கை உபாதைக்குமான இடமாவதும் உண்டு. வெயிலில் காய்ந்து போகும் ஆடுகளையும் மனிதர்களையும் சற்றே கீழ் நோக்கி ஒதுங்கும் மனிதர்களும் உண்டுதான்.

இதுவரை வாங்கிய ஆடுகள் குறித்து மகிழ்ச்சி தெரிவித்து, மகடாலுவுக்கான பணத்தைக் கொடுத்தார்கள். வாங்கி வேஷ்டியில் சுருட்டி கட்டிக்கொண்டார். மகடாலு நன்றி சொல்லி காரில் ஏறினார். சிறிது நேரத்தில் பள்ளியைக் கடக்கும் போது அனல் வெயிலிலும் மாணவர்கள் விளையாடிக்கொண்டிருந்தனர்.

அழகுநிலாவின் விளையாட்டு நாள் ஒன்று மகடாலுவின் நினைவில் துள்ளிக்குதித்து வந்தது. எப்போது நினைத்தாலும் சலிப்பதில்லை. அவளின் சண்டையோ பெரும் விளையாட்டாய் மகடாலுவுக்கு இருக்கும்.

மாலை நெருங்கிக்கொண்டிருந்தாலும் வெயிலின் உக்கிரம் முறைத்தபடியே இருந்தது. ஆனாலும் ஒரு பக்கம் சிறுவர்களும் மறுபக்கத்திலிருந்து சிறுமிகளும் பெரும் போட்டிகளின் பங்கேற்பாளர்கள் போல் வந்துவிட்டனர். நிலா சொன்னதுபோல் சிறார்களின் ஆடைகளில் மாற்றங்கள் இருந்தன. ஒரு அணியைப் பார்த்து முறைப்பது மாதிரி இருக்கும் போதே, சிரிப்பு 'குபுக்'கென்று பூத்துப் பரவி அவ்விடத்தையே மாற்றியது.

நிலாவுக்கு, விளையாட்டும் கொண்டாட்டமும் இரு கண்கள்.

இப்போது ‘வெளையாடப் போவக்கூடாது’ என்கிறாள் மரகதம். நிலா, வெளியில் வந்து சோகமாய் முகத்தை வைத்துக்கொண்டு, ‘எங்கம்மா வெளையாடப் போவக்கூடாதுன்னு சொல்றாங்க’ முகத்தைச் சுருக்கி அழுவதுபோல் வைக்கிறாள். பிள்ளைகள் பார்த்து, ‘சிரிக்கிற மாதிரி இருக்கு’ என்று சொல்ல, அப்படியே செய்கிறாள். அவர்களும் சேர்ந்து கொள்ள, சிரிப்புக் கொத்தாகிறது.

சிறுவர்கள் எல்லோரும் வீட்டுக்குள் ஓடி, சிறுமிகள் மரகதத்தைத் தொட்டு, கைகளைப் பிடித்துக் கொஞ்சிக் கேட்டனர். சிறுவர்கள் குரலை உயர்த்தி கெஞ்சிக் கேட்டனர். இருவரும் மாறி மாறி செய்த ‘அன்பினா’ல், ஒரு கட்டத்தில் மரகதம் கண்களையும் காதுகளையும் மூடிக்கொண்டார். இவர்கள் திடீரென அமைதியாக, சில வினாடிகளில் மரகதம் கண்களைத் திறந்தார். மீண்டும் ‘அன்பு’ தொடர, எல்லோரும் வீட்டைவிட்டு வெளியில் வந்தார்கள். அங்கு நிலாவைக் காணவில்லை.

‘எங்க அவ? மொதல்ல ஆளையேக்காணும். அப்பறம் யாரு கூட வெளையாடப்போறீங்க’ மரகதம் கேட்டதும், எல்லோரும் தாம் கண்டுபிடித்துவிட வேண்டுமென அலைந்து தேடினர். எங்கும் காணவில்லை. குழம்பிப்போய் சற்றே பயந்த முகங்கள் மாறி தீவிரமாய்த் தேட, பதட்டமான நேரத்தில், நிலா வீட்டுக்குள்ளிருந்து வெளியே வந்தாள். கண்ட சிலர், ஓடிவந்து கட்டிக்கொண்டனர். பிறகு மீதிப் பேரும் ஓடி வந்து இணைந்து கொண்டனர்.

‘உள்ள வர்ரது கூடத்தெரியாம அப்படி என்ன, கண்ண மூடி... எல்லாரும் அப்பதான் நான் மெதுவா...’ நடந்து காட்டி சிரிக்க வைத்தாள். எல்லோரும் வந்ததும் அவளைப் பிடித்துக்கொண்டனர்.

‘அடிப்பாவி கொஞ்ச நேரத்துல இப்படி பயப்பட வச்சிட்டியே, அழகு?’ மரகதம், நிலாவைப் பார்த்து சொல்லிக்கொண்டிருக்கும் போதே, ‘வெளயாட்டு வெளயாட்டு’ என்ற சிலரின் குரல்களில் அதிர்ந்தன காதுகள். காதுகளைப் பொத்திக்கொண்டாள் அழகு நிலா.

‘இவ்ளோ தூரம் கேக்கறதால ஒரு அஞ்சி நிமிசம் வெளையாடுங்க.’

‘இன்னும் கொஞ்சம் தூரமா கேட்டா?’ சிரிப்புகள் வெடித்தன.

‘டேய் வாயாடி, அவளப் பொண்ணு பாக்க வர்ராங்க’ என்றாள், தாய்.

‘நான் வெளயாடிக்கிட்டு இருக்கேன், வர்ரவங்க பாத்திட்டுப் போவட்டும், இல்லன்னா கூட சேந்து ஒரு ஆட்டம் ஆடட்டும்’ நிலா சொன்னதைப் பார்த்து முறைத்துவிட்டு வேகமாக வீட்டினுள் நுழைந்தார், மரகதம்.

‘அஞ்சி நிமிசம்னா எங்க கூடத்தான்’ என்று சிறுவர்கள் குதித்தழைத்தனர்.

‘அக்காவுக்கு எங்களத்தான் ரொம்பப் புடிக்கும். அதனால, இன்னிக்கி எங்க கூடத்தான்.’

‘இல்ல எங்க கூடத்தான்.’

‘இல்ல எங்க கூடத்தான்.’

‘ஏய் எங்ககிட்ட மோதாத.’

‘ஏய் பசங்களா ஆம்பளங்க கூடப்போய் வெளயாடுங்கடா’ இரண்டு அணியினரும் ஒருவரை ஒருவர் தள்ளிக்கொண்டனர்.

எதுவும் பேசாமல் அவர்களின் மோதல்களை ரசித்துக்கொண்டிருந்த நிலாவின் ஒரு கையை ஒரு குழுவும் மற்றொரு கையை இன்னொரு கையையும் பிடித்திழுத்தனர். எழுந்ததும் இருகைகளையும் நீட்டியபடி அவளை இழுத்துச் சுற்றி ஒரு வட்டமடித்தனர். சிலர் அவளைத் தொடாமல் காத்திருக்க, கைகளைப் பிடித்துக்கொண்டிருந்தவர்கள் ‘இன்னொரு ரவுண்டு’ என்றனர். நிலா, தன் இரு கைகளையும் கோர்த்து நடுத்தலையில் வைத்து அழுத்திக்கொண்டாள், கைகளை இறுகப்பற்றச் சொல்லி, பிடித்திருந்த எல்லோரையும் தரையில் கால்படாமல் தூக்கி ஒரு வட்டமடித்தாள். பறக்கும் உணர்வில் அவர்களின் குரல், சிரிப்பாய், பயமாய் இடத்தையே மாற்றியது.

‘அக்கா அக்கா இன்னொரு சுத்து’ என்று ஒரு சிலர் கெஞ்ச,

வலப்பக்கமாய், எல்லோரையும் தூக்கிச் சுற்றினாள். பார்வைக்கு நிலாவை பெரும் சக்திகொண்டவளாய்க் காட்டியது. அவளுக்கும் பிடித்திருக்க, முகம் மலர்ந்து சிரித்தாள். சப்தம் கொண்டாட்டம் பரவி, சிலரை அழைத்து வந்தது. வேடிக்கை பார்ப்பவர்களுக்கு வயது வித்தியாசம் வேண்டுமா?

6

கிராமத்தில் கார், ஆடுகள் மேயுமிடம் போய்ச் சேர்ந்தபோது பிள்ளைகள் ஓடி வந்தனர். காரைத் தொட்டும் எட்டியும் பார்த்தனர். மகடாலு இறங்கும் கதவுப்பக்கம் எல்லோரும் ஓடி அவரை, 'ஹை ஹோ' என்று கூச்சலிட்டு கைதட்டி வரவேற்றனர். அவர் இறங்கியதும், கார் முன்பை விட வேகமாகத் திரும்பியதை, அது கிளப்பிச் சென்ற புழுதியை அனைவரும் பார்த்துக்கொண்டிருந்தனர்.

மகடாலுவுக்கு கடும் பசி. வயிற்றின் இரைச்சல் கூடியது, கால்கள் தரையை நோக்கி இழுத்தன. மயக்கம் தலையைச் சுற்றி அமுக்கியது. சில வினாடிகளில் கீழே சரிந்தார். பார்த்த அம்சம் குரலெழுப்ப மற்றவர்களும் வந்துசேர்ந்தனர்.

மகடாலுவை பிள்ளைகள் தூக்க முயன்று, பின்னர் இழுத்துக்கொண்டு மரத்தின் கீழ் சென்றனர். எல்லோருமே அவரைக் கவனித்ததால், ஆடுகள் கோவியின் வயல்களில் இறங்கி, பயிர்களை மேயத்

தொடங்கிவிட்டன. ஆடுகள் பசியின் உக்கிரத்தில் இருந்தன. வயலில் யாருமில்லையென்பதால் விடுமா? மகடாலு 'ஆடுங்க' என்ற போது பிள்ளைகள் அதிர்ந்து ஓடினர்.

தூரத்திலிருந்து கோவி பார்த்துவிட்டார். அவரால் இக்காட்சியைத் தாங்க முடியவில்லை. சாதாரணமாகவே புலம்பக்கூடியவர். சண்டையெனில் எளிதில் விடமாட்டார். கடும் வறட்சியில் ஆழ ஆழமாய்க் கிணற்றை நோண்டி அதில் கிடைத்த சொற்ப நீரை பலமுறை ஏற்றி பயிர்களை உயிரோடு வைத்திருக்கும் செயல் எளிதானதல்ல. பயிர்களைக் காக்க இரவு பகலாக யாராவது ஒருவர் இருக்க வேண்டியிருக்கிறது, கடும் வெயிலின் சோதனைகளைத் தாண்டி அறுவடை வரை பத்திரப்படுத்த வேண்டியிருக்கிறது.

எவ்வளவு கத்தியும் யாரும் வந்து ஆடுகளை வெளியேற்றவில்லை. ஊர் ஆடுகளெல்லம் சேர்ந்து திட்டமிட்டு வெறிகொண்டு தன் பயிர்களை அழிப்பதாக இருந்தது அவருக்கு. சில நொடிகளில் தின்று முடிக்கும் பயிர்கள் அந்நிலையை எட்ட எத்தனை மாதங்களாகின? ஓட முடியாமல் கோபவெறியில் கத்திக்கொண்டே வந்தவர், வேஷ்டி அவிழ்ந்து விழுந்ததையும் பொருட்படுத்தாமல், பையைத் தூக்கிப்போட்டு விட்டு ஆடுகளை விரட்டுகிறார். ஆடுகள் கடும் பசியில் இருந்ததால், விரட்டுதல்களுக்கு இடம்தராமல் தொடர்ந்தன. கோவியும் விடவில்லை, தொடர்ந்து ஓடி ஓடி அவற்றை வயலை விட்டு விரட்டிக்கொண்டே இருந்தார்.

ஆடுகள் வேண்டுமென்றே தன்னை சோதிக்கின்றன என்று நினைத்தவர், அருகில் கிடந்த குச்சிகளால் ஆடுகளை அடிக்கத்தொடங்கினார். அப்போதுதான் பிள்ளைகள் கத்திக்கொண்டு ஓடிவந்தனர். அடி தாங்க முடியாமல் வெளியேறிய சில ஆடுகளைக் கண்டு மேலும் சில ஆடுகள் வெளியேறின. இப்பொழுது கொஞ்சம் நம்பிக்கை வந்து, எல்லா ஆடுகளையும் வெளியேற்றிவிடும் முயற்சியில் இருந்தார். மூச்சு திரும்ப வருவதாக இருந்தது.

பிள்ளைகளைக் கண்டதும், மேலும் கோபம் அதிகமானது.

அவர்களின் மீது மண் கட்டிகளை வீசி அங்கேயே இருக்கும் படி கத்தினார். 'ஆட்டுப்பக்கம் வந்தீங்க ஒங்கள அடிப்பேன், வராதீங்க போயிடுங்க. ஏய் எங்க வர்ர?' எதையெதையோ செய்து கொண்டிருந்தவர், ஆடுகள் முழுவதையும் வெளியேற்றி சற்றே நிம்மதி அடைந்தார்.

'ஆட்ட நீங்க ஓட்டாதீங்க, நான் எங்க ஓட்டனுமோ அங்க ஓட்டிக்கிறேன். மீறி ஓட்டினீங்க அடிதான். நான் இன்னிக்கி விட்டறதா இல்ல. போடி புள்ள கிட்ட வராதே' பிள்ளைகள் தயங்கி நின்று ஒருவரை ஒருவர் பார்த்துக்கொண்டனர். மகடாலு இப்படியான பிரச்சினைகளின் போதெல்லாம் அடித்தாலும் தாங்கிக்கொள்வார். ஆனால் பிள்ளைகள்?

இந்தக்காட்சியைத் தூரத்திலிருந்து பார்த்துவிட்ட மகடாலு எழுந்து விழுந்து கைத்தடியோடு ஏதோ சொல்லிக்கொண்டே ஆடுகளை நோக்கி வந்தார். பிள்ளைகள் பயந்துகொண்டே நெருங்க நெருங்க கோவியின் மிரட்டல் உக்ரமானது. மகடாலு வருவதைக் கண்டதும், 'அந்த நொண்டிப்பயலுக்கு மனசாட்சி இல்ல? இவ்வளவு நேரம் ஏமூட்டுப் பயிரயெல்லாம் அழிச்சிக்கிட்டு இருக்கிறப்போ அவன் என்னா புடிங்கிகிட்டு இருந்தான். அங்க பாரு அவன் நடய... ஏய் நொண்டி நாயே, இந்தப்பக்கம் வராதே... நீ என்ன ரொம்பவே கேவலப்படுத்துற..' முன்னமே தன்னை மகடாலு மதிக்கவில்லையென கண்ணுவிடம் விவாதம் நடத்தினார். பிள்ளைகள் ஏதோ மகடாலுவைப் பற்றி சொல்லவர, அதைக்கேட்கத் தயாரில்லாத கோவி, மேலும் அவர்களை விரட்டினார்.

அருகில் வந்துகொண்டிருந்த மகடாலுவை ஓடிப்போய் எட்டி ஒரு உதைவிட்டார். முன்னமே நிற்கத் தடுமாறிய அவர் எளிதில் விழுந்துவிட்டார். ஆனால் பெரிதாக அடியில்லை. மேலும் அடிக்கவரும்போது, பிள்ளைகள் ஓடிவர, மகடாலு ஆடுகளை ஓட்டிக்கொண்டு ஓடிவிடும்படி அவர்களிடம் கத்தினார். பெருமாள் மட்டும் ஓடிவந்து மகடாலு முன் நின்று கோவியின் சில அடிகளை வாங்கிக்கொண்டான்.

உச்சம் நோக்கிய கோபத்தில், கோவி தன்னை மறந்து அடியில்

புகுந்து விளாசினார். ‘சாமி சாமி என்ன கொல்லாதீங்க. இப்படி அடிச்சா நான் செத்துடுவேன்.. அய்யோ முடியலியே கடவுளே நீ எங்க இருக்க’ மகடாலு, சூரியனைப் பார்த்துக் கெஞ்சினார். குரல் கேட்டு சுற்றிலும் இருந்த சிலர் ஓடிவந்து, கோவியைத் திட்டி மகடாலுவை விடுவித்தனர்.

வெளியேறிய ரத்தத்தை மண்ணை அள்ளிக்கொட்டி நிறுத்த முயன்றார், மகடாலு. சில வினாடிகளே நின்ற ரத்தம் மீண்டும் வேகமாக வெளியேற, வந்திருந்த ஒரு பெண்மணி தனது சேலையின் ஒரு மூலையைக் கிழித்து அதை ரத்தம் வரும் இடத்தில் கட்டிக்கொண்டே, ‘மனிசனா அவன் என்னா இப்படி அடிச்சிருக்கானே, படுபாவி...’

கோவிக்கு என்ன செய்வதென்று புரியவில்லை. இவ்வளவு நடந்த பின்னும் எல்லோருமே மகடாலுவின் பக்கம் இருப்பதாகப்பட்டது. நின்று எல்லாவற்றையும் வேடிக்கை பார்த்த அவருக்கு எல்லாமே தோல்வியானதாக இருந்து, அழுகை வந்தது. அதை மறைப்பதற்கு முகத்தைக் கழுவி, மற்றவர்களின் பார்வையிலிருந்து சற்றே மறைத்தார்.

மீண்டும் பார்க்கும் போது, மகடாலுவின் கையைப்பிடித்து அழைத்துக் கொண்டு சென்ற செல்லாயியை அவர் திட்டத்தொடங்கினார். அவள் கேட்பதாக இல்லை. ஒரு கல்லை எடுத்து வலுவாக வீசினார். அது அவர்களை நெருங்கவில்லை. இதுவும் ஏதோ செய்தது.

நீண்ட நேரம் பயிர்களையும் தப்பித்துவிட்ட ஆடுகளையும் மகடாலுவையும் பிள்ளைகளையும் பார்த்துகொண்டிருந்தவரின் மனதில் திட்டம் ஒன்று உதித்தது. ‘எப்படியும் ஒன்ன விட்டுடமாட்டேன். நீயா நானா ஏய் நொண்டி...’ என்று பஞ்சாயத்துத் தலைவரிடம் பேசவேண்டியதை கடுமையாய் ஒத்திகைப் பார்த்துக்கொண்டே நடக்கத்தொடங்கினார்.

‘இன்னிக்கே பஞ்சாயத்து கட்டாயம் கூட்டப்படவேண்டும்’ என்று கோபத்தோடு புகார் அளித்துவிட்டுப்போனார். அவருக்கு பயந்த தலைவர் கோபமடைந்தார். தனது வயலில் ஆடுகள்

மேய்ந்ததால் ஏற்பட்ட நஷ்டம், மற்றும் தன்னை மதிக்காமல் எதிர்த்துப் பேசியது... என்று ஒரு பட்டியல். அதை ஊர் ஏற்று கோவியை மதித்து, உடனே பஞ்சாயத்துக்கு ஏற்பாடு செய்யப்பட்டது.

எதிர்பார்ப்போடு துவங்கிய பஞ்சாயத்திற்கு கோவி தனது மனைவி ரத்னாவுடன் வந்திருந்தார். வயிலில் இருந்த கோபம் குறையவில்லை. ரத்னாவுக்கும் திட்டு விழுந்தது. டீக்கடையில் ஒரு சண்டை போட்டும் மாற்றமில்லை. மகடாலுவை குறைகூறும் கணபதி, பிரபு, குமார், மனோ என்றொரு கூட்டத்தையும் வரச்செய்தார்.

'அந்த குஷ்டரோகி நாய விட்டுடாத. நாங்களே அவன அடிச்சித் தொரத்த யோசிச்சோம்.' சங்கர் சொன்னது, கோவியின் தெம்பை அதிகமாக்கியது.' 'நான் இந்த ஊர்ல மகடாலு அடி வச்சதிலிருந்து சொல்லிகிட்டு இருக்கேன்' கணபதி தொடர்ந்து சில புகார்களை கோவியிடம் பகிர்ந்துகொண்டார்.

புகார்களுக்கு பதில் அளிக்கச் சொன்னபோது, மகடாலு பேசத்தொடங்கிய உடனே, 'அவன் பொய் சொல்றான். நம்பாதீங்க' என்று இடையீடு செய்தார் கோவி. தலைவர், 'கோவி பொறுமையா இருங்க' என்றார். மகடாலு என்ன சொன்னாலும் கோவிக்கு வெறுப் பு அதிகமானது. ஒரு கட்டத்தில் மகடாலுவை அடிக்கவும் செய்தார். பிள்ளைகள் ஓடிப்போய் கோவியைத் தடுத்து இழுத்து வந்தனர்.

'ஆடுமேய்ந்தது தவறுதான். அதுக்காக தான் பஞ்சாயத்து சொல்லும் தீர்ப்பை ஏற்கிறேன். அதற்காக எல்லார் சார்பாகவும் மன்னிப்பும் கேட்பதாக' சொன்னார் மகடாலு. ஆனால் 'தனிப்பட்ட முறையில் சொல்லும் புகார்கள் உண்மையல்ல' என்று தனது கருத்துகளை வைத்தார். இதற்கும் கோவி ஓடி வந்தார். கணபதியும் அவரோடு எழுந்து அடிக்க வந்தார். தலைவர் இருவரையும் 'இது ரொம்ப தப்பு, நிறுத்துங்க' என்று கடுமையாய் பேசி அமைதியாக்கினார்.

கோவியோ, 'பஞ்சாயத்துக் குழு மகடாலுவுக்கு சாதகமாக

இருக்கிறது’ என்று தீர்ப்பை ஏற்க மறுத்தார். அவருக்குத் தண்டனை வழங்க வேண்டும் அல்லது ஊரைவிட்டு வெளியேற்ற வேண்டும் என்று சொன்னதை பஞ்சாயத்து ஆதரிக்கவில்லை. மாறாக அவரை மன்னித்துவிடு. இனி இப்படி ஆடுகள் வயலில் மேய்ந்தாலோ அல்லது தனிப்பட்ட முறையில் கோவியை மகடாலு தவறாகப் பேசினாலோ அல்லது பிரச்சினை செய்தாலோ தண்டனை கடுமையாக இருக்கும்’ என்று சொன்னதற்கும் கோவி மகிழவில்லை.

மகடாலு பஞ்சாயத்துக்கு கட்டுப்பட்டு சொல்லும் தீர்ப்பை ஏற்பதாக மீண்டும் சொன்னார். கூடவே ‘கோவி தன்னை அடித்தது, கடும் சொற்களால் பேசியதற்கு எதுவும் செய்யவேண்டாம். அதைத்தாம் பெரியதாக எடுத்துக்கொள்ளவில்லை’ என்று சொன்னதை, காயமடைந்த இடங்களைக் காட்டியதை பஞ்சாயத்தார் சுட்டிக்காட்டியதும் கோவிக்குப் பிடிக்கவில்லை.

பஞ்சாயத்து, துவக்கத்திலிருந்தே மகடாலு பக்கம் இருந்தது என்றும் தனக்கு ஆதரவு தெரிவிக்கவில்லை என்றும் சொன்னவர் தாம் காவல்துறையிடம் முறையிடப்போவதாகச் சொன்னார். அதை பலரும், வேண்டாம் என்றும் அது பிரச்சினையை மாற்றி வேறுதிசைக்குக் கொண்டுசெல்லும் என்றும் சொன்னார்கள். எவர் சொன்னதையும் கோவி கேட்கவில்லை. வேகமாய் எழுந்து கடும் சொற்களோடு கிளம்பினார். மீண்டும் மகடாலு பக்கம் ஓடியவரை பெருமாள் தடுத்தான்.

அன்று இரவு மனைவி ரத்னா, கோவியிடம், ‘போலிசுக்கு வேணாங்க... அவன பெரிய மனசு பண்ணி நீங்களா மன்னிச்சுடுங்க’ மிகவும் வேண்டிக்கொண்டார். கோவிக்குக் கடும் கோபம். வீட்டின் ஓரமிருந்த ஏர்க்கலப்பையை எடுத்துக்கொண்டு, ‘வாங்கடா யார் எல்லாம் மோதணுமோ. நான் தனி ஆள்தான். இப்ப வாங்கடா’ என்று வீரமாய் தெருவில் இறங்கி பெரும் சப்தம் எழுப்பினார்.

ரத்னா, ‘எல்லோரும் நம்மள வேடிக்கை பாக்கிறாங்க வாங்க’ என்று அவரை உள்ளே நகர்த்த முயன்றார். ‘வேடிக்கை

பாத்தா பாக்கட்டும் எனக்கென்னா? போ நீயும் அவங்க கூட சேர்ந்துக்கோ. நான் தனி ஆளுடா எவனா இருந்தாலும் இப்ப வாங்க' என்று கத்தினார். பலரும் புரியாமல் 'இப்போது யார் அவரிடம் சண்டையிட வந்தது?' என்று குழம்பினர். அவர்களுக்குள் வார்த்தைகள் ரகசியமாய் பரிமாறப்பட்டன.

தொடர்ந்து பேசிக்கொண்டிருந்தவர் தான் இப்பவே போலிஸ்நிலையம் போவதாகச் சொல்லி கிளம்பினார். அப்போது சிலர் வந்து வேண்டாம் என்று வேண்டினர். கேட்பதாக இல்லை. கடைசியில், 'வேறு வழியில்லை என்றால் நாளைக்குப் போங்கள்' என்று சைக்கிளை ஒருவர் தன் வீட்டுக்குக் கொண்டு சென்றுவிட்டார்.

பஞ்சாயத்து முடிந்ததும், வந்திருந்த சாப்பாட்டை முடித்தார் மகடாலு. நன்றி சொன்னார். பிறகு கட்டிலில் படுத்தவர் சில நிமிடங்களில் தூங்கிவிட்டார். கால் நடையாய்ப் போன கண்ணு, மகடாலுவைப் பார்த்தபோது குறட்டையொலிப் பயணத்தில் இருந்தார். அருகில் பெருமாள் நின்று கொண்டிருந்தான். அவனை அழைத்துக்கொண்டு, கண்ணு கோவிலின் திசையை நோக்கி நடந்தார். மென்காற்று உடலுக்கு இத மழையானது. அனுபவித்தபடி தொடந்தனர். கோவிலின் விளக்குகள் இவர்களை ஆடி அழைப்பதாக இருந்தன. தூரத்தில் மனித உருவங்கள்.

7

காட்டுப் பகுதி மெல்ல மெல்ல ஆடுகளுக்குள்ளும் அவற்றை மேய்ப்பவர்களுக்குள்ளும் மேகமாய் நுழைந்து மழை பெய்யத்தொடங்கியது. விளைச்சல் ஆடுகளின் உருவங்களில் அவை ஈனும் குட்டிகளில் பிரகாசமானது. வளர்ச்சியில் மகிழ்வும் பொறாமையும் உற்சாகமும் ஊரில் பலரிடம் வலுவானது.

வெளிப்பகுதியில் மேயத்தொடங்கிய ஆடுகள் மெல்ல மெல்ல உள்ளே போய், இப்போது முழுதாய் காட்டுக்குள் என்ற நிலையை எட்டி விட்டது. பல நாட்கள், வீட்டிலிருந்து நேரடியாக காட்டுக்கும் மாலை நேரம் காட்டிலிருந்து வீட்டுக்கும் என்றாக, நிறைய சோதனைகளை கடக்கவேண்டியிருந்தது. மேய்ப்பர்களுக்கு குறிப்பாக மகடாலுவுக்கு காட்டில் நிறைய பாடங்கள் கிடைத்தன.

ஆடுகள் காட்டுக்குள் வரக்கூடாது என்று

இருக்கும் போது, மீறி நாளெல்லாம் மேய்க்கும் முறையில் சவால்கள் இல்லாமலா? பிள்ளைகளின் குடும்பத்தினர் ‘முழுதாய் காடு வேண்டாம்’ என்றபோது, மகடாலு அதற்கும் பொறுப்பேற்றுக் கொண்டார். சில அலுவலர்களுடன் தனது பாணியில் வறட்சியை, ஆடுகளின் பசியைப்பேசி சிலரை சமாளிக்க முயன்றார். கொடுக்கவேண்டிய இடத்தில் கொடுத்தும் சிலருக்கு ஆடுவாங்கித் தருவதில் உதவியும் அவர்களின் எதிர்வினைகளை கட்டுக்குள் கொண்டுவந்தார்.

புது அலுவலர்கள் வரும்போது சிலரோடு பிரச்சினைதான். கடுமையாகவும் நடக்கும். எளிதல்லதான், அதே நேரம் இயலாததல்லவும்தானே?

மகடாலுவின் துணிவுக்கு விரிந்தது காடு. பணத்தை உதவியை வாங்கிக்கொண்டு மேலதிகாரிகள் முன் சில அலுவலர்கள் தங்களது போலி நேர்மையை நிரூபிக்க மகடாலுவை விளாசத் தயங்குவதில்லை. ‘நொண்டி நாயே எத்தன தடவ சொன்னாலும் ஒனக்கு புத்தியில்ல? ஓட்றா ம் சீக்கிரம்’ பிள்ளைகள் தூரத்தில் பயந்துகிடப்பர். எல்லாவற்றையும் காடு முழுதாய்ப் பார்த்துக்கொண்டிருக்கும்.

வாழ்க்கையில் எத்தனை நாட்கள் இப்படி பணிந்து, பயந்து, வலிந்து, நலிந்து, ஒடுங்கி வாழ்வது? வாழ்வில் அம்சங்கள் பல இருந்தும் ஒன்றையும் அதன் முழுவீச்சில் கண்முன் கண்டு மகிழும் வாய்ப்பில்லையேல் அது எப்படி மனித வாழ்வாகும்?

மகடாலு, உடற்சவால் உள்ளவர்தான்.ஆனால் ஒன்றைத் தீர்மானம் செய்து கொண்டவர். சிறுமைகளில் கரைந்து விடாமல், செயல்களில் வேர்விடுபவர். அதனால் வளர்ச்சிப் பூக்களைச் சூடிக்கொண்டு எங்கும் வாசம் கொண்டு செல்லும் ஒரு தூதர். எதையும் மீறி, இயல்பாய் ஒருவர் அவரை மதிக்கும் நிலைக்குத் தள்ளப்படுவதற்கு உள்ளிருக்கும் எத்தனையோ வெளியாகி இழுக்கும் புள்ளிகளாகிவிடுகின்றன.

‘ஏ இந்தப் பக்கம் வராத.’

‘ச்சீ பாக்கவே அருவருப்பா இருக்கு. எட்டப் போடா.’

கண்ணு, டாக்டர் அமிர்தத்தை ஊருக்கு அழைத்துவரும் போது அவரது இரண்டாவது மகளும், ஒரு தொழுநோயாளியும் வந்திருந்தனர். காரைக் கூட்டம் சூழ்ந்துகொள்ள மூவரும் நெருங்கியே வந்தனர். மகடாலுவைப் பற்றியும் தொழுநோய் பற்றியும் டாக்டர் சொன்னதையும் இருவரைத் தொட்டுப் பேசியதையும் பார்த்தபின், பலர் தெளிந்தனர்.

'மகடாலு மாதிரி ஒரு ஒழக்கிற ஆள நான் இதுவரைக்கும் பாத்ததில்லை. யாரு நம்பிக்கையில்லாம பேசினாலும், இதோடெல்லாம் வாழறதவிட செத்துல்லாம்னாலும், நான் மகடாலுவதான் உதாரணமாச் சொல்லி பாக்கச் சொல்வேன்.' போகும் போது, மகடாலுவுக்குக் கை கொடுத்துப் பாராட்டினர், டாக்டரும் அவரது மகளும். மகடாலு உள்ளுக்குள் மகிழ்ந்தார்.

'இப்பல்லாம் மகடாலுவப் பாத்து பயமில்லை' என்று பிள்ளைகளும் பெற்றோரும் சொன்னாலும், அவருக்கு விசேச நாட்களில் உணவு கொடுப்பது, அவரிடம் பகிர்வது என்றெல்லாம் ஆக சில மாதங்கள் ஆயின. இடையில் முரண்பாடுகளும் இடைவெளிகளும் சேர்ந்தே இதை சாத்தியமாக்கின.

ஒவ்வொரு நாளையும் சிரத்தையாய் கவனமாய்ப் பார்த்து தன்னைத்தானே விமரிசித்துக் கொண்டதால் சில மாதங்களில் தினசரி வேலைகள் கட்டுக்குள் வந்தன. பிறகு அடுத்தென்ன என்று பார்த்தார் மகடாலு. வலிகளும் மனமிறங்கி விலகத்தொடங்கிவிட்டதால் சில வேலைகள் எளிதாயின. உடலும் மனமும் இப்புது வழக்கத்தை பரிச்சியமாக்கிக்கொண்டதால், தினசரிப் பயணத்தில் சவால்கள் குறைந்தன. இருந்த எத்தனையோ வேலைகள் இப்போது சொல்லக் கேட்கும் குழந்தைகளாகி, வாழ்க்கை விளையாட்டில் பங்கேற்று வருகின்றன. கேலியும் கிண்டலும் மெல்ல வெளியே வரத்தொடங்கின. பலரது நெருக்கம் இயல்பாய்ப் பூத்தன.

நிலாவோடு திருமணம் நடக்காவிட்டாலும் அவள் யோசிக்கச் சொன்னதையும் வாழ்வில் முக்கியமாக்கினார். 'நாம மனுசன்யா!' அவளது குரல் உற்சாகமாய் கேட்டது. தொழுநோய் நிறைய

சொல்லிக்கொடுத்தது என்பார். மருத்துவமனையில் அவர் இருந்த நாளெல்லாம் பாடம்தான், புதுப்புது மனிதர்களோடு தொடர்பும் சிலரோடு உறவும், ‘எப்படி மகடாலு நடக்கறத கரெக்டா சொல்ற?’ கண்களை மூடிக் கேட்பார். அவர்களின் வாழ்வையறிந்து சிலவற்றை மனதில் தைத்துக்கொள்வார்.

‘எங்கிருந்தாலும் என்ன செஞ்சாலும் எப்படி ஒனக்குள்ளப் போயி கத்துகிட்டே இருக்க மகடாலு?’

சிலரை தொடர்ந்து கவனிக்கும் போது, பின்னர் இது நடக்கும் இப்படி பேச்சுகள் வரும் என்று நினைப்பார். அதே மாதிரி நடக்கும். அப்போது தன்னைத் தானே பாராட்டிக்கொள்வார். சில காலம் அமைதியாக இருந்து புலன்களைத் தீட்டிக்கொண்டு நிறைய பார்த்ததிலும் கேட்டதிலும் கற்றது ஏராளம். அதே நேரம் தீர்வுகள் தெரிந்தாலும் வேடிக்கை பார்த்து தன்னை சரிபார்த்துக்கொள்வார். இப்படியான அவதானிப்புகள் ஒரு பக்குவத்தைத் தந்தன

இந்தப் படிப்பு மூலம் மகடாலுவின் வாழ்வு பெரும் மாறுதலை அடைந்தது. எது நடந்தாலும் நடக்காவிட்டாலும் தீர்வுகளிலும் செய்ய வேண்டிய செயல்களிலும் தன்னை முழுதாக ஈடுபடுத்திகொள்வார். அதனால் சில முன்னேற்றம் உடனடியாக இல்லாவிட்டாலும் காத்திருப்பார். யாரும் எதிர்பாரா நேரம் ஒன்றைச்செய்து பலரையும் வாய்பிளக்க வைத்துவிடுவார்.

இவரை அறிந்து உதவி கேட்பவர்களுக்கு எவ்வளவு சிறப்பாகச் செய்யமுடியுமோ அவ்வளவும் செய்து எதிர்பார்ப்பை மிஞ்சிவிடுவார். இந்த அமைதி ஆலோசனை ஒருபக்கம், பலருக்கும் தெரிந்த ஆடுமேய்ப்பு ஒருபக்கம், பிறரோடு இருக்கும் உரசல் – பிரச்சினைகள் ஒரு பக்கம், புதிதாய் கற்பது ஒருபக்கம், ஆடுமேய்ப்பதில் சிலரை வளர்த்துவிடுவது ஒருபக்கம், சிலரை ஏற்ற வேலைக்கு, படிப்புக்கு அனுப்புவது ஒரு பக்கம், உறவு நட்பு என்பது பிரச்சினையாகாமல் ஒரு சீரான போக்கு ஒரு பக்கம், ஆடு வியாபாரம் ஒரு பக்கம்... என்று பல பக்கங்கள் கொண்ட மகடாலு ஒவ்வொன்றிலும் முத்திரை பதிக்க ஓயாமல்

முயற்சித்துக்கொண்டிருந்தார்.

‘ஒனக்கு ரெஸ்ட்டே இல்லியா?’

‘நெறைய வேலயே வெளையாட்டு மாதிரிதான் எனக்கு’ என்பார் மகடாலு.

பிறருக்கு என்று இல்லாமல் தனது பார்வையை, தெரிந்ததை செயல்படுத்தி அதன் மூலமும் தன்னை அறிதல், உலகை அறிதல், அனுபவத்தில் சிறத்தல் என்று ஒரு சில அவரது செயல்களுக்குப் பின் உள்ளன. இத்தனையையும் அறிந்தவர்கள் யாருமிலர். தன்னைப்பற்றி யாரிடம் சொல்லி என்னவாகப்போகிறது என்று நினைத்தாரோ?

சில நேரம் முன்னேற்றத்தை மறைத்து ஒன்றுமில்லாத நடிப்பை சிலரிடம் வெளிப்படுத்த வேண்டியிருக்கும். அதைத்தான் பொறாமை ஜீவன்கள் விரும்பும். வளர்ச்சியற்ற ஒருவரிடம் தன் முயற்சிகளுக்கும், உழைப்பின் வேகத்திற்கும் திட்டங்களுக்கும் இடமுண்டா? ‘ஏதோ போவுதுங்க’ என்பார்.

‘ஒன்னால சம்பாதிக்க முடியுது. என் வீட்டுக்காரர் வெட்டியா சீட்டு ஆடிகிட்டு, சாயந்தரம் ஆனா குடிச்சிகிட்டு… நீ நெனச்சா மாத்த முடியாதா? எனக்கு வேல இல்லன்னா புள்ளங்க பட்டினிதான் மகடாலு’ தாங்கள் கண்ணீர் விடவும் சொல்வதைக் கேட்கவும் மகடாலுவைப் பெண்கள் தேர்வு செய்தனர். சில நேரம் நெருங்கிவருவர், மகடாலு விலகிவிடுவார். கணவருக்குத் தெரியாமல் பெருமாள் அல்லது செல்லாயி மூலம் பணம் போகும்.

மகடாலுவின் வளர்ச்சிப் பலன்கள், எங்கோ கொட்டிக்கிடந்து அங்கிருந்து வாரிக்கொண்டு வருவதுமாதிரி பார்ப்பார்கள். வயிறு எரியும். ஒப்பீடுகளில் சில பெண்கள் தங்கள் கணவன்மார்களிடம் எதிர்பார்ப்பைக் கூட்டி அவர்களின் வரலாற்றை மாற்றத்துடிப்பர். சாத்தியமேயில்லாத பேச்சுகளில் கோபம் அதிகமாகி, பெண்களின் எதிர்பார்ப்பைச் செயல்களில் அரங்கேற்ற முடியாமல், அடியில், கடும்கோபத்தில் அவர்களுக்குப் பதில் தந்து, உள்ளத்தில் மகடாலுவை பொசுக்கிக்

கொல்வர்.

‘அவனுக்கு யாரோ டவுன்ல இருந்து ஒதவுறாங்க. அவனோட மச்சான்னு சொல்றாங்க, ஒன்னோட தம்பி இருக்கானுவளே ஏதாச்சும் புண்ணியமுண்டா? சும்மா பேசாம இரு.’ கற்பனை வார்த்தைகள் மூலம் பூசிக்கொண்ட கறைகளைத் துடைக்க எத்தனை செயல்கள்! எத்தனை வேஷங்கள்! ‘ஏய் அவன் பிச்ச எடுக்கிறாண்டி பிச்ச. நான் எடுக்கணுமா? சொல்லு. நீ பாத்திருக்கல்ல எத்தன குஷ்ட ரோகிங்க பிச்சயெடுத்து பொழக்கிறத?’ பெண்களுக்கு ஒன்றுமா தெரியாது?

சந்தை நாளன்று சில நேரம் காரில் போவதோ வருவதோ அல்லது இருவழியும் நடப்பதோ உண்டு. ஆரம்பத்தில் மகடாலு என்று தெரிந்தும், நடக்க முடியாமல் மருத்துவமனையிலிருந்து வந்தததாக நினைத்துக்கொண்டனர். சில வாரங்களில் இந்த எண்ணம் மாறியது. ஆட்டு வியாபாரிகளுக்கு உதவும் போது அவர்கள் இப்படி செய்வது உண்டு. ‘ஆடுமேய்க்கப் போகணும், சந்தை வேல முடிஞ்சதும் என்ன ஊர்ல கார்ல விட்டுடுங்க’ என்பார்.

‘இவனுக்கு வந்த வாழ்வப் பாத்தியா? கெட்ட கேட்டுக்கு வாரமெல்லாம் காரு. நம்மூர்ல கார்ல போனவங்கன்னா ஒரு பத்து பேருதான் இருப்பாங்க.’

என்றோ வெறிகொண்டு, சத்தியம் செய்து எடுத்த முடிவு, இன்னும் அதன் பாதையில் சில வளர்ச்சியோடும் ஒழுங்கோடும் போய்க்கொண்டிருக்கிறது. பாராட்டுகள் உண்டு, வருவாய் உண்டு, பலரும் வியந்து பார்க்கும் நாட்கள் உண்டு. வலியாய் இருக்கும் சமயம் உண்டு. சில நேரம் சலிப்பு வரும். ஏதேதோ வந்து உற்சாகத்தைக் குறைக்கும். ஆனாலும் பயணம் தொடங்கியாயிற்று தூரங்கள் சில கடந்தாயிற்று. இனி திரும்ப முடியாது. அந்தப் பாதையைத்தான் தொழுநோய் மருத்துவமனைக்குப் போகும்போதே அடைத்துவிட்டாரே!

8

அதிகாலையே தூக்கம் கலைந்து எழுந்த மகடாலுவுக்கு தன் பாலையூர் வாழ்வை அசைபோட வாய்ப்பு கிடைத்தது. அதில் நிலா இல்லாமலா? நினைக்கும் போதே அவள் சிரிப்பது போன்று ஒலித்தது குரல்.

முதலில் தன் ஊரின் தார்ச்சாலையும் மண்சாலையும் நினைவுக்கு வந்தன. பிறகு மெல்ல உள்ளேப்போக மகடாலு வேலை செய்த வயல் பகுதிகள் யாரோ மடித்ததை விரிப்பது போல், சுற்றிலுமுள்ள மரங்கள் கண் பார்க்கும் தூரம்வரை உள்ள நிலப்பகுதிகள், செய்த பல வேலைகள், உடன் இருந்தவர்கள், பகிர்ந்த உணவுகள், போட்ட சண்டைகள், கட்டுப்படுத்திய அப்பா, திருமணத்தை நினைத்து அழுதுகொண்டிருந்த அம்மா...

நிலத்தை உழுவதிலிருந்து, அறுவடைவரை எல்லாம் மகடாலுவுக்கு அத்துபடி. கால் நடைகள் இயற்கை நன்கு பரிச்சயம்.

திறந்த பூமியில்தான் அவனது வாழ்வின் பெரும்பகுதி, அதற்காக காற்று சலிக்காமல் பரிசளித்துக்கொண்டே இருக்கும். சூரியன் எப்படியிருந்தாலும் நண்பன்தான். வெறுப்பதில்லை, புலம்பல்களை இடையில் வைத்து தூரத்தை அதிகமாக்குவதில்லை. எப்போதும் பார்ப்பான், பேசுவான், சமீபமாக அழவும் செய்கிறான். இயற்கையும், பேசாத உயிரினங்களும்தான் அவனுக்கு நெருக்கம்.

வீடென்பது படுத்துறங்கும் ஓர் இடம். படுக்கையில் கிடக்கும் தந்தைக்கு வேண்டியதைச் செய்து கொண்டு வாழ்க்கைப் போராட்டத்தில் இருந்தாலும் அழகுநிலாவுடனான நிச்சயதார்த்தத்திற்குப் பின் மகடாலுவுக்கு எத்தனையோ புதியதாக மாறின. மெல்ல சிரிப்பும், பெரும் நம்பிக்கையும் மகடாலுவுக்குக் கூடின. இதனால், சக்தி அதிகமாகி முன்பைவிட நிறைய வேலைகள் செய்தான். நிலாவுக்கும் மகடாலுவை முன்பை விட இன்னும் பிடித்திருந்தது.

அவ்வப்போது நிலா தனித்தும் ஓரிரு சிறுமிகளுடனும் மகடாலு வீட்டுப்பக்கம் வரும்போது தெருவில் சிலர் நிலாவை நிற்கவைத்து சில வார்த்தைகள் பேசுவது அழகை மெச்சுவது, நல்ல வார்த்தைகள் சொல்லி உற்சாகப்படுத்துவது, 'எங்கு இந்த உடை எடுத்தாய்' என்று பேசுவதற்கும் குறைவில்லை. சில நேரம் மகடாலு வீட்டுக்குள் வராமல் நேராகப் போவாள். அப்போது மகடாலு இருந்தால், தான் கொண்டு வரும் எதையாவது தூக்கிப் போடுவாள். அடுத்த நிமிடமே எதுவும் நடவாதது போல் நடையைத்தொடர்வாள்.

ஒருநாள் அவள், ஆசையாய் டவுனில் வாங்கிய புதுச்சட்டை ஒன்றைச் சுருட்டி, அதை வீசிச் சென்றாள். அது எதிர்பாராமல் வீட்டு வாசலிலே விழ தவறாக விழுந்துவிட்டதென்று மகடாலு அதைப் போட்டுவிட்டுப்போனவர் பின்னால் ஓடிப்பார்த்தால், அது நிலா!

'சட்டை மடியிலிருந்து கீழ விழுந்திடுச்சே பாத்தியா?' பக்கத்தில் சிலர் இருந்ததால், அவள் பேசாமல் நடையைத் தொடர்ந்தாள். மகடாலுவுக்கு உடல் சூடானது. சட்டையைத் தூக்கி அவள்

மீது வீசி விடலாமா என்றும் எண்ணம் வந்தது. முகத்தைப் பார்த்ததும் அது மாறியது. புன்னகைகள் பல உள்ளே இருப்பதைக் கண்டானோ என்னவோ.

‘பேசாம போற, சட்ட ஒங்க அண்ணனுதா?’ சட்டையைக் காட்டி கேட்டான். சில அடிகள் நடந்து, நின்று முறைத்து, ‘அடக் கூமுட்ட ஒனக்குதான்யா இது. போய்யா போய்யா’ தலையைக் குனிந்தவாறே ரகசியமாய்ச் சொல்லிக் கோபித்துச் சென்றாள். வாழ்நாளில் அப்படி ஒரு சட்டையை மகடாலு போட்டதில்லை. சில நாட்கள் எங்கும் அந்த சட்டையோடு போய் பாராட்டுகள் பெற்றான்.

ஒரு நாள், கல் ஒன்றைத் துணியில் வைத்துத் தூக்கிப் போட்டுச்சென்றாள். ஏதாவது திண்பண்டமாக இருக்குமெனப் பிரித்து, வாயருகில் கொண்டு செல்லும் போது, ஏமாந்து, சிரித்துக்கொண்டான். ‘நீ எங்க வீட்டுப்பக்கம் வர்ரதேயில்ல? நான் மட்டும்தான் வர்ணுமா? எல்லாம் ஒரு மாதிரிப் பேசறாங்க’ என்று பின்னர் சொன்னதை வைத்து, கோபத்தை இப்படி வெளிப்படுத்தியிருப்பதைத் தெரிந்துகொண்டான். இதுவும் ஒரு அழகாய் பட்டது மகடாலுவுக்கு.

இப்போதெல்லாம் மகடாலு நிலா வீட்டுக்குப் போகிறான். அங்கு சூடாக உண்ணக் கிடைக்கிறது. அங்கு வரும் போதெல்லாம் நிலா பரிசளித்த சட்டையில் புதியவனாகிறான். அப்பாவுக்குக் கனவாக இருந்த, பிடித்த உணவு கிடைப்பதில் நெகிழ்கிறான். அவள் மாலையில் அவனுக்காகவே உணவை தயார் செய்கிறாள். ஊர் பொறாமையில் கொச்சையை வீசினாலும் இயல்பாய், இருவரின் உறவும், தீவிரமாகிக்கொண்டிருக்கிறது. இதற்காகவே காத்திருந்ததாய் நினைக்கிறார்கள்.

அழகுநிலா இப்போது எதிர்காலக்கனவில் மலர்ந்தாள். அழகில் ஏழ்மையில்லாதவள், வசதியை உடலிலும் மனதிலும் கொண்டதால் மகிழ்வுக்குக் குறைவில்லாதவள். ‘இது எங்க இருந்துக்கிட்டு இப்படி சிரிச்சி கொண்டாடுது’ என்று சொல்லுவர். யாராவது அவளிடம் தவறாக நடக்கமுயன்றால் முதலில் நினைவுக்கு வருவது நிலாவின் அண்ணன் தர்மன்தான்.

ஊரில் உயரமாய் வளர்ந்த ஆண்களில் ஒருவன் அவன். இப்போது கூடவே மகடாலு பெரும் பலசாலியாய்.

திருமணம் முடிவானதும் நிலாவின் இளமை பொலிவானது. அழகு மகடாலுவின் நிறம்தான். ஆனால் சற்றே உயரம். அவளது நடைக்கும் அழகுக்கும் வசிக்கும் இடம் ஏற்றதாக இல்லையோ என்று நினைப்பு வரும். ‘போன ஜென்மத்துல இளவரசியா இருந்திருப்பாளோ?’ பேசும்போதே மயிலிறகால் உடலைத்தீண்டும் சுகம், சிரிப்பென்றால் அதுக்குமேல்... என்று எத்தனையோ பெருமை நிறைந்தவள் அவள்.

‘நம்ம தெருவுல மட்டும் இருந்திருந்தா எப்படியும் அவள நான்தான் கல்யாணம் செஞ்சிருப்பேன். அப்படி இருக்காடா’ என்று மெத்தைவீட்டு சிங்காரம் மகன் வீரபாகு முன்பும் இப்போதும் சொல்வதுண்டு. அதிலும் இப்போது நிலா பிரகாசமாகி, குளிர்ந்து எண்ணங்களில் உயர்ந்தாள். அவளது கொண்டாட்டம் பெரும் இன்ப அதிர்வாய் இருந்தது. ‘ஏய் அழகு ரொம்ப ஆடாதடி, முன்னமே அலைவானுவ, இப்ப நீ ரொம்ப ஜோரா இருக்க, பொம்பளைங்களே பேசறாங்க’ என்று எச்சரித்தாள் தாய்.

திசை தெரிந்ததும் பயணம் நடந்துகொண்டேயிருப்பது போல், நிலா மகடாலு உலகிலும், மகடாலு நிலா உலகிலும் நாள் தோறும் ஆரோக்கியமாய் பயணமாயினர். நிலாவின் சிறு சண்டைகள் கோபங்கள் விளையாட்டுகள் மூலம் அவளை மகடாலு தெரிந்துகொள்ளத் தொடங்கினான். தன்னை உணர அழகு நிலா தன் எதிர்வினைகள் மூலம் உதவுவதாக புரிந்துகொண்டான். புதுப்புது அனுபவங்கள், நிறைய மாற்றங்கள்.

திருமணத்திற்கு கூரைப்புடவையும் புது ஜாக்கெட்டும், மகடாலுவுக்கு ஜரிகை வேட்டி, சிலுக்குச் சட்டை என்று திட்டம் இருந்தது. ஆனால் தன் கணவன் பேண்ட் சட்டை போடவேண்டும் என நினைத்து அதை திருமணத்திற்குப் பின் நிறைவேற்ற சேமிப்பைத் தொடங்கிவிட்டாள் அழகுநிலா.

‘கண்ணு பட்டுடப்போவுது. ஒரு மொற கோவிலுக்குப் போயிட்டு வாங்களேன்’ சுப்பு சொன்னதற்கு நிலா சரியென்று சொல்லிவிட்டு சமையல் செய்து உணவோடு அதிகாலை வீட்டுக்கு வந்தாள். ‘தூங்கினியா இல்ல ராத்திரியெல்லாம் சமையல் செஞ்சிட்டு வர்றியா?’ மகடாலு கேள்விக்கு உடனடியாகப் பதில் சொல்லவில்லை. அவன் எழுந்து வரும் முன்பே புதுவேஷ்டி சட்டையை வைத்து விட்டு வீட்டுக்கருகில் இருந்த கிணற்றில் நீர் இறைத்து பெரும் பாத்திரத்தில் நிரப்பியிருந்தாள். மகடாலுவுக்குப் புரியவில்லை. ‘நானே போயி தண்ணி எடுக்கலாம்னு’ தயங்கியபோது ‘அட யார் எறச்சாலும் தண்ணிதான்’ என்றாள்.

மகடாலு குளிக்கும் போது முதுகு தேய்த்து, தண்ணீரைத் தலைக்கு ஊற்றி, தலை துவட்டி, இடத்தை சுத்தம் செய்து, புத்தாடை அணிவித்தாள். அவன் மாப்பிள்ளையாகவே இருந்தான். நிலா அவனுக்கு முத்தம் தந்தாள். அவன் நிலாவையே பார்த்தான். சில நொடிகளில் கண்களில் நீர் இறங்கி, அவனது பார்வையை மறைத்தது. நெகிழ்ந்து கீழே உட்கார்ந்தவன், நிலாவின் கால்களைப் பிடித்துக்கொண்டு, அழத்தொடங்கினான். கட்டுமஸ்துகள் தளர்ந்து, குழைந்து, கரைந்து, மறைந்தன.

‘வேற என்ன வேணும்னு அழற? மீதியெல்லாம் கல்யாணத்துக்கு அப்பறம்’ அவனது கோபத்தைக் கண்ட அவள், வெளியே ஓட பின் தொடர்ந்தான் மகடாலு. புதுப் பூவிலும் பொட்டிலும் நிலா அவற்றைவிட மேலாய் இருந்தாள். இன்னும் எத்தனைப் பூக்கள் அவளுக்காக காத்திருக்கின்றனவோ? மகடாலு வெட்கப்பட்டு, சுற்றிலும் பார்த்துக்கொண்டே அவளைப் பின் தொடர்ந்தான்.

வேலையில் அழகு நிலா அதிக நேரம் செலவிட்டு சேமித்தாள். கனவில் பேண்ட் அணிந்துகொண்டு மகடாலுவோடு ஆடினாள். கனவில் இன்னும் எத்தனையோ கூடிக்கொண்டே இருந்தன.

களையெடுக்கும் போதும், செங்கல் சூளையில் வேலைசெய்யும் போதும் கிணறு ஆழப்படுத்தும் போதும் நெல்லறுக்கும் போதும் அழகு கட கடவென வேலையை முடித்துவிடுவாள்.

அவ்வப்போது ‘என்ன அழகு இவ்வளவு வேகமா இருக்கியே, இதே வேகம் கல்யாணத்துக்கு அப்பறமும் இருக்குமா?’

‘என்ன அப்படி சொல்றீங்க? அவங்க என்னவிட வேகம் நான் அவங்களவிட வேகம், கல்யாணத்துக்கு அப்பறம் இது எல்லாம் இன்னும் வேகமாத்தானே இருக்கும். என்னாத் தப்புங்கிறேன்?’ இப்போது குரலில் நம்பிக்கையும் தெளிவும் வலுவும் கூடியிருப்பதை, பலரும் உணர்ந்தனர். பேசும் போது முகம் விரிந்து அழகைக் கூட்டும்.

‘என்னா கனவு கண்டாலும், இந்த குடிசைங்கதான். இந்த வேலைங்கதான்’ என்று பழங்கதையை யாராவது சொன்னால் விடமாட்டாள். ‘ஏன் இங்கயே இருக்கணும், டவுனுக்கு போவக்கூடாதா? பட்டணத்துக்குப் போவக்கூடாதா? அப்ப அதெல்லாம் நமக்கில்லியா?’ என்பாள்.

‘ஏய் அதுக்கெல்லாம் படிப்பு வேணும்டி பணம் வேணும்டி. அதெல்லாம் நமக்கு எங்க?’

‘அங்கயும் படிப்பில்லாதவங்க செய்யற வேல இருக்குமில்லியா? எங்களுக்கு எங்கயும் வேல கெடைக்கும். நாங்க எங்கயும் வேல செய்வோம். அப்பறம் எங்க புள்ளங்க நல்லா படிச்சி ஆபீசு வேலக்குப் போயிடுங்க.’

‘சரி அப்படியும் இல்லன்னா?’

‘அவங்க வெளிநாடு போயிட்டு நல்லா ஒழச்சி பணம் கொண்டாந்து கல்லூடு கட்டுவாங்க.’

‘நீயா சொல்றியா இல்ல.’

‘ரெண்டு பேத்துல ஒரு ஆளு சொன்னாலும் சரிதான?’

‘போறப்போக்கப் பாத்தா எங்கள உட்டுட்டு ரொம்ப தூரம் போயிடுவீங்க போல்ருக்கு.’

‘புள்ளைங்கள டவுனலதான் படிக்கவைக்கப்போறோம். என்ன மாதிரியெல்லாம் சிரிப்பா சிரிக்கிறப்பொழப்பு அவங்களுக்கு வேணாமே.’

'அடிச் சிறுக்கி ஒன்ன மாதிரி சிரிக்கணும் ஒன்ன மாதிரி ஒழக்கணும்னு பொம்பளங்க கனவா இருக்குங்க. நீ என்னவோ வேற ஏதோ பேசற?'

'நமக்கு என்னா உரிமை இருக்கு பாட்டி. புள்ளங்க படிச்சி நாளு வெசயம் கத்துகிட்டு வேற வேலைக்குப் போவணும். ராவு பகலா ஒழச்சாலும் இந்த ஊர்ல என்ன மிஞ்சுது? ஒரு நாள் அவருக்கு லீவு இருக்கா? ஒழச்சிகிட்டே இருக்காரே? தோ பாரு' அவனிருக்கும் திசையைக் காட்டுவாள்.

பலரும் நிலாவின் பேச்சில் மூழ்கி, வேலையில் சற்றே பின் தங்கும்போது 'வாங்க சீக்கிரம் நான் முடிச்சிட்டேன்' என்பாள். கனவுகளும் அவற்றை நிறைவேற்ற எடுக்கும் முயற்சிகளும், அதில் முன்னேறும் போது கிடைக்கும் மகிழ்வுகளும் வாழ்வின் புதுப்பக்கங்களாய் மாறின.

மகடாலு நிலாவின் மனதில் முழுதாய் நிரம்பினான். அவனுக்கு என்ன செய்யலாம் எப்படி செய்யலாம் என்பதெல்லாம் ஒரு பயணம் போல் ஆனது. தாய் சொல்லைக்கேட்டு அவளையும் மகிழ்வித்து, சகோதரனின் பாசம் எல்லாமே தினம் தினம் மலரானது. மெல்ல மகடாலு நிலாவைப் புரிந்து கொண்டான். கனவுகள் வரத்தொடங்கியிருந்தன. மெல்ல வேறொருவனாகத் தொடங்கினான். நண்பர்களுக்கு இந்த அவதாரத்தை நகைச்சுவையாக்கிப் பேச நிறைய வாய்ப்புகள் பெருகின.

பரிபூரண தருணங்களில் கண்ணீர் பெருகின. 'கனவோ?' என்றும் நினைவுகள் இல்லாமலில்லை. நடப்பன தொடரவேண்டுமென பிரார்த்தனைகள். ஆனால் பொல்லாத பார்வைகள் சுற்றிக்கொண்டே இருந்தன.

9

காடு. இருள் உக்கிரமாகிக் கொண்டிருந்தது. ஒலிகள் குறைந்து அமைதியாகிக் கொண்டிருந்தன. அப்பரப்பு வேறு ரூபம் கொள்ளத் தொடங்கியது. உடலின் இருப்பு இலேசாகத் தெரிவது போல் ஓருணர்வு. மகடாலு, வீங்கிய கைகளை ஊன்றி, கிடந்த நிலையிலிருந்து மெல்ல உட்கார்ந்த நிலையை எட்டினார்.

பார்வை ஓடும் தூரமெல்லாம் ஒளியில்லை. அவ்வப்போது சிற்றொலிகள். அவை வழியறிய துணைசெய்வதாயில்லை. சில நிமிட நேரத்தில் நிற்க முடிந்தது. தரையில் கிடந்த உடை என்பதை விட, துணியை பெரும் வலியோடு பிடித்திழுத்து, தன் மேல் போட்டுக்கொண்டார். அது கேட்காமல் கீழ் சரிந்தது.

மாலையில் ஒரு சம்பவ அரங்கேற்றத்தில் இப்படி மயங்கிக் கிடக்கும்படியானது. கடுமையான அடிகள். எப்படியெப்படியோ

தடுக்கவும் நிறுத்தவும் எடுத்த மகடாலுவின் முயற்சிகள் சில நிமிடங்களுக்கு மேல் தாக்குப்பிடிக்க முடியவில்லை. அவர் கண்களுக்கு முன்னே அவை நீர்க்குமிழிகளாயின.

வலிகளுக்கெல்லாம் மதிப்பளித்து அதன் போக்கில் சென்றிருந்தால், மகடாலு பல ஆண்டுக்கு முன்பே தன் உடலை மண்ணுக்குத் தந்திருப்பார். எலும்பின் ஆழம்வரை கருணையின்றி போய்த்தாக்கும் வலிகளையெல்லாம் தாங்கித் தன் எண்ணங்களுக்கு வடிவம் தரும் துணிச்சல் நிறைந்தவர். அதனால் வலி, வேறு பலவும் மறந்து ஏதேதோ செய்து வாழ்வில் விரிய முடிந்தது. காலச்சோதனைகள் என்கிற பலவீன வார்த்தைகள் அவரிடம் தோற்றுப்போயின.

'செய்யாம தெரியாம சாவறதவிட, செஞ்சி அனுபவத்தோட போறது மேல்' என்பார் மகடாலு.

இப்போது முழுதாய் நிற்கவே அவரது ஆட்டுச் செல்லங்கள்தான் துணையாயின. செய்யும் தொழில் பக்தியானால் பலன்களைத்தான் சொல்லிமுடிக்க இயலுமா? தனக்கு எது நடந்தாலும் பொறுத்துக்கொள்வது, ஆனால் ஆடுகளுக்கும் உடன் பயணிக்கும் பிள்ளைகளுக்கும் சிறு வலியென்றாலும் மேலும் வலி தாங்கி, முழு பலம் தயாராகிவிடும். எதையாவது செய்து சரிசெய்து விடுவார்.

அடிபட்ட இடங்கள் நிறைந்த உடலும் முழுதாய் எங்கும் வீசிய மாதிரியான வலிகளும் மகடாலுவை கொஞ்சம் தடுமாறச்செய்தன. இவையெல்லாம் உடலளவில் இருக்க, மனம் வேறொரு திசையில் அடுத்த நகர்வில் முனைப்பாயிருந்தது. கவனம் இரண்டாமிடத்தில் வலுவாக இப்போது சிறு மாற்றம்.

வலி சொல்ல ஆளிருந்தால், வார்த்தையெல்லாம் அதுவாகும். துணையென்றும் ஒற்ற உறவென்றும் யாருமில்லை. எப்படியிருந்தால், இல்லாவிட்டால்தான் என்ன? யாராவது வலியைப் பகிர்ந்துகொண்டு நலமாக்க முடியுமா? 'நல்லவேளை பிறரை நம்பி வாழ்வில்லை.'

உறுப்புகள் சிதைந்த நிலையிலும் மகடாலு பேச்சில் திறமை

என்பர். தன் நிலைக்கு வம்பு, தும்பு, அடி, உதை என்று சிலர் இறங்கினாலும் வாங்கிக்கொண்டு அவற்றுக்கு சிறிய இடம் தந்து அடிப்பவரின் தன்முனைப்பு சுருங்கியதும் எல்லாம் முடிந்துவிடும். இதையும் துணிச்சல் என்பர் சிலர். மனித அழுக்குகளுக்குத் தன்னளவில் இடம் தராததால், எ கட்டுப்பாடுகள் உடைந்து நட்பு எல்லை பெரிதானது. வாய்ப்புகள் குவிந்தன. பலரையும் உறவின் பெயர் சொல்லி நெருக்கமாகிவிடுவார். இருந்தும் இப்போது துணையாவன எவை? எவர்?

ஆடுகளைப் பத்திரமாய் சேர்ப்பித்த பிள்ளைகள், மகடாலுவுக்கு நேர்ந்தது பற்றிச் சொன்னதும் அவர்களது குடும்பத்தினர் காடு நோக்கி லாந்தர் விளக்குகளோடு பயணமாயினர். பிள்ளைகள் அழுகையை மறைக்க, இருட்டு இடம் தந்தது. ஓட்டமும் நடையும் மாறி மாறி மூச்சை திக்குமுக்காட வைத்தன.

பிள்ளைகள் மகடாலு பட்ட வேதனையை பேருணர்வோடு விவரித்து நடந்தனர். அம்சம் பள்ளத்தில் விழுந்து சொல்லாமல் எழுந்து ஓடிப்போய் பிறரோடு சேர்ந்துகொண்டாள். மகடாலுதான் ஆடுகளைப் பத்திரப்படுத்த பிள்ளைகளை வீட்டுக்கு அனுப்பிவைத்தார்.

காடு மனிதர்களுக்குப் பொக்கிஷம் என்பார்கள். ஆனால் இரவில் அப்படி சொல்ல முடியவில்லை. மகடாலு இருட்குகைகளில் நீந்துவது மாதிரி உணர்ந்தார். பார்வைக்கு வேறுபாடுகள் தென்படவில்லை. எங்கு கொண்டு செல்லுமோ, எதில் மோதி என்னாகுமோ என்ற எண்ணங்கள், சந்தேகம் பக்கம் கொண்டு சென்றன. ஆனால் செயல்கள் தொடர்ந்தன.

தடுமாற்றம் நடையை மெதுவாக்கிய போதுதான், தனது கைத்தடி காட்டு அலுவலரின் விளாசலில் முறிந்து சிதறியது நினைவுக்கு வந்தது. சிறிது நேரத்தில் கண்மூடித் தடவி ஒடித்த செடியொன்றின் கிளை துணையானது. தாகம் அதிகமானது. கண்கள் உள்ளிழுத்து தடுமாற்றம் மோசமானது. உடல் தளர்வுற்று நடையை முற்றாக நிறுத்தியது.

வலிகள் கணக்கின்றி உடல் முழுதும் பயணமானாலும் முன்பு போல் சக்தி இல்லை என்பதாகப் பட்டது. அதுவே மயக்கம், தடுமாற்றம் என்று சிலவற்றைக் கொண்டுவந்தது. எது வந்தாலும் எது போனாலும் செயல்கள் நடந்தாக வேண்டும். வாழ்ந்தாக வேண்டும். மகடாலுவுக்கு இது நன்றாகத் தெரியும். சத்தியங்கள் எப்போதும் சொல்லிச் செல்லும் வாசகங்களை உரக்கச் சொல்லிக்கொண்டார்.

ஆடுகளும் துயரவாழ்வில் வந்த பாதைகளும் அடுத்துள்ள வேலைகளும் நினைவுக்கு வர ஒரு மூச்சுப் பெரிதாகி, நகர்வுகள் தொடங்கின. ஒவ்வொரு அடியும் ஒரு பயணமாய் இருந்தது. 'இதாவது முடிகிறதே' மகிழ்ந்து நன்றி சொல்லித் தொடர்ந்தார். மெல்ல மெல்ல நடையில் வேகம் நட்பானது. மூச்சை திரும்பத் திரும்ப உள்ளிழுத்து பலம் பெற்றார்.

சிறிது நேரத்தில் தொலைவில் ஒளி தெரிந்தது. ஆனால் எந்தத் திசை என்று தெளிவடைய முடியவில்லை. இன்னும் சிறிது நேரம் பயணமாக, மேலும் சில விளக்குகள் கண்களுக்கு மகிழ்வளித்தன. இங்கிருந்து பறந்து போகமுடியுமா? நிற்கவில்லை. வலியோ, காடோ, ஊரோ, எதுவோ முயற்சிக்கு ஒரு பலமுண்டு பல பயனுண்டு. இருக்கும் நிலையில் சிறிதேனும் உயிர் பெறலாம், நம்பிக்கை துணைவரலாம், முன்னேற்றப் பக்கம் தெரியலாம்.

மகடாலு காட்டைக் கடந்துவிட்டார். சிறிது நேரம் கால்களை நீட்டி சிறிது ஆறுதல் பெற்றார். பிறகு கைகளையும் விரித்து படுத்து ஆகாயத்தின் நட்சத்திரங்களில் பார்வையை ஓட்டினார். ஏதோ தெரிவதுபோல் இருந்தது. தொடரும் தாகம் விடுவதாயில்லை. மூச்சை அடைப்பதாக இருந்தது. ஆழ்சக்தி துணையானது.

நாற்றுகள் குடித்தும் குடிக்க இருக்கும் நீரை மண்டியிட்டு உறிஞ்சி உயிர் பெற்றார். நீர், பெரும் அமிர்தமாகி, சக்தியாகி, உடலெங்கும் பரவியது. நீரைக் கையிலெடுத்து காயங்களில் தெளித்துக்கொண்டார். அதுவும் சற்று பதில் பேச நடை புதுவேகம் கொண்டது.

சிறிது நேரத்தில் வயிறு பிசைந்து பசியை உயிர்ப்பூட்டியது. மீண்டும் நீர் உள்ளே போனது. வயிறு முட்டி சிறுநீர் வெளியேறியது. அப்போது ரத்தம் பிரிவது போன்ற எரிச்சல், கூடவே அசதி. எதுவும் அவரது நடையை தடுக்க முடியாதது போல் தீர்மானம். நடை ஒரு கதி போல் துவங்கிவிட்டது. சக்தி உடலைப் போர்த்தியது மாதிரி இருந்தது.

இப்போது திசை தெரிந்து விட்டது. நினைவுகள் உணரும் படியானது. தற்போது என்ன நேரம் என்று தெரியாது. சென்றடைய எவ்வளவு நேரமாகும் என்றும் தெரியாமல் ஆனால் தெளிவாய் நடந்தார். வலிகளும் குறைந்ததுபோல் இருந்தன. அவையும் வெளியேறும் தருணமோ?

வலிகளுக்கும் பிரச்சினைகளுக்கும் தடைகளுக்கும் மதிப்பளித்து போஷாக்கு செய்தால் அவை பற்றியே நினைத்து நினைத்து பேசிப்பேசி இருந்தால் இந்த வாழ்வின் வலிமையை அது குறைக்காதா? செய்யும் திறன் சற்றேனும் நழுவி நம்பிக்கையை அசைத்து ஆட்டங்களுக்கு இடம் தராதா? மகடாலு இதை நன்கு புரிந்து கொண்டார்.

இருள் கூட இப்போது அடர்த்தி குறைந்து மகடாலுவுக்கு உதவியது. பூமி கை நீட்டி பாதை காட்டுவதாய் இருந்தது. நடையின் வேகம் எப்படித்தான் கூடியதோ? மகடாலுவுக்கு ஒரு பாட்டு நினைவுக்கு வந்தது. முகத்தில் சதைகள் விரிந்து இருப்பை அடையாளம் காட்டின. அழகுநிலா இருந்தால் வாழ்வு எப்படி இருக்கும்?

ஆடுகளும் பிள்ளைகளும் ஆசையாய் மனதில் நிறைந்தனர். மகடாலுவுக்கு இப்போது எல்லாமும் புதியதாயின. கைத்தடியை சுழற்றி அசைவுகளில் மகிழ்ந்தார். காற்றும் துணைக்கு வந்து அவரை அணைத்துத் தொடர்ந்தது. பேருணர்வு உடலெங்கும் இறங்கியது. நன்றிப்பூக்களை உதிர்த்துக்கொண்டே ஊர் வந்து சேர்ந்தார்.

ஆடுகளை எண்ணிவிட்டுத் திரும்பிய போது, ஒரு கூட்டமே தன் அருகில் இருப்பதைக்கண்டார். நலம் விசாரிப்புகள்

கண்களை நிறைத்தது. அறிவுரைகள், கண்டிப்புகள் கூடவே கமலாவே உணவைக் கொண்டு வந்திருந்தாள். மன்னார், அருகில் வந்து நின்று ஆறுதல் சொன்னார். கண்ணுவுக்கு அழுகையே வந்துவிட்டது. வானதி காயங்களுக்கு மருந்தைக் கொடுத்தாள்.

பிள்ளைகளை கேட்டபோது, அவர்கள் இவரைத்தேடி காட்டுக்குப்போனதை அறிந்தார். ஒருவரிடம் வேண்டி சைக்கிளில் காட்டுப்பாதைக்குப் போய் அவர்களை எப்படியாவது திரும்பி அழைத்துவர ஏற்பாடு செய்தார். 'கஷ்டம் கொடுத்துட்டேன், பாவம். புள்ளைங்க' அழுதார். அவர்கள் இளம் வயதில் படும் கஷ்டங்களைச் சொல்லி, பிறரையும் கண்கலங்க வைத்தார். பிள்ளைகளுக்காகப் பிரார்த்தனை செய்தார். கூட்டத்தில் சிலர் மகடாலுவைப் பார்த்த மகிழ்வில் கலைந்தனர். சிலருக்கு போக மனமில்லை இன்னும் பேசி தங்களின் அக்கறையை நீட்ட விரும்பினர்.

நினைத்தாலும் தொட்டுப் பேசவும் காயங்களைத் துடைத்து சுத்தம் செய்யவும் இயலாதபடி சமூகம் அவரை வைத்திருந்தது. அறிவீனத்தின் பக்கங்களுக்கு பலியானவர்கள், எண்ணிக்கைக்கு அப்பால் உள்ளனர். ஆனால் மகடாலு நினைத்தால் விரும்பியவர்களைத் தொட்டுவிடுவார். பிறகு சிலர் கூச்சலிடுவர், அடிக்க வருவர். அதற்கெல்லாம் பயந்தால் தொட விருப்பம் வருமா? 'குசும்புன்னா அது மகடாலுதான்' என்றும் ஒரு வட்டத்தில் பெயரெடுத்தார்.

சிறிது நேரத்தில் காட்டுக்குப்போன குழு திரும்பியது. மகடாலுவிடம் பிள்ளைகள் அழுது இயலாமையை சொல்லாமல் தெரிவித்தனர். அவர்களின் பெற்றோர் அவரோடு இருந்து சிறிது நேரம் பேசினர். மறுநாள் டாக்டரைப் பார்க்க பணம் தரவும் விருப்பம் தெரிவித்தார், அம்சத்தின் தந்தை.

பிள்ளைகள் வீட்டுக்குப் போக மனமில்லாமல் நகர்ந்தனர். பெற்றோர்கள் அடுத்த நாளை நினைவுபடுத்தி அனுப்பினர். மகடாலு எல்லோரும் போகும் வரை காத்திருந்து, பிறகு உணவுப் பக்கம் திரும்பினார். வலியினால் அவை சுவை

குறைந்து இருந்தன.

சிறிது நேரத்தில் கண்ணீரில் தொடங்கி அழுகையாய் விரிந்தது அவரது வலிகள். யாருக்கும் தெரியாமலிருக்க இருமி நடித்துத் தொடர்ந்தார். தேம்பித்தேம்பி அழுகை முழு உடலையும் கோர்த்துக்கொண்டது. அது தேவையாகவும் இருந்தது. வலியின் உக்கிரத்திலும் மெல்ல எழுந்து ஆடுகளைப் பார்த்துக்கொண்டார்.

மரணத்தைத்தொட்டு துணிவாய்த் தப்பிய உணர்வு. மீண்டும் ஒரு பிறப்பு. இந்த பிறப்பை எப்படி அர்த்தமாக்கலாம்? நன்றிகள் விரிந்து, வலிகள் குறைந்தன. கட்டிலில் சாய்ந்த சுகத்தை அனுபவிக்கத் தொடங்கினார், மகடாலு. காத்திருந்த தூக்கம் ஓடிவந்து தழுவிக்கொண்டது. சிறிது நேரத்தில் குறட்டை ஒலி விரிந்து பலருக்கும் அறிமுகப்படுத்திக் கொண்டது. வெயிலின் பாதிப்பு முற்றாய் மறைந்து இரவின் சுகம், பரந்து, படர்ந்தது எங்கும்.

10

கோவியின் எதிர்பார்ப்பு ஊர்ப்பஞ்சாயத்தில் நிறைவேறாத நிலையில் புதுத்திட்டங்களில் குதித்தார். 'என்னானாலும் பரவாயில்லை. மகடாலுவை ஒருவழி செய்யாமால் விடுவதில்லை' என்கிற சங்கல்ப நிலைக்கு வந்துவிட்டார். அதற்காக காலத்தையும், வாழ்வு தந்த சிலவற்றையும் பயன்படுத்த முடிவெடுத்தார். ஒரு பட்டியல் போடும் அளவு திட்டங்கள்! இன்னும் இன்னும் என்று அது தொடர்ந்து விரிந்து கொண்டே இருக்க தனது கற்பனையைத் தட்டிக்கொடுத்துக் கொண்டார்.

ஆடுகள் நிலத்தில் மேய்வதற்கு முன் கண்ணுவிடம் போட்ட சண்டை அடிக்கடி நினைவுக்கு வருகிறது.

'அந்த நொண்டிப்பயலுக்கு என்னாத் திமிறு? ரோட்ல போவும் போது எதிர்ல வர்ரேன் அதுவும் இல்லாம நான் 'ஏய்'னு கூப்டறேன்

அதுக்கும் பதிலே இல்ல.’

‘மொதல்ல அவன் ஒன்னியப் பாத்தானா?’ கண்ணு கேள்வியாக்கினார்.

‘ரோட்டுல ரெண்டுபேருதான் இருக்கோம். நான் நம்ம ஊருக்கு வர்ரேன், அவன் எங்கோ போறான். ஊர்ல நான் ஒரு பெரிய மனுசன். நீ உட்பட எல்லாம் மதிக்கிற ஒரு ஆள்.’

‘அவன் அப்படியானவன் இல்லையா. அவனுக்கு சொல்லிக்கிற மாதிரி யாரு இருக்கா? இந்த ஊரு ஜனங்கதான் அவனுக்கு எல்லாம். பொண்டாட்டியா புள்ளயா, அம்மாவா அப்பாவா... யாருமில்லாம...’

‘யாருமேயில்லாம இருக்கும் போதே இந்த திமிருன்னா, நம்மள மாதிரி எல்லாம் இருந்தா எப்படியிருப்பான்? சொல்லுய்யா? நீ ஒரு பெரிய மனுஷன்தானே, நெறைய படிக்கிறவர்தானே இதயெல்லாம் என்னா எதுன்னு கேட்காம, சும்மா ஒக்காந்துகிட்டு..’ கண்ணு பதில் சொல்லாமல் கோவியை முறைத்துக் கிளம்பிவிட்டார்.

‘மகடாலுவை எதிர்த்து பெரும் வெற்றி ஈட்டி மகிழ வேண்டும்’ என்கிற வெறிதான் எப்போதும் என்று ஆகியது கோவிக்கு. மகடாலு மேல் வித விதமாய்க் கோபங்கள். அவற்றைச் செயல்படுத்தத் துடிதுடிப்புகள். இப்படி நினைக்க நினைக்க உடல் சூடாகிறது. பல நாட்களுக்குப் பின்னும் வெற்றி பெற முடியாமல் கோபம், மேலும் கூடி தலைவலியோடு, வேறு சண்டைகளைக் கொண்டுவந்தது. தூக்கமின்றியும் தவிக்கும் படியானது. தூங்கினாலும் மகடாலுதான் கனவில் வருகிறார்.

‘கொஞ்சம் அதுல இருந்து வெளியே வாங்க, பைத்தியம் புடிச்சிடப் போவுது’ என்று ரத்னா சொன்னதையும், ‘சரி’ சொல்லி ஏற்றாரா? பல நாட்கள் உடல் மனப் பிரச்சினைகள் கூடி, அவரை பலவீனப்படுத்தியது. ஒரு நாள் எந்த வேலையுமே செய்ய முடியவில்லை. இனி தொடர்ந்தால் மிக மோசமான ஒன்றால், பாதிக்கப்படலாம் என்று உணர்ந்து கொண்டார்.

நீண்ட அமைதிக்குப்பின் ஒரு நடை பயணத்திற்குப் பின் தன்னை பாதிக்காத, தன்னை மேலும் பலவீனப்படுத்தாத ஒரு திட்டத்தை செயலாக்க முடிவு செய்தார். அதற்கும் முடியாமல் அதே நேரம் விடாமல் தொடர்ந்தார். மகடாலுவை வெறுப்பது, எதிர்ப்பது என்கிற பாதையிலிருந்து வெளியேறி, அவர் என்னெவெல்லாம் செய்கிறார், எப்படி தனக்கு வரும் சவால்கள், வலிகள், கட்டுப்பாடுகள் ஒவ்வொன்றையும் எதிர்கொண்டு, வெளியேறுகிறார் எப்படி பலரையும் தன்னைப் பேசவைக்கிறார் என்று ஒரு பாதையில் நடக்க முடிவுசெய்தார்.

உடனடியாக நினைத்தபடி அது நடக்கவில்லை. வீட்டிலேயே இருக்க முடியாமல், மீண்டும் ஒரு நடைப்பயணம் போனார். ரத்னாவிடம் மகடாலு பற்றிப்பேசினார். மீண்டும் ஒரு நடைப்பயணம் இப்போது மகடாலு இருக்கும் இடம் வழியாகப் போனார். கோபம் சற்றே குறைந்து, உடல் இறுக்கம் தளர்ந்தமாதிரி இருந்தது. சற்று நேரத்தில் மனத்தில் கணம் குறைந்ததோர் உணர்வு. வலியாய் அழுத்திக்கொண்டிருந்த ஏதோ இப்போது நிறுத்தியது மாதிரி இருந்தது.

இப்போது மகடாலுவைப் பற்றி முதன் முதலாக கோபமின்றி, நிதானமாக பார்க்கத் தொடங்கினார் கோவி. ‘எப்படி இவன் ஒவ்வொரு பிரச்சினையையும் வலிமையற்றதாக்கி பாதிப்பிலிருந்து வெளியேறுகிறான். இவன் தனி ஆளா? பின்னால் ஒரு கூட்டம் இருக்கிறதா? நாம் அறிந்ததுதான் மகடாலா? பணம் இவனுக்கு எப்படி வருகிறது? ஏன் பலர் அவனிடம் விழுந்துகிடக்கிறார்கள், மெச்சுகிறார்கள்?’ எண்ணற்ற கேள்விகள் வரிசையில் தொடர்ந்தன. இதற்கும் புருவங்கள் இயல்பாய் உயர்ந்தன.

இந்த மாற்றுத் திட்டத்தில், கோவி தொடர்ந்தபோது மகடாலு மேலிருந்த வெறுப்பு சிறிது குறைந்தது. ‘ஒவ்வொன்றையும் மகடாலு எதிர்கொள்ளும் விதம், யாராலும் தண்டிக்க முடியாத நிலை, இன்னும் இன்னும் என்று அவர் வளரும் ஒரு பாதை, எதைஎதையோ செய்து விரியும் ஒரு வாழ்வு. எப்படி எதுவுமில்லாமல் எல்லாமும் அவனால்...’ ஒரு நீண்ட

நடைக்கு இன்று திட்டமிட்டுப் போனார். மனம் மேலும் அமைதியானது.

‘என்னங்க அவன வுட்டுட்டு வெளியில வந்தாச்சா?’ ரத்னா கேட்டதற்கு, ‘இப்ப அவன் என் உள்ளப்போயிகிட்டு இருக்காண்டி!’ புரியாமல் தடுமாறியவளிடம், கோபமின்றி, ‘சரியான நேரத்துல புரியற மாதிரி சொல்றேன்’ கோவி, நிதானமாய் சொன்னார். சிறியதாய் சிரித்தார். ரத்னா மேலும் குழம்பினாள்.

‘மகடாலு எத்தனை மணிக்கு எழுந்திருக்கிறார், என்னென்ன வேலைகள் ஆடுமேய்க்கப் போகுமுன் செய்கிறார், யார் யாரிடமெல்லாம் எப்படிப் பேசுகிறார், பிரச்சினைகளை எப்படி கையாள்கிறார், ஆடுமேய்ப்பதை எப்படி திட்டமிடுகிறார், சந்தைக்கு போவதெப்போது...?’ மகடாலுவுக்குத் தெரியாமலேயே அவரின் செயல்பாடுகளைத் தொகுத்தார் கோவி. இந்த செயல்களின் போது கோபம் இல்லை, வெறுப்பில்லை, குறிப்பாகத் தனக்கு எந்தக் கேடும் இல்லை. ஒரு வகையில் புதியதாக இருந்தது. சில நாட்களில் இத்திட்டம் பிடித்ததாகவும் மாறியது. இத்திட்டம், தான் கண்டெடுத்த குழந்தையென மகிழ்ந்தார்.

மெல்ல மெல்ல ஓர் ஆளுமையாகவே கோவிக்குள் விரிந்தார் மகடாலு. தன்னையறியாமல் அவரைப்போல் நிறைய வேலைகள் செய்யத் தொடங்கினார். புகார்கள் குறைந்தன. சிலர் இந்த மாற்றத்தை அறிந்த மாதிரி வழக்கத்திற்கு மாறாகப் பேசமுற்பட்டனர். இது அந்தப் புதிய முயற்சிக்குப் பரிசோ? என்று சந்தேகப்பட்டார். மகடாலு மேலிருந்த கோபம் மேலும் குறைந்தது. ஒரு முறை, ‘நாம் ஏன் அவன் மேல் இவ்வளவு கோபத்தில் இருக்கவேண்டும்?’ கேள்விகள் வேறு திசையில் இருந்தன. ‘அவன் என்னை வெறுக்கிறானா? என்னைப்பற்றி யோசித்துக் கொண்டு யாரிடமாவது பேசி குறை கூறுகிறானா?’ அப்படி நடப்பதாக இல்லை. மகடாலுவுக்கு வேலை என்றால் மூச்சாக இருந்தது என்பதையும் கண்டார்.

இந்த முற்றிலும் புதியதான அணுகுமுறை, மெல்ல கோவிக்கே

அரிய பயணமாய் மாறியது. தாம் எடுக்கிற முடிவுகள், செய்கிற முறை, அணுகுகிற ஆட்கள் எல்லாம் உணர்ச்சி மயங்களில் தேர்வாவதை உணர்ந்தார். எதையும் யோசிக்காமல் அர்த்தம் இல்லாமல் வீண் விரயம் செய்யும் பாதையில் இருப்பதை புரிந்து கொண்டார். இந்த நிலையை அடைய உணர சில நாட்கள் ஆகின. ஆனாலும் விரயமா? மகிழ்ச்சி அதிகமானது.

காலையிலிருந்து பல மணி நேரம் வெளியில் வயலில் கால்நடைகளுடன் இருந்து விட்டு, வீட்டுக்கு வந்ததும் பலவும் சற்றே புதியதாக இருந்தன. ரத்னா மீதிருந்த வெறுப்பும் குறைந்து நெருக்கமானார். கோவி நீண்ட நாட்களுக்குப் பின் சிரித்தார். ரத்னா பின்னால் திரும்பிப் பார்த்தார் வேறு யாரையாவது பார்த்து இப்படி சிரிக்கிறாரா என்று.

‘ஏய் ஒன்னத்தாண்டி, மூதேவி... ரத்னா.’

‘மூதேவியப் பாத்து ஏங்க சிரிக்கிறீங்க?’

‘சரி மூதேவி இல்லடி, சீதேவி போதுமா?’

நெருங்கி வந்தார், ரத்னா விலகிப்போனார். கையைப் பிடித்துக்கொண்டு அருகில் கொண்டுவர முயற்சித்தார். அவர் இருந்த இடத்திலேயே இருக்க, கதவின் ஓரத்தைப் பிடித்துக்கொண்டார். சிறிது நேரத்திற்குப் பின் அவரது கையை விட்டுவிட்டார். ரத்னாவுக்குப் பிடித்தவற்றைப் பேசினார், கோவி. அப்போது ரத்னாவுக்கு அவர் ஏன் இப்படி நடிக்கிறார் என்று தோன்றியது. ஆனால் கோவிக்கு ரத்னாவின் எதிர்வினைகள் கோபத்தை வரவழைத்தன. கை சூடானது முகத்தில் ஒரு இறுக்கம், பற்கள் நெறிபடும் ஒலி... எதிர்பார்த்த பலனில்லை என்றதும் சிரிக்கத்தொடங்கிவிட்டார்.

ரத்னாவால் நம்பமுடியவில்லை. பொதுவாய் இப்படியான தருணங்களில் அடிக்க முயலும் கோவி சிரிக்கிறாரே? இயல்பாக இருக்கிறாரே? நீண்ட நேரம் யாரையும் திட்டாமல் புதுத் திட்டங்கள் பற்றிப் பேசாமல், தனது தோல்விகள் பற்றிப் புலம்பாமல் இருக்கிறாரே... இவருக்கும் ஒரு கேள்விப்பட்டியல் மூளையில் அலையடித்தன. மகிழ்வதா? காத்திருந்து பார்ப்பதா?

கோவிக்குப் பிடித்த உணவு அன்று வெறுப்பின்றி பரிமாறப்பட்டது. குறைகளைக் கொட்டுபவர் பாராட்டுப்பக்கம் நீண்டகாலத்திற்குப் பின் திரும்பியிருந்தார். உள்ளுக்குள் மகிழ்ந்த ரத்னா வெளியில் காட்டாமல் இருந்தார். வீட்டில் அமைதிக்காற்றின் வாடை. இருவரும் அதை சுவாசிக்காமல் சில தடுத்தன. ஆனால் மனதளவில் இருந்த தூரம் குறைந்தது. வெறுப்பின் அனல் சற்றே அடங்கியது.

நீண்ட நாட்களுக்குப்பின் வானொலியைத் திருகி பாட்டுக்கு வழி செய்தார் ரத்னா. அதற்கு வழக்கமான எதிர்ப்பு இல்லை. மாறாக கோவியும் ரசிக்கத்தொடங்கினார். ஒன்வொன்றாய் பார்த்துக்கொண்டிருந்தாள் ரத்னா. எத்தனை தொடர் மாற்றங்கள்!

தொடர்ந்து கவனித்தாள். அவரது கால் இவளது கால் மேல் பட்டது. அதில் உக்கிரமில்லை. இந்த சந்தர்பத்திற்கு பதில் சொல்வதை விடுத்து, அவர் எப்போதும் கோபப்படும் பணம் பற்றிப் பேசினாள். அதற்கும் நிதானமாய் பதிலளித்தார் கோவி. தனது கணக்கு நோட்டைக் கொண்டுவந்து அவள் மடிமேல் வைத்துக்கொண்டு பிரித்து செலவு விபரங்களைக் காட்டிக்கொண்டிருக்கும் போதே ரத்னாவுக்கு சிரிப்பு வந்தது. அதை இருமுவதாக மாற்றிக்கொண்டு தொடர்ந்து கேட்டாள். ரத்னா அப்படிச் செய்வது தெரிந்தாலும் அதை தெரியாத மாதிரி காட்டிக்கொண்டார் கோவி.

இவ்வளவு நேரம், இத்தனை செயல்கள், இத்தனை உரையாடல்கள் எதிலும் புதிய கோவியைப் பார்த்தார். ‘ஏதோ நடந்திருக்கவேண்டும்.’ ரத்னா உடனே முழுதாய் நம்பி குதிக்கவில்லை. காத்திருந்தாள் இன்னும் சோதிக்க. இப்போது ரசிக்கத்தொடங்கிவிட்டாள், இன்னும் எதிர்பார்ப்பும்தான்.

வீட்டு வாசலில் ஏதோ சப்தம் கேட்டு இருவரும் சற்றே சங்கடப்பட்டு விலகினர். கணேசன், ‘என்னா சார் கூப்டிங்களாமே? ஏதோ அவசரம்னு சாப்பிடாம ஓடிவரேன்.’

‘அவசரமே இல்லை கணேசா. மொதல்ல போயி சாப்பிடு.

அப்பறம் நானெ வர்ரேன் ஒன் வீட்டுக்கு.' கணேசனால் நம்ப முடியவில்லை. சிறிதும் கோபமில்லை. மகடாலு பற்றி காவல் நிலைய புகார் விசயத்தில், பின்னடைவு என்பது பற்றி வருத்தமில்லை. வாசலுக்கு வந்து வீட்டின் முன் பகுதியைப் பார்த்தார். ஆமாம் கோவி வீடுதான். கண்களை மூடித்திறந்து மெல்ல தெருவுக்கு வந்தார்.

பயத்தோடு கோவியைப் பார்க்க வந்தவர். இப்படி ஒரு மாற்றம்! அவரது மனைவி ரத்னா ஏதாவது சொல்லி இப்படியாகி விட்டாரா? புரியாமல் அதே இடத்தில் சிறிது நேரம் நின்று பிறகு நடக்கத்தொடங்கினார்.

'என்னங்க கணேசன் வந்திட்டுப்போறார். நான் இருக்கிறதால பேச முடியலியா? நான் வேணா வெளியில போயிடவா?'

'ஏய் சும்மா என்னா பெரிய ரகசியம். மகடாலு மேல ஒரு புகார் தரணும்னு வரச்சொன்னேன் இவன் தான் புகார் எழுதறதுல அனுபவஸ்தன்னு சொன்னாங்க.'

'அப்பறம் ஏன்? செய்ய வேண்டியதுதான?'

'கொஞ்சம் யோசிச்சி செய்வோம், அதுக்கு அவசியம் நேரம் வரும்போது...'

இது ரத்னா எதிர்பார்க்காதது. மகடாலுவை சொல்லும் போதெல்லாம் அடைமொழியோடு இருக்கும் அதுவும் இன்று இல்லை. தான் லேட் என்று ஓடிவந்த கணேசன் வியந்து போகிறார். 'தன்னை எப்போது கடைசியாகத் திட்டினார்?'

கணேசன் வீட்டுக்குப்போய் அமைதியாக ஆச்சரியத்தில் சாப்பிட்டார். ஆனாலும் நம்ப முடியவில்லை. 'கோவி நிதானத்தில்தான் இருந்தாரா? அல்லது தாமாக அப்படி புரிந்துகொண்டோமா?' இன்னும் பழைய நிலையை எட்டவில்லை கணேசன். அவரால் எதையும் செய்ய முடியவில்லை. திரும்பவும் கோவி வீட்டுக்கு வந்தார்.

வழக்கத்திற்கு மாறாக நோட்டை வைத்துக்கொண்டு ரத்னாவிடம், 'சரியா, புரியுதா?' என்று கேட்டுக்கொண்டிருந்தார்.

இதுவும் புதுக்காட்சி. தன்னை அடையாளப்படுத்த, கனைத்து குரலெழுப்பினார். கூர்ந்து கோவியைப் பார்த்து, 'சாப்பிட்டேங்க' என்றதும் கோவி, 'கணேசன் நீ ஒன் வேலையப் பாரு நான் தேவையாயிருக்கும் போது சொல்றேன்.' பதில் அளிப்பதை விட அவரின் மாற்றத்தையே பார்த்துக்கொண்டிருந்தார் கணேசன். ரத்னாவும் கோவியின் மாறிய இயல்பைப் பற்றி யோசித்துக்கொண்டிருந்தார்.

'எது அவரை இப்படி அமைதியாக்கி உட்காரவைத்தது? ரத்னா பக்கத்தில் உட்கார்ந்து பார்ப்பதும் புதியதாக இருக்கிறதே.' சிந்தித்துக்கொண்டிருக்கும் போது, ரத்னா கேட்டார், 'என்னா கணேசன் சாப்பாடு பலமா? வீட்ல என்ன செஞ்சிருந்தா?' இதுவும் புதிது. இப்படியெல்லாம் ரத்னா கேட்டதே இல்லை. 'இப்படி நன்றாக இருக்கும் போதே புறப்படுவது நல்லது' என்று கிளம்பி விட்டார், கணேசன்.

கோவி வெளியில் வந்து 'கணேசா தப்பா எடுத்துக்காதே, ரெண்டு மொற அலைய விட்டுட்டேன். நெனச்ச வேல இப்ப இருக்காத மாதிரி தெரியுது. தேவையா இருந்தா நானே திரும்பவும் வர்ரேன், சரியா?' கணேசனுக்கு உள்ளுக்குள் மகிழ்ச்சி. இருவரிடமும் நிறைய மாற்றங்களைப் பார்த்தார். அது எதன் பொருட்டும் மாறிவிடுமோ என்று ஒன்றும் பேசாமல் வெளிப்புறத்தில் பார்வையை செலுத்தி, தலையை ஆட்டிக்கொண்டே கிளம்பி விட்டார்.

வானதியிடம் சொன்னபோது அவள் இதை நம்பவில்லை. 'இருக்காது, ஒரு வேள வேஷமா?' என்று சந்தேகம் கொண்டார். 'இதுவரைக்கும் நீங்க சொல்ற மாதிரி இப்படி பாத்ததும் இல்ல கேட்டதும் இல்ல' கணேசன் அழுத்திச்சொன்னார். 'இல்ல வானதி நல்ல மாற்றம் நடந்திருக்கு, மொதல்ல நானும் ஒன்ன மாதிரிதான் நம்பல. அப்பறமா மறுபடியும் போய் உட்கார்ந்து பேசிப் பார்த்துதான் அதுதான் ஒடனே ஒங்கிட்ட சொல்லணும்னு வந்தேன்'. சற்று யோசித்த வானதி 'இதுல ஏதோ ஒரு திட்டமிருந்தாலும் இருக்கலாம். தயவு செய்து அவசரப்படாதீங்க, இதனால மகடாலு மேல இருக்குற கோபம்

இல்லன்னு ஆயிடாது' என்று யோசிக்கவைத்தார்.

சற்று யோசித்த கணேசன், 'கோவி நடிக்கத் தெரியாதவர். கோவமோ சண்டையோ மனுசன் ஒடனே வெளிப்படுத்திவிடுவார். நல்லா என் ரெண்டுகண்ணால ஒரு தடவக்கு ரெண்டு தடவப் பாத்துதான் சொல்றேன்.' வானதி அப்போதும் முழுதாய் நம்பவில்லை. 'சரி பார்க்கலாம். நானும் அவரப் பாக்கற சந்தர்ப்பம் கெடைக்காமலா போயிடும்?'

கணேசனுக்கு அவசரப்பட்டு பகிர்ந்துவிட்டோமா என்ற எண்ணமிருந்தாலும் இப்போது தான் நினைத்தது வானதியிடம் சொன்னது எல்லாமே உண்மையாக வேண்டுமென விழைந்தார். கோவி மாறிவிட வேண்டுமெனவும் இப்படி இருப்பது எவ்வளவோ நன்றாக இருக்கிறது அவருக்கும் ஏன் ரத்னாவுக்கும் தமக்கும் கூட. இது இன்னும் இன்னும் விரியுமெனவும் நம்பினார்.

மகடாலுவின் வழியைப் பின்பற்றியே அவரைத் தண்டிக்க வேண்டும் என்ற முடிவெடுத்த கோவி இப்போது அந்த எண்ணம் இல்லாமல் அதனால் உண்டான மாற்றத்தை அனுபவித்துக்கொண்டிருக்கிறார். மகடாலுவின் இயல்பு பிறரைத் தாக்க உதவுமா? பிறரைத் தண்டிக்க உதவுமா? அல்லது கோவி தவறான முடிவெடுத்துவிட்டாரா? அல்லது இந்த அரிய மாற்றம் தொடருமா? மனத்தை எப்படி நிலையானது என்று சொல்லமுடியும்? நொடிக்கு நொடி மாறும் இயல்பென்பதை உலகறியுமே.

மறுநாள் காலை, கோவி வழக்கத்திற்கு முன்பாகவே எழுந்து வயலுக்குப் போய் தாமதமாக வந்தார். ஆனால் கோபம் இல்லை. எரிச்சல் எங்கோ போய்விட்டது போலும். கூர்ந்து பார்த்த போது, ஏதேதோ எண்ணங்கள் ஓடிக்கொண்டிருப்பதாகவும் அவை எல்லாமும் சாதகமாய் ஆகும் நிலையில் இருப்பனவாகுமென அறிந்தாள் ரத்னா.

அடுத்த கட்டமோ அல்லது அடுத்த நகர்வோ முன்னமே ரத்னா உணர்வு குழைத்து உள்ளே செலுத்திய மகள் பற்றிய நினைவு, அழகாய் முன் வந்தது. அவர்களைப்பார்க்க ரத்னாவுக்கு

மட்டும்தான் ஆசைவருமா? கோவி அசைபோட அதைத் தொடர வார்த்தையாய் வெளியானது.

‘ஏங்க நம்ம பிள்ளையப் பாத்து ரொம்ப நாளாச்சி. நானும் சொல்லிகிட்டே இருக்கேன். சொல்றப்பல்லாம் கோபப்பட்றீங்க?’

‘நடந்தத விட்றி. இப்ப கோபப்பட்டேனா?’ கன்னத்தைக் கிள்ளப்போக அதற்கு எதிர்ப்பின்றி இருந்தாள்.

‘எப்பவுமே நீ தான் போயி பாத்துட்டு வருவே, இந்த முறை நானும் வர்ரேன்.’

ரத்னா மகிழ்ந்தாள். வெட்கப்பட்டு கோவியின் மகிழ்வை இரட்டிப்பாக்கினார். இப்போதும் சற்றே நிதானத்தோடுதான் இருந்தார் ரத்னா.

கோவியுடன் வெளியூருக்கு சேர்ந்து போகிறோமா? என்னதான் நடக்கிறது என்று தெரியாமல் புரியாமல் அவற்றை ஆராயாமல் அனுபவித்தாள் ரத்னா. கிளம்புவதே மகிழ்ச்சியாக இருந்தது. ஒரு கோபமில்லை, அவசர சொற்களில்லை. ஒவ்வொன்றும் அதன் இயல்பில் அதன் அழகில் மலர்ந்தது. கோவி இன்னும் அழகாகிக் கொண்டிருப்பதாகப்பட்டது. கோபம், வெறுப்பு ஏற்படுத்திய சுவடுகள் மறைந்து அமைதி வீடு கட்டுவதாக இருந்தது ரத்னாவுக்கு. கோவிக்குப் பிடித்த சேலையை கட்டிக்கொண்டார். வாழ்வில் புதுப்பயணத்தின் தொடக்கமாக இது இருக்கவேண்டும் என்று நினைத்துக்கொண்டும் வேண்டிக்கொண்டும் கிளம்பினார்.

11

இரவில் காயங்கள் மேலும் வீங்கியதால், காலையில் வலி பெருகியிருப்பதை உணர்ந்தார் மகடாலு. சிற்றசைவும் முகச்சுளிப்பாக்கியது. மேலும் சிறிது நேரம் உறங்கலாமா என்றொரு ஆசை. அதற்குமுன் வெளிச்ச அளவைப் பார்க்க கண் திறந்தார். தன்னோடு ஆடு மேய்க்கும் பிள்ளைகள் சுற்றி நின்றதை எதிர்பார்க்கவில்லை. துணியை அவசரமாய் சுற்றிக்கொண்டு எழுந்துவிட்டார்.

'அய்யய்யோ என்ன மகடாலு இப்படி வீங்கிப் போயிடுச்சி. ஒரு நாள் கூட ஒரு அடி கூட நான் யாருகிட்டயும் ம் கூம்' மனோ பேரிடைவெளிக்குப் பின் துணிந்து மகடாலுவை விசாரித்தான்.

'அப்போ மகடாலுவால இனிமே ஆடுமேய்க்க முடியாதுல்ல?' குமார், எதிர் வீட்டிலிருந்து பேசினான். மனோ குமாரைப் பார்க்காமல் மகடாலுவைப் பார்த்தான்.

அவர் எதுவும் பேசவில்லை.

‘எப்ப மூட்டயக் கட்டுறாப்ல மனோ? ஏதாவதுன்னா ஒதவலாம். நமக்கு அதுலதான் ரொம்ப அனுபவம்’ இதற்கும் பதில் பேசவில்லை மகடாலு. மனோ இப்போது குமாரைப்பார்த்தான்.

‘இன்னிக்கி எங்க மகடாலு ஆடுங்க போவும்? காய்ஞ்சி போன ஏரி, வயல், அப்பறம்.. எடமே இல்லியே. ஒன்னால ரொம்ப தூரமும் போகவும் முடியாது. பாவம்.’

‘அடிச்ச ஆபீசர் நல்லவன் அதனால் உயிர எடுக்காம வுட்டுட்டான். வேற எவனாவது இருந்திருந்தா. மகடாலு இன்னேரம்..இங்க ஆளே இல்லாம.. பாவம்’ குமார் சொன்னதை விரும்பாத வீட்டுக்காரப் பெண், ‘ஏய் என்னடா பேசிகிட்டு இருக்கே காலங்காத்தால. இங்க ஒக்காராத போ.’

இருவரும் மகடாலுவைப் பார்த்துக்கொண்டே நடந்தனர். ‘இன்னிக்கும் காடுதான்’ மகடாலுவிடம் இதை யாரும் எதிர்பார்க்கவில்லை. மனோ திரும்பிப்பார்த்தான்.

‘வர்ரியா இன்னிக்கு மனோ?’

‘எதுக்கு ஒன்னோட பொணத்தப் பாக்கவா?’

‘இல்ல, அந்த ஆபீசர் பொணத்தப் பாக்க.’ பிள்ளைகள் சிரித்து மனோவைப் பார்க்க அவன் எதுவும் பேசாமல் வேகமாய்ப் போய் ஒரு சந்தில் மறைந்தான்.

‘இன்னிக்கும் காடா மகடாலு?’ பெருமாளும் சரளாவும் ஓடிவந்து கேட்டனர்.

‘கேக்காட்டாலும் சொல்லாட்டாலும் இன்னிக்கிக் காடுதான்’ பிள்ளைகள் தங்களுக்குள் பார்த்துக்கொண்டனர். ‘வேணாமே மகடாலு?’ அம்சம் கெஞ்சினாள். ‘நீ ஏம்மா பயப்பட்ற அந்த ஆபீசர் மன்னிப்புக் கேக்க வரச்சொல்லியிருக்காரு.’ மகடாலு சொல்வதில் நம்பிக்கையற்று திரும்பவும் அவர்களுக்குள் பார்த்துக்கொண்டனர்.

கடந்த சில நாட்களாக புது அலுவலர் வந்திருப்பதால்,

காட்டுப்பக்கம் வரவேண்டாமென ஒருவர் சொல்லிவைத்தது உண்மைதான். யாராக இருந்தாலும் மாலை நேரங்களில் அவர்கள் இருப்பதில்லை. காலை வருவார்கள் தாமதமானலும் மதிய உணவுக்குமுன் பணியை முடித்துக்கொண்டு போய்விடுவார்கள். அதனால் எங்கெங்கோ அலைந்தாலும் பசியடங்காத ஆடுகளுக்கு மாலை ஒரு மணி நேர காட்டு மேய்ச்சல் திருப்தியாக இருக்குமென, மகடாலு ஆடுகளை காட்டுக்குக் கொண்டு வந்தார்.

சிறிது நேரம்தான் கடந்திருக்கும். பெருமாள் அழுதுகொண்டே ஓடிவந்தான். ஏதாவது கடித்திருக்குமென நம்பி, அதற்கு என்ன செய்யலாம் என்று பழைய அனுபவங்களிலிருந்து யோசிக்கத் தொடங்க, பலமான அடி மகடாலுவின் பிடறியில் விழுந்து வெற்றிலைப்பை சிதறி, பாக்குகள் ஓடின. பிள்ளைகள் ஓடி வந்து, அடிப்பதைக் கண்டிக்க, மகடாலுவின் கைத்தடியை பிடிங்கி அவர்களை அடிக்க முயல, 'ஓடிடுங்க, ஆடுங்கள ஓட்டிகிட்டு ஓடிடுங்க' என்று மகடாலு திரும்பவும் கத்தியதும் அவர்களுக்கு வேறு வழியுண்டா? அதைச் செய்தனர்.

மகடாலுக்குத் தெரியும் இனி அடிகள் தனக்குத்தான் என்று. மெல்ல சுதாரித்து அடிக்குமுன் வலிப்பது மாதிரி ஒரு நடிப்பைத் தந்தார். இது அந்த அலுவலரை எரிச்சலூட்டியது. அடிக்கும் போதும் அதை லாவகமாய் தவிர்த்தார் மகடாலு. அலுவலர் உடல் சூடாகி அடியையும் வேகத்தையும் கடுமையையும் கூட்டினார். மகடாலு எவ்வளவு விலகினாலும் அவர் தொடர்ந்து தடி, துண்டு துண்டாகும்வரை அடித்து வீசி விட்டு, கால்களால் கீழே விழுந்த மகடாலுவை உதைத்தும் தன் கோபத்தைத் தீர்த்துக்கொண்டார்.

அந்த அலுவலர் பிள்ளைகளை நோக்கி ஓடத்தொடங்கும் போது, 'ஏ சாமி அதுங்கள வுட்டுடு' கெஞ்சினார். அலுவலரை சிலர் அழைக்க, 'தோ வர்ரேன்' என்று பதில் தந்து, மீண்டும் மகடாலு பக்கம். 'ஏய் பேமானி நாறப்பயலே கொஞ்ச நேரத்துல வர்ரேன்' என்று வேகமாகப்போக, அந்த நேரத்தில் ஆடுகளை ஓட்டிக்கொண்டு பிள்ளைகள் வெளியேற சரியாக அமைந்தது.

பிள்ளைகளோடு மகடாலுவும் போகத்துடிக்க நடக்க முடியவில்லை. முட்டிகளில், கழுத்தில் விழுந்த அடிகள், ஒரு பாத வைப்பைக்கூட கடுமையாக்கியது. தலை சுற்றியது. ரத்தம் ஒழுகிக்கொண்டிருந்தது. பெருமாள் துணி ஒன்றைதர ஓடி வந்தபோது, மகடாலு சப்தம் போட்டு ஆடுகளோடு போகச்சொல்லிவிட்டார்.

வலியும் தலைசுற்றலும் அதிகமாவது போல் இருந்தது. ஏதேதோ முயன்றும் சில அடிகள்தான் நடக்க முடிந்தது. பாதம் பிரண்டு செடிகளின் கீழே சாய்ந்தார். மேலும் அடிப்பது போல் இருந்தது. கண்களை மூடிக்கொண்டார். சிறிது நேரத்தில் நினைவிழந்து போனார்.

அடிகள், ஆடுகளின் துரத்தல்கள், பிள்ளைகளின் கதறல்கள், அலுவலரின் மிரட்டல்கள், மகடாலுவின் தடுமாற்றம்... வானம் சிவந்து கருணையோடு பார்த்துக்கொண்டிருந்தது. மகடாலு தரையில் சாய்ந்ததும் சூரியனே பார்க்க முடியாமல், கண்களை மூடியதாக இருந்தது. இருட்டில் பூச்சிகள் மகடாலுவுக்காக குரல் கொடுத்தன.

நினைவு திரும்பிய போது பிள்ளைகளைக் கூப்பிட்டு ஓய்ந்தார். காட்டில் இருப்பதை சற்று நேரம் சென்றபின்தான் தெரிந்துகொண்டார். பிறகுதான் அசைவு, ஓரடி, ஈரடி என்று பெருவலியில் துவங்கி, வீடு வந்து சேர்ந்தார்.

நேற்று இரவு காட்டில் இருந்த வலி மெல்ல மெல்ல அதிகமாயிருந்தது. இதைவிட பெரும் வலியோடு மழையிலும் அலைந்து திரிந்ததோடு பார்க்கும் போது, இப்போது இருப்பது பரவாயில்லை என்று நினைத்தார். யாரின் எதிர்பார்ப்பையும் மீறி, ‘டாக்டர்கிட்ட வேணாம். வாங்க காட்டுக்குக் கௌம்பலாம்.’

வழக்கம் போல் ஆடுகள் போவதை பார்த்துக்கொண்டிருந்தனர். சில பெற்றோர் மகடாலுவிடம் பேசினர். பிள்ளைகளிடம் எச்சரிக்கையாய் இருக்கச் சொன்னார்கள். தூரத்திலிருந்து ஒரு பிள்ளையின் தாய் கையசைத்து, ‘பத்திரமா போய்வா கண்ணு’ கெஞ்சி வேண்டினார். அந்தக் குரல் அழுகையின்

சாயலை ஒத்திருந்தது. ஆடுகளும் பிள்ளைகளின் குரல்களின் ஸ்பரிசங்களை உணர்ந்த மாதிரி குதித்தோடின.

நேற்றைய சம்பவத்தின் சுவடு இல்லாமல் மகடாலு பிள்ளைகளுக்குப் பின் நொண்டி நொண்டி புதுத்தடியோடு வலிகளைத் தோற்கடித்து போய்க்கொண்டிருந்தார். 'அடிபட்டது இப்போது சரியாகிவிட்டதா?' என்ற விசாரிப்புகளுக்கு 'எல்லாம் சரியாகி விட்டது' என்றே பதில் சொன்னார்.

வார்த்தைகளில் துயரம் இல்லாமல் பதில் தந்தது, அவர்களின் மேலதிக பேச்சுக்கு இடமில்லாமல் செய்தது, பரிதாபப்படலுக்கும் மகடாலு ஆளாகவில்லை. இல்லையேல் 'ஏன் இன்று போகிறாய் ஒரு சில நாளாவது ஓய்வெடுக்கலாமே?' என்றெல்லாம் ஆலோசனைகள் குறைவின்றி இருக்கும். அதற்கெல்லாம் இடம் தந்து இன்றைய நாளை பலவீனமாய்த் தொடங்க நினைக்கவில்லையோ என்னமோ?

'நேத்து பட்டது போதாதா மகடாலு?'

'அந்த புது ஆபீசர் ரொம்ப மோசம்கிறாங்களே.'

'வேற எங்காவது போலாமே?'

பிள்ளைகள் மாறிமாறி எதிர்கருத்துகளை முன்வைக்க, மகடாலு எல்லாவற்றையும் கேட்டுக்கொண்டு, 'இன்னிக்கு நேத்திக்கிப் போன அதே காடு அப்பறம் அதே எடம். யாரு வர்ரான்னு பாத்திடுவோம்' குரலில் அழுத்தம் இருந்தது. துணிவு இருந்தது. பிள்ளைகள் எல்லோருமே பயத்தோடிருந்தார்கள். மகடாலுவைப் புரிய முடியாமல் குழம்பினார்கள்.

இப்போது பச்சைகள் எல்லாம் காய்ந்துபோய், நிலப்பகுதிகள் வெடித்து மரங்கள் இலைகளையிழந்து அனல்கக்கும் உருவங்களாயின. பூமியே நெருப்பின் மேல் நிற்கிறதோ என்று கற்பனை செய்யும் அளவு இருந்தது. அதனால் புழுதிகள் பறந்து கண்களில் சென்று நீராவதுண்டு. வருபவர்கள் உணரும்படி நிழல் தந்து, காற்று தந்து,கம்பீரமாகக் காட்சியளித்த அரச மரங்கள் இப்போது நீண்ட வறண்ட கூர்மையான குச்சிகளோடு இருந்தன.

'காடு தரும் படிப்பினைகள் கதைகள், கணக்கற்றவை. ஏன் முடிவற்றவை' என்று சொல்லி பிள்ளைகளை கவனிக்கச் சொல்வார். அவர்களின் மன எல்லைகளை விரிவாக்குவார். 'காட்டின் ஒவ்வொரு பகுதியும் ஒரு படலம் பேசுமளவு ரகசியங்களைக் கொண்டிருக்கிறது' என்றும் சொன்னார். காட்டின் மனமும் மணமும் அறியக்கூடிய பாக்கியசாலிகளுக்கு அது ஒரு பொக்கிஷம்.

மகடாலுவுக்கு நேற்று இரவு நடந்த சம்பவம், அனுபவத்தின் பாதாளத்திற்குக் கொண்டுபோய்விட்டது. தற்போது அதை நினைக்காமல் இருக்க ஒரு பாக்கை போட்டுக்கொண்டார். பிள்ளைகள் ஓடி வருவதைக்கண்டு, அதை மறைத்துக்கொண்டார்.

'டேய் போங்க, தோ அந்த பக்க ஆடுங்கள போய் ஓட்டிகிட்டு வாங்க' என்றார் குழறிய வாயோடு.

புரிந்துகொண்ட பெருமாள், 'சரி சரி வா நாம போலாம்' என்று மற்றவர்களை அழைத்துக்கொண்டு கிளம்பினான். மகடாலுவுக்கு சற்றே மகிழ்ச்சியாயிற்று. வாசனையை முகர்ந்து ஒரு சிட்டிகையை எடுத்து உதட்டுக்கீழ் வைத்துக்கொண்டார்.

எப்போதும் அதை நுகர்வதில்லை. எதையாவது சமாளிக்கும் நேரம், வலி தன்னை மீறிப்போகும் நேரம் சிறிது உள்ளே போகும். முடிந்தவரை தவிர்க்கவே முயற்சிகள் நடக்கும். முழு உடலும் எதையோ பெற்றமாதிரி இருந்தது. இலேசான மயக்கம் கூட. நேற்றைய காட்டு நிகழ்வை ஒதுக்கிவிட்டு புதியதாக சிலவற்றை நினைவுக்குக் கொண்டு வந்தார். ஆடுகள் உற்சாகமாய் பிள்ளைகளுடன் முன்னேறிக்கொண்டிருந்தன. சற்றே பின்னாலிருந்த மகடாலு வேகமெடுத்து அவர்களை நெருங்கினார்.

'ஆடுங்கள உள்ள ஓட்டிக்கிட்டு போலாமா? பிரச்சினை கிரச்சினை?' என்றுஅம்சம் பயத்துடன் வார்த்தைகளை வெளிப்படுத்தினாள்.

'நம்ம காடுடா. ஓட்டுடா ஆடுங்கள உள்ள. ம் போகட்டும். என்னானாலும் பாத்துக்கலாம். எது வந்தாலும் பேசிக்கிலாம்.

ரொம்ப யோசிக்காத. ஆடுங்கள பத்திரமா பாக்கிற வேலையைப் பாரு. அது போதும்' என்று தெம்பாகக் களமிறங்கினார் மகடாலு.

காட்டில் ஐக்கியமானதிலிருந்து நொடிக்கு நொடி அந்த அலுவலர் அல்லது வேறு யாராவது வருவார்களோ என்ற எண்ணம் இருந்தது. ஒரு கட்டத்தில், 'வாங்கடா யாராவது, என்னன்னு பாத்துடலாம். நான் எதுக்கும் தயாராகத்தான் வந்திருக்கேன். வாங்க. எந்தப்பக்கமிருந்தாலும் வாங்க' என்று துணிவாய் தனக்குள் சொல்லிக் கொண்டார்.

இப்போது சற்று தெம்பு வந்துவிட்டது. எப்படிப்பட்ட அலுவராக இருந்தாலும் என்ன சொன்னாலும், என்ன நடந்தாலும் மிக நன்றாக எதிர்கொள்ளமுடியுமென நம்பினார் மகடாலு. அது அவரது நடையிலும் பிரதிபலித்தது. அதற்குப் பரிசாக ஒரு பாட்டை முணுமுணுத்துகொண்டார். அதன் தொடர்ச்சியாய், யாரையாவதுக்கண்டால், 'இந்தப்பக்கம் அந்த ஆபீசருங்க வந்தானுங்களா?' என்று கேட்கும் படியாகிவிட்டது.

பிள்ளைகளை நகைச்சுவையால் சிரிக்கவைத்தார். யாரும் வரவில்லை. பார்த்தவர்களைக் கேட்ட போதெல்லாம், 'தெரியாது' என்று சொன்னார்கள். மதியத்திற்கு வைத்திருந்த உணவைப்பிரித்து பிள்ளைகளிடம் பகிர்ந்தார். 'இது சாப்பாட்டு நேரமில்லையே?' என்று குழம்பினார்கள். அவரும், 'ஆமாம் இது சாப்பாட்டு நேரமுன்னு நான் சொல்லலியே?' என்று சொல்லி மீண்டும் சிரித்துக்கொண்டனர். பிள்ளைகள் மகடாலுவை வித்தியாசமாகப் பார்த்தனர்.

முன்பு விசாரித்த ஒருவர் திரும்பிப்போகும் போது, 'இன்னிக்கி அந்த ஆபீசர் வரமாட்டாராம். அந்தப்பக்கத்துல பேசிக்கிட்டாங்க. அத ஒங்க கிட்டசொல்லிட்டுப் போலாம்னு வந்தேன்.' மகடாலு, 'என்னாது வரமாட்டாரா?' என்று வியந்தார். 'ஆமாங்க ஏன் எதாவது முக்கியமா?' மகடாலு, 'ஆமாம் ரொம்ப முக்கியம். நானா அவங்களான்னு இன்னிக்கு ஒரு முடிவுசெஞ்சாகணும்.'

பிள்ளைகள், ‘ஏன் மகடாலு அவ்வளவு படுத்துற?’ அவர்தான் இன்னிக்கு வரமாட்டார்னு சொல்லிட்டாரே அப்பறம் ஏன் வம்ப வெலக்கு வாங்கிற மாதிரி?’

‘ஏய் நீ சும்மா இரு. நான் இன்னிக்கு அவனுங்களப் பாக்கறதா முடிவெடுத்திருந்தேன். அதுக்காகத் தான் வந்திருக்கேன். ஒங்ககிட்ட காலையிலயே சொன்னேல்ல? அப்பறம் எப்படி வராமப்போகலாம்?’ சற்றே கோபமாய்த்தான் இருந்தார்.

உண்மையில் அலுவலர்கள் யாரும் காட்டுக்கு வரவில்லை என்பது மகிழ்ச்சியான செய்திதான். ஆனால் அதை எப்படி அதன் போக்கில் விட்டுவிடுவது என்று ஒரு பிடி பிடித்தார்.

இனியும் வரலாம் என்கிற ஒரு சிறுபயம் உள்ளே இல்லாமல் இல்லை. அனைவரும் ‘மகடாலு, அலுவலர்களையே கோபித்துகொள்கிறாரே அப்படியென்றால் எவ்வளவு பெரிய ஆளா இருப்பார்?’ என்று நினைக்குபடி அலப்பறை இருந்தது.

மெல்ல மெல்ல ‘இது எதிர்பாராத மகிழ்ச்சியான செய்தியாயிற்றே?’ என்று உணர ஆரம்பித்தார் மகடாலு. பிள்ளைகளைக் கூப்பிட்டு கொண்டாட முடிவுசெய்தார். அதற்கேற்ப ஆடுகளை ஒழுங்கு செய்யச்சொல்லி, தனது பாட்டில் தொடங்கினார். பிள்ளைகள் ஒரு மாதிரியாய்ப் பார்த்தனர்.

இப்படி மதிய நேரத்தில் பாட்டு கொண்டாட்டம் என்பதெல்லாம் வெகு அரிதாய் நடக்கும். நிறைய நேரம் மாலையில் சூரியன் பதுங்குதலுக்கு முன் நடக்கும். ஆடுகளும் நாள் முழுதும் மேய்ந்து வயிறு நிரம்பிய மகிழ்வுகளில் வேறெங்கும் திரும்பாமல் வீடு நோக்கியே நடக்கும் அல்லது ஓரிடத்தில் தங்கும்.

ஒரு நீர் நிலைக்கு அருகில் மகடாலு தனக்குப் பிடித்தமான பாட்டை உலகிற்கு அர்ப்பணித்துகொண்டிருந்தார். பிள்ளைகள் ஆடலாமா என்று கேட்காமலேயே அசையத் தொடங்கிவிட்டனர். அடுத்து பிள்ளைகள் பாடிக்கொண்டே ஆடினர். பார்த்தவர்களில் சிலர் முகத்தை ஒரு மாதிரியாக்கிக் கொண்டனர்.

இப்போது விறகு பொறுக்கவந்தவர்களும், பாதையில் கடந்துபோகிறவர்களும் கூட இவர்களின் கொண்டாட்டத்தை கேட்டு பார்க்க வந்துவிட்டனர். வழக்கமாக காட்டில் தனது இருப்பை தெரியாமல் செய்துகொள்வதில் கவனமாக இருக்கும் மகடாலு, இன்று அதன் எதிர் திசைக்குச் சென்றுவிட்டார். பிள்ளைகள் அசந்து உட்காரும் வரை, அந்த இடம் மகிழ்ச்சியில் வியாபித்திருந்தது.

தூரத்தில் யாரையோ பார்த்ததும், தனது ஆட்டத்தை நிறுத்திவிட்டு ஓடிவந்த பெருமாளை, அதிர்ச்சியாகத்தான் பார்த்தனர். ‘கோவி போறாரு’ என்று சொன்னதும் மகடாலு பார்த்தபோது அவர் கண்ணுக்குத் தெரியவில்லை. ‘அடிபட்ட மகடாலு எப்படி அன்றைய நாளை ஆக்குகிறான்’ என்று தனது திட்டத்தின் ஒரு பகுதியாக, பார்க்க வந்திருப்பாரோ?

மாலையில் காட்டைவிட்டு வெளியேறும்போது காட்டு மண்ணைத் தொட்டு வணங்கி மகடாலு நன்றி தெரிவித்தார். நேற்று இதே நேரம் அந்த அலுவலரிடம் அடிவாங்கியது நினைவுக்கு வந்தது. இன்று வந்திருந்தால் நேற்றைய சம்பவம் போல் இன்று நடக்க வாய்ப்பில்லை என்று சொல்லிக்கொண்டார்.

மகடாலு இந்தக்காட்டை நம்பிதான் தினமும் கண்விழிக்கிறார். ஒரு நாள் இரு நாள் என்றால் வெளியில் பார்த்துக்கொள்ளலாம். இந்தப்பக்கமே வரக்கூடாது என்றால்? அவரால் நினைக்கவே இயலவில்லை. ஆடுகளைப் பார்த்து நெகிழ்ந்துகொண்டார்.

ரத்தம் கட்டிய கால்களை அசையவைத்து, வைத்தியத்தைத் ஒத்திவைத்து, இந்தச் சோதனையை நிகழ்த்தி, ‘இனி எந்தச் சூழலிலும் ஆடுகளுக்கு காடு தனது மடியினை திறந்திருப்பாள். அதை யாராலும் தடுக்க முடியாது’ என்ற முடிவுக்கு வந்தார்.

தற்போது அந்த வானம் தனது கொண்டாட்டத்திற்கே காத்திருப்பதாக நினைத்தார். நேற்று இந்நேரம் மறைந்து போன சூரியன் இன்று தனக்காகவே காத்திருப்பதாக நினைத்துத் தொடங்கினார். பாட்டின் ஒலி அந்தப்பகுதியில் வீசி தன்னை அறிமுகப்படுத்திக்கொண்டது.

சிலர் காட்டில் ஏதாவது பிரச்சினையோ என்று நினைத்திருக்கலாம். கைத்தடியை தோள்பட்டையில் வைத்துக்கொண்டு வட்டமடித்து ஆட்டத்தையும் தொடங்கிவிட்டார். செல்லாயியும் பெருமாளும் சேர ஏதோ குழு நடனம் நடப்பதாகியது. பல உச்சங்கள் அப்போது இந்த உலகில் சங்கமமாகி இருந்தன.

மகடாலு வீட்டுக்குப் புதியவராகப்போனார். ஆடிய போதும் அதன் முன்னரும் அதன் பின்னரும் வலிகளின் நினைவில்லை. உடல் எடை குறைந்து இலகுவானது போல் இருந்தது. மனதில் சிரிக்கவும் கொண்டாடவும்தான் எண்ணங்கள் குவிந்திருந்தன. வேறு வகையான எண்ணங்கள் தூரங்களில் கிடந்தன.

பகல்முடிந்து இரவு துவங்கும் அந்த நேரம் ஆனந்தமாக இருந்தது. வீட்டுக்குப் போனதும் நீண்டகாலமாய் மூட்டையில் மடித்து வைத்திருந்த அழகுநிலா கொடுத்த சில்க் சட்டையைப் போட்டுக்கொண்டு படு உற்சாகமாக வீதியில் இறங்கினார் தனியனாய். தெரு புதியதாக இருந்தது.

எந்தவித பிடிப்போ, வெறுப்போ, ஈர்ப்போ, ஏக்கமோ, குறைகளோ, வருத்தமோ, எதன் மீதேனும் மோகமோ இன்றி ஓர் ஆனந்த உலகில் மேகம்போல நகரத்தொடங்கினார் மகடாலு. உலகில் எல்லாமே அற்புதமாகியது. எல்லோரிடமும் அன்பாய் இருந்தார். எங்கு போகிறோம் என்ற தீர்மானமின்றி வண்ணச்சட்டையில் ஒரு நிலாவாகப் போய்க்கொண்டிருந்தார். காற்று அவரோடு சேர்ந்துகொண்டது. இரைச்சல் விலகிக்கொண்டது. தூரத்திலிருந்து நட்சத்திரங்கள் வாழ்த்திக்கொண்டிருந்தன.

12

இன்று அழகுநிலாவை நினைக்கும் போதே பற்கள் கடிபட்டன. உடல் சூடானது. கையில் இருந்த பாக்கு உடைந்தது. வெளியிலிருந்து எழுந்து சுற்றிலும் பார்த்துவிட்டு எச்சிலை வேகமாய்த் துப்பிவிட்டு, குடிசைக்குள் போனார் மகடாலு. சுவரில் சாய்ந்துகொண்டு எதிர்திசையை வெறித்துக்கொண்டிருந்தார். கண்களில் நீர் இருந்தது.

முதல் வெளிநாட்டுப் படிப்பு, முதலில் பேண்ட் போட்டது, முதலில் கக்கூஸ் அமைத்தது, முதலில் விலையான பைக் வாங்கியது, முதலில் பெரிய ரேடியோ, பெரிய மாடி வீடு, ஷூ போட்ட ஆள்... என்றொரு பட்டியலை மிஞ்சும் வேறொரு பட்டியலும் வீரபாகுவுக்கு உண்டு. இப்படி பட்டியல்கள் நிறைந்த ஒருவன் பிரபலமாகாமல் இருக்க முடியுமா?

தலைமுறைகள் பல கடந்தாலும் பணக்குறைவின்றி வாழும்

வசதிகொண்ட வீரபாகுவின் சொத்துகள் எப்படி சுகங்களில் கரைந்துகொண்டிருக்கிறது என்பது பலரும் அறிந்தது. விதவிதமாய் அனுபவித்து, தனிவிதமாய் வாழ்பவன். உயரமான படிப்புக்கும் வந்த வேலைகளையெல்லாம் ஒரு முக அசைவில் நிராகரித்துப் பெருமைப்படுபவன்.

அவன் பெயரைச் சொல்லி, அவனது பக்கத்து வீடு, மூணாவது, எதிர்பக்கம், அவன் இருக்கும் தெரு, அவனின் தாயாரின் சகோதரரின் உறவு முறை என்று சொல்வது ஒரு பக்கமெனில், பள்ளிகளிலும் ஊர் பிள்ளைகள், 'இந்த சுத்து வட்டாரத்திலே அதிகம் படிச்சவரு', 'இங்கிலீசுன்னா அவருதான்' 'ஸ்டைல்னா அவர்தான்' என்றும் பெருமைகள் உண்டு.

வீரபாகுவிற்கு இவை எல்லாம் மனதிலிருக்குமா? நினைத்தால், ஒருவரைத் தெருவிலேயே அடிப்பான், உதைப்பான். எதிர்த்தால் மேலும் அடிப்பான். உறவுக்குப் பெண் தேவையெனில் உரிய வீட்டுக்கே போவான். பிற வீட்டுக்காரர்கள் பார்ப்பார்கள். தெரியாமல் எனில் வீட்டின் பின்புறமேறி குதித்துப் போவான். ஒருமுறை வீட்டிலிருந்தவர்களை வெளியே அனுப்பிவிட்டு பிறகு அதே வழியில் வெளியேறினான். இவனைப் பார்த்தாலே பல முகங்கள் சுருங்கும், மனம் குறுகும்.

'வர்ரான் இன்னிக்கு யாருன்னு தெரியல' கதவைச் சார்த்திவிடுபவர்களும் உண்டு. இவனால் ஊரைக் காலிசெய்தவர்கள் உண்டு. அந்தளவு வல்லமை படைத்த படிப்பாளி.

மோட்டார் பைக்கில் சப்தத்தை இறைத்துக்கொண்டே வேகமாய் வந்து சேர்ந்தான் வீரபாகு. நிறுத்தும் போது மேலும் சப்தத்தைக்கூட்டியது யாருக்கோ எதையோ சொல்வது மாதிரி இருந்தது. கருப்புக்கண்ணாடியை கழட்டாமலேயே தெருவை ஒரு பார்வை பார்த்து, 'என்னடா முருகா, யாராரெல்லாம் வயல்ல வேல செய்யறாங்க?' முருகன், தகவல் கொடுக்கும் போதே எழுந்தவன் அவனை ஒரு உதைவிட்டான். செய்வதறியாது, வலியைத் தாங்கிக்கொண்டு நின்றான். 'ஏய் நான் சொல்ற மயிருங்கள ஒன்னால வேலக்கு அழச்சிகிட்டு

வர முடியலன்னா. போடாங். கண் முன்னாடி நிற்காத. 'இப்போது செருப்பை எடுத்து முருகன் மேல் வீசினான். அவன் ஒதுங்கிக் கொண்டதால், 'நில்டா' இப்போது மற்றொரு செருப்பு பலமாய் அவன் மேல் விழுந்தது.

'நீ என்ன செய்வியோ தெரியாது, அவள எப்படியாச்சம் வேலைக்குன்னு சொல்லி அழச்சிக்கிட்டு வரணும். ஆமாம் எப்படியாச்சும் அவள..., பற்களைக்கடித்துக்கொண்டே, 'அட்வான்ஸ் கேட்டா தூக்கி மூஞ்சில வீசுடா' பணத்தைக் கொடுத்து, சிகரெட்டைப் பற்றவைத்து, ஸ்டைலாக காத்திருந்த நாற்காலியில் கிடந்த லுங்கியை. காலால் எடுத்து வீசிவிட்டு, உட்கார்ந்து தெருவை நோக்கினான். புகை அவன் சொன்னபடி கேட்டது. பற்களைக் கடித்தபடி யோசனை தீவிரமானது.

மரகதம் குடும்பமே இரவு பகலாய் உழைத்து திருமணத்திற்கு வேகமாகத் தயாராகிக்கொண்டிருந்தது. ஊரில் சிலர் இவர்களைப் பார்த்து, மறைவாகப்பேசுவதில் குறைவில்லை. எப்படி இருந்தால் இந்த உலகம் ஒருவரைப் பற்றிப் பேசாது? பேசுவதற்கெல்லாம் பதில் தந்துகொண்டிருந்தால், அதுவே வாழ்வின் பெரும் பகுதியை எடுத்துக்கொள்ள நேரிடலாம்தானே?

திருமணம் நிச்சயமானது என்றதுமே நிலாவும் மகடாலுவும் பேசு பொருளானார்கள். 'நெலா பின்னாடியே அலைஞ்சவனெல்லாம் இனி யாரு பின்னாடிப் போவானுவளோ?'

'அப்படி என்னடா அவகிட்ட இருக்குன்னு ஓட்றானுவ, பைத்தியக்காரனுவ. வேற வேலையேயில்ல? அதிலும் கீழ்த்தெருகாரி அவ. த்தூ பேமானிங்களா.'

'ஒனக்கு வயசாயிடுச்சியா. சரி, நீ அவள முழுசா ஒரு மொறயாவது பாத்திருக்கியா? அதுலயும் இப்ப ஒரு மாசத்துல? அப்படிப் பாத்திருந்தா நீ இப்படியெல்லாம் பேச மாட்ட.'

'எது எப்படியோ இனிமே அவ வெளயாட்றப்போ, வேலைக்குப் போவறப்போ, டவுனுக்குப் போறப்போன்னு பின்னாடி ஓட்னவனுவ, ஒழுங்கா வேலையப் பாத்தாதான், இவனுங்களுக்கு ஒரு கலாவோ இல்ல மாலாவோ கெடைப்பாளுங்க.'

பேச்சுகளும், குசுகுசுப்புகளும் அவ்வூரில் சுற்றின. தெரு வேறுபாடில்லை, சாதி வேறுபாடில்லை. வயது வேறுபாடில்லை. பாலின வேறுபாடில்லை. பலர் அவள், இப்போதே தங்களை விட்டுப் போனதாய் வருந்தினர். சிலர், 'நல்லவேள கல்யாணம் ஆனாலும் இந்த ஊர்லதான இருப்பா. முடியும்தானே?' என்றெல்லாம் நினைப்புகள் பெருகி மனங்கள் ஒழுகிக்கொண்டிருந்தன.

இரவு பகலாக மகடாலு வேலை செய்கிறான் என்று தெரிந்து, அன்று வேலை முடிந்து மாலை சற்றே முன்னதாக வீட்டுக்கு வந்தாள், அழகுநிலா. அம்மா திருமணம் தொடர்பாய் சொந்தக்காரர் வீட்டுக்குப் போய் இருப்பதால் வர நேரமாகும். நெல்லரிசியை வேகவைத்தாள். மீதமிருந்த கருவாட்டை மொச்சைப்பயிரோடு குழம்பாக்கினாள் இரண்டையும் தன் கையால் பிசைந்து, ஒரு தூக்குப்போணியில் எடுத்துக்கொண்டாள். புதுக் கண்ணாடியைப் பார்த்து தலையை வாரிக்கொண்டாள். பாவாடையைச்சற்றே தூக்கி இடுப்பில் சொருக்கிக்கொண்டு நடையை வேகப்படுத்தி மகடாலு நெல் அடிக்குமிடம் போய்ச் சேர்த்தாள். இவளைப் பார்த்ததும் மொத்தபேரும் வேலையை நிறுத்தி அழகைப் பார்த்தனர். மகடாலுவுக்கு மகிழ்வும் வெட்கமும் கூடி தடுமாற்றத்தைக் கொடுத்தது. சிறிது நேரத்திற்குப் பின் நிலா மகடாலுவுக்கு அருகில் தோன்றி, பேச்சைத்தொடங்கினாள்.

'கொஞ்சம் சாப்புட்டு வேலயச் செய்யறது?' எல்லோருமே இன்னும் வேடிக்கைப் பார்ப்பதை அறிந்த மகடாலுவிடம் பதிலில்லை. அவனுக்கு வெட்கம். 'சரி. நீ சீக்கிரம் இருட்டறதுக்கு முன்னாடி போய்ச்சேரு' என்று சொன்னான். கருவாட்டுக்கொழம்பு வாசம் விரிந்து வலுவாய் வீசிக்கொண்டிருந்தது.

'சரி நா செய்யறேன் போ. சாப்புடு' என்று நெற்கதிர்களை அடிக்கும் வேலையை ஏற்றாள். அவ்வளவு பேரும் நிலாவைப்பார்த்து நின்றனர். பொதுவாக இது ஆண்கள் செய்யும் வேலை. 'ஏ நெல்லடிக்க நமக்கு இன்னொரு ஆளு கெடச்சாச்சி' சுப்பு கிண்டலாக்கினான். மகடாலு முழுதும்

சாப்பிடாமல் ஓடிவந்தான்.

திருமணத்திற்கு முன் இப்படியான சந்திப்புகளுக்கு ஊர் ஏதாவது சொல்லும்தான். மறைத்தா செய்தாள்? துணிந்தாள். மகடாலுவுக்கு கடும்பசி, தலை சுத்தல் உண்டுதான். ‘இருட்டிகிட்டு வருது. சீக்கிரம் கௌம்பு’ மகடாலு சற்றே கோபமாய் சொன்னதைக்கேட்டு கிளம்பினாள், அவனைப் பார்த்துக்கொண்டே. உலகில் அப்போது வேறு யாருமில்லை அவளுக்கு. ஏதேதோ பிரகாச காட்சிகள் விரிந்தன, நிலாவில்.

இருட்டு மேலும் கூடி மரங்களின் இலைகளை சிறு சிறு பகுதிகளை மறைத்தன. தூரத்து உருவங்கள் இருளில் கரைந்துகொண்டிருந்தன. பாவாடையை மேலும் தூக்கி சொருகிக்கொண்டு நடையில் கவனத்தைப் புகுத்தி வேகத்தில் தீவிரமானாள். மகடாலுவை நினைவு படுத்தும் பாடல் மனதில் ஓடத்தொடங்கியது.

நெல் வயல் பகுதி முடிந்து, எள் செடிகளின் நிலத்தில் இறங்கி போய்க்கொண்டிருந்தாள். வரப்பில் தடுக்கி விழாமல் நிதானித்துக்கொண்டாள். கிணற்றை ஒட்டிய கொட்டாய் ஒன்றிலிருந்து. அழைக்கும் குரல் கேட்டு திடுக்கிட்டாள்.

‘ஏய் நிலா.’

நிற்காமல் ‘யாரு’ என்றாள்.

‘என்னத் தெரியல?’

‘இருட்டுல தெரியல’ தொடர்ந்து போய்க்கொண்டிருந்தாள்.

‘வீரபாகுடி’ வேகமாக முன்வந்து நிற்க

‘என்னா வேணும்?’

‘கிட்ட வாடி சொல்றேன்’

‘ … ’

‘எதுக்கு ஒன் பின்னாடியே சுத்தறேன் தெரியாதா? ஏய் சொல்டி?’

நடையின் வேகம் மேலும் கூடியது. அவள் ஓடத்தொடங்கும்

முன், கையைப் பிடித்து, வீரபாகு தன்கையை, அவளது உடலில் வைக்க வருவது தெரிந்தது. 'ஏ மகடாலு', 'ஏ மகடாலு' அவளின் குரல் பறந்தோடி, அவனைத் துரத்தியது. நிலாவின் கழுத்தில், முடியில் கையை வைத்து இறுக்கிக்கொண்டிக்கும் போதே, மகடாலு, வீரபாகுவைக் கீழேத்தள்ளி, நிலாவை தூரப்படுத்தினான். இருட்டில் வீரபாகுவுக்கு ஒரு வலுவான உதை கொடுத்தான். அவன் துடித்தெழுந்து ஓடப்பார்த்தான். மகடாலு பிடித்துத் தன் பக்கம் இழுத்தான்.

'இது ஒனக்கு நல்லாயிருக்கா, ஏன்யா இப்படி?' தன்னை விடுவித்து, கிளம்பி கொண்டே, 'டேய் ரொம்ப பேசாத ஆமாம். நான் அவள ஒன்னும் செய்யல. மரியாதையா இத பெரிசு படுத்தம விட்டுடு. இல்லன்னா நீ என்னாவன்னு யாருக்கும் தெரியாது' பேச்சை வளக்க விரும்பாத, மகடாலு திரும்பி அழகுவை ஒரு அறை விட்டான். அவள் கன்னத்தைப் பிடித்துக்கொண்டாள்.

'ஏய் நில்லு' மகடாலு வீரபாகு போன திசையில் ஓடத்தொடங்க, ஒளியோடு வந்தவர்கள் மகடாலுவைப் பிடித்துக்கொண்டனர். நிலா வீடு நோக்கிப் போனாள். 'இனி இப்படி நடக்காது. அவனுக்கு இப்ப ஒன்னியப் பத்தி நல்லாத் தெரிஞ்சிருக்கும். வா போலாம்' என்று சுப்பு வேலைக்கு அழைத்துச் சென்றான். நீண்ட நேரம் அதை நினைத்துக்கொண்டே இருந்த மகடாலு, வேலையில் கவனத்தைக் குவிக்க முடியாமல் மயங்கிச் சரிந்தான்.

வீரபாகு, மேலும் காம வெறிகொண்டான். நிலாவின் அழகு அவனுக்குப் போதையேற்றிக்கொண்டே இருந்தது, நாளெல்லாம் நிலாவின் கனவில் இருந்தான். ஏதேதோ திட்டம் போட்டான். அப்போதெல்லாம் தர்மனும் மகடாலுவும் நினைவுக்கு வர திட்டம் மாறும்.

அன்று நிலா, டவுனுக்குப் போய்விட்டு தாயுடன் வரும்போது, திடீரென வழி மறித்து, பலரும் பார்க்கும் போதே, அழகுவை, வீரபாகு குட்டிப்பாலத்திற்குக் கீழ் இழுத்துச்சென்றான். தாய், 'சாமி எம்பொண்ணக் காப்பாத்துங்க. ஐயையோ, ஐயையோ' மரகதத்தின் கூக்குரல் வீரபாகுவுக்கு கடும் கோபம் வந்தது.

‘கீழதான் ஒடுங்க ஒடுங்க காப்பாத்துங்க’ சிலர் வருவதாக நினைத்து மேலே வந்த போது, யாருமில்லை. அழகுநிலா எதிர்புறம் வழியாக முள்செடிகளில் விழுந்து சாலையை அடைந்து, ‘அம்மா இங்க வா’ திரும்பவும் டவுனுக்குப் போய் தர்மனை வரச்சொல்லி, மூவரும் சேர்ந்து ஊருக்குத் திரும்பினர்.

’நிலாவை சாதி பார்க்காமல் திருமணம் செய்துகொண்டு, வேறு ஒரு ஊரில் இருக்கவைத்து பார்த்துக்கொள்ளலாமா?’ என்றெல்லாம் பைத்தியமாய் அலைந்தான், வீரபாகு. மகடாலுதான் நிச்சயதார்த்தம் செய்துவிட்டானே? எதிர்பாராமல் ஒரு நாள் நேரடியாக அழகு வீட்டுக்குப்போக தர்மன் கடுமையாகி, வாக்குவாதம் முற்றி பலரும் கூடிவிட்டதால் திரும்பவேண்டியதாயிற்று. அன்று இரவு வீரபாகு நிறைய குடித்து பலரையும் திட்டித் தெருவை வேடிக்கைப்பார்க்க வைத்தான்.

முயற்சி மேல் முயற்சி எல்லாமும் தோல்வியாக, இன்னும் வீரபாகுவுக்கு, கோபமும் காமமும் கூடி வாய்ப்புக்கு வெறி கொண்டிருந்தான். நிலா மாதிரி இப்படி எவரும் அவனை இழுக்கடித்து, நோகவைக்கவில்லை. அதே நேரம், ‘அழகுநிலா எப்படிடா இப்படி மாறிட்டா? அய்யோ நம்பவே முடியலடா’ என்று சொல்லி ஏக்கத்தை மேலும் தீவிரப்படுத்திக்கொண்டான் அவன். முருகனால் இவனுக்கு உதவமுடியவில்லை. அழகுவிடம், ‘ஜாக்கிரதையா இரு’ என்றான்.

உடலை வருங்காலக் கணவன் மகடாலுவுக்காக இன்னும் மெருகூட்டி, ஆசைக்கனவில் மிதந்தாள் அழகுநிலா. இருட்டும் முன் வீட்டிற்கு வந்துவிட வேண்டும் என்ற மகடாலுவின் பேச்சை நிறைவேற்றிக்கொண்டிருந்தாள்.

மகடாலு ஒரு நாள் அவளுக்காக மல்லிப்பூவும் அல்வாவும் கொடுத்தனுப்பிக் கனவை வலுவாக்கினான். மலர்ச்சியில் இன்னும் அழகாகி சிரிப்புக் கூடி சில பெண்களுக்குப் பொறாமையை வரவழைத்தாள். தெருவில் தேவதையானாள்.

அழகுநிலா, கூலி வேலைக்குப் பின், பலரோடும் கிண்டல் கேலியில் வீடு திரும்பும் போது, சற்றே ஒதுங்கியிருந்த புளிய

மரத்தின் பின் நின்று அழகுவை, வீரபாகு அழைத்தான். அவள் கோபத்தோடு நிற்காமல் போய்க்கொண்டிருந்தாள். உடனிருந்தவர்கள் திரும்பி வீரபாகுவைப் பார்த்து பயந்துகொண்டிருந்தனர். மீண்டும் மீண்டும் அழைத்தான். நிலா வேகமாகப் போய்க்கொண்டிருந்தாள். சிறிது நேரம் அமைதியாய் இருந்த அவன் வெறிபிடித்த கோபத்தில் ஓடிவந்து, அழகு நிலாவின் நீண்ட கூந்தலை படுவேகமாய் பிடித்திழுத்துக் கொண்டே போனான். 'மகடாலு, மகடாலு' என்று கத்திக்கொண்டிருந்தவளை ஒரு உதையில் அடக்கினான், வீரபாகு. உடலில் கையை வைத்து அழுத்தித் திருகிக் கதறவைத்தான். உடன் வந்தவர்கள், 'அவள விடு' என்று கத்தினர். வீரபாகு அவர்களில் ஒருத்தியை அறைந்து, 'ஒன்மேல கைய வச்சனா? போடிங்' கடும் மிரட்டலில் பிறர் வீட்டை நோக்கி ஓடினர்.

முடியோடு இப்போது, உடலையும் பிடித்திழுத்துக்கொண்டு, மரத்தின் பின்புறத்திற்குக் கொண்டு சேர்த்தான். மரத்தின் அடிப்பக்கத்தில் ஒரு பகுதி உடைந்து பெரும் இடம் ஏற்பட்டிருந்தது, 'என்னய விட்டுடு, அய்யோ காப்பாத்துங்க, அய்யோ. ஏ மகடாலு வரமாட்டீயா?' அவளது கத்தல் எங்கோ போய் திரும்ப வந்தது. பற்களைக்கடித்து, எச்சலைத் துப்பி, முறைத்தான். அவளின் முடியை மேலும் கைகளில் சுருட்டிக்கொண்டு, இழுத்து மரத்தின் மீது அவளது தலையை இருமுறை மோதினான். அவளின் சப்தம் குறைந்து வலியில் அழத்தொடங்கினாள்.

'மகடாலு வரமாட்டாண்டி செருக்கி, ரொம்பதான் திமிரு காட்ற. நான் யாரு தெரியுமில்ல? எத்தன நாளு? எனக்குன்னு ஒரு எல்ல இருக்குடி' 'ஐயோ' தொடர்ந்து குரலை உயர்த்திக் கத்தினாள் அழகுநிலா. ஒரு கையால் வாயை அடைத்து மரத்தில் சாய்த்து அழுத்தி துணிகளைக் களையும் போது அவளது குரல் சன்னமானது. நிலா, திமிற முயன்ற போது தலையை மரத்தின் பக்கவாட்டில் இன்னொரு முறை மோதிக்காயப்படுத்தினான், ரத்தம் உடனடியாய் வெளியேறியது. அவளின் உடல் திமிறலை,

தனது கால் முட்டியை மடக்கி அவளது கால்களுக்கிடையில் வலுவாய் சிலமுறை குத்த அடங்கி, விரைத்துக் கிடந்தாள், நிலா.

சிறிது நேரத்தில் உடலசைவை நிறுத்தி, முனகிக்கொண்டே அவளை விலகி, 'அவ்வளவுதான்டி, முடிஞ்சிது. இப்ப ஓடு' காலால் துணியைத்தள்ளி அவளின் உடலை மூடினான். 'போடி. என்னா பண்ணிட்டேன்' நிலா மயங்கிய நிலையில் கிடந்தாள். எதுவும் பேசவோ, அவனைப் பார்க்கவோ இல்லை. அவிழ்ந்த வேட்டியை சுற்றிலும் பார்த்துக்கொண்டே கட்டிக்கொண்டான். மீசையைத் திருகி, இன்னும் திமிருடன் வேகமாக நடக்கத்தொடங்கினான்.

பைக் காத்திருந்தது. சிகரெட் வாயிலிருந்தது. புகை விலகி ஓடியது. அங்கிருந்தபடியே, 'ஏய் எந்திரிச்சி ஓடு. ஆமாம் எப்ப கூப்டாலும் எங்க கூப்டாலும் வரணும், இல்லன்னா மண்ணுக்குள்ளப் போயிடுவ. தெரியுமில்ல என்னபத்தி?' எழுந்து நிற்க முடியாமல் வலியில் தடுமாறினாள். தன் தலையை மரத்தில் தானே மோதி அழுதுகொண்டே நடக்கத் தடுமாறினாள். விழுந்தெழுந்து, தலையைப் பிடித்து குனிந்தபடியே மெல்ல வீட்டுப் பக்கம் அடிகளைவைத்தாள். தலை உச்சமாய் சுற்றியது, அப்படியே உட்கார்ந்து சாய்ந்தாள். பேரமைதி.

13

கோவி தன்னோடு டவுனுக்கு வந்தபோது ரத்னாவுக்கு இரட்டை மகிழ்ச்சி. சாலையோரம் நிற்கச்சொல்லிவிட்டு, 'இதோ வந்து விடுகிறேன்' என்று கிளம்பினார். அவரையே பார்த்துக்கொண்டிருந்தார், ரத்னா. சிறிது நேரத்தில் அவர் பார்வையிலிருந்து கோவி மறைந்துவிட்டார். தனியாக டவுனில் சாலையில் நிற்கவைத்துவிட்டு இந்த மனிதர் எங்கு போகிறார்? மாறிவிட்ட மாதிரி இருப்பது உண்மையா? சில நாட்கள்தான் மாற்றமா? அவசர அவசரமாய் பல எண்ணங்கள் சந்தேகங்களாய் வந்து போயின.

காலையில் உடலின் பல இடங்களைத் தட்டி, 'உண்மையா, சத்தியமா நானும் வர்ரேன்'னு சொன்னாரே. இதன் பொருட்டு அவர் செய்த சில்மிஷங்கள் ஏற்றுக்கொள்ளப்பட்டனவே. 'ம்...' முன், பின், பக்க திசைகளையும் மாற்றி மாற்றிப் பார்த்துக்கொண்டிருந்தாள், ரத்னா.

ஐந்து நிமிடத்திற்கு மேலாயிற்று. தம்மையும் கூப்பிட்டுக்கொண்டு போயிருக்கலாமே? குறைந்தது எங்கு போகிறார் என்பதையாவது சொல்லிவிட்டுப் போகக்கூடாதா? நேரம் கூடக்கூட அவர் மேல் கோபம் வந்தது. மெல்ல முகம் இறுகத்தொடங்கியது. பற்கள் அழுத்தம் பெற்று கோவி சென்ற திசையையே மாறாமல் பார்த்துக்கொண்டிருந்தாள்.

எதிர் திசையிலிருந்து ஒரு கார் ஒலியெழுப்பியதை ரத்னா கவனிக்கவில்லை. சற்றே நடுக்கம் கொள்ள மீண்டும் அங்கும் இங்கும் பார்வை ஓடியது. ஆனால் கவனம் இல்லை. காரை விட்டு இறங்கி, 'ஏ ரத்னா! ஏய் இங்க பாரு!' கோவிதான் எதிர் திசையில் காருக்கருகில். 'பாத்து வா' வருவதையே பார்த்துக்கொண்டிருந்தார். கதவைத் திறந்து உள்ளே போய் உடகாரச்சொல்லிவிட்டு பழங்கள், பூக்கள் என்று ரத்னாவிடம் கொடுத்தார்.

கார் கிளம்பியது, மெல்ல ரத்னா,'ஏங்க சொல்லிட்டு போவக்கூடாது? இல்ல என்னயும் கூடக் கூப்டுகிட்டுப் போயிருக்கலாமே?' சற்றே பணிந்து கேட்டாள் டிரைவருக்கு கேட்கக்கூடாது என்ற நினைப்பில். கோவி சிரித்தார், 'எல்லாத்தயும் சொல்லிட்டு செஞ்சா அப்பறம் சஸ்பென்ஸ்க்கு எடமிருக்காது' பதிலில் ஆறுதலடையாத ரத்னா, 'ஆமா இதுக்குதான் கொறச்சல்' ரத்னா சலிப்படைவதைக் கண்ட கோவி, 'அந்தப்பக்கம் நீ வரவே முடியாது, ஒரே மூத்திர நாத்தம். அப்பறம் அதுக்கு திட்டுவ. அப்பறம் காரு இருக்கோ இல்லியோ இங்கயும் அங்கயும் போகணும் ஒன்ன கூப்டு...' முடிப்பதற்குள், 'இப்ப புரியுது. சரி விடுங்க. நான் தான் எதையெதையோ நெனச்சிகிட்டு.'

வெயிலாக இருந்தாலும் காரின் வேகத்தில் காற்றைப் பலமாக உணர்ந்ததால் இதமாக இருந்தது, பூவின் வாசம் பயணத்தை மேலும் மகிழ்வாக்கியது. அவ்வப்போது சில ஊர்களின் கதையை தன் கிராமத்தோடு தொடர்புப் படுத்தி கோவி சொன்னது வியப்பாக இருந்தது. தங்களின் குடும்பத்திற்கு எப்படி நிலங்கள் பல கிராமங்களில் இருந்ததையும் அவை ஒவ்வொன்றாக

எப்படி குடும்பத்தினரின் இயல்பால் விற்க இழக்க நேர்ந்தது என்பதையும் யாரோ ஒருவரின் கதை போல் சொல்லி பயண நேரத்தை மறக்கச் செய்தார். பெரும்பாலும் ரத்னா அவர் சொல்வதற்கு தலையசைக்கும் ஒரு பொம்மையாகவே மாறினார். மணிக்கணக்கில் ரத்னா வேறொரு உலகிலிருப்பது போலிருந்தது.

காரின் வேகத்தில் மரங்கள், நிலங்கள், ஆட்கள், ஆடு, மாடுகள் எல்லாம் ஓடிக்கொண்டிருப்பதாகப் பட்டது. கண்களை மூடி மீண்டும் பார்த்து சரிசெய்து கொண்டாள். ஒரு நெருடலும் இறுக்கமும் இல்லாமல் கோவியுடன் நீண்ட காலத்திற்குப்பின் இப்படி நேரம் நெகிழ்வாகிறது. அவளை அறியாமல் முகத்தில் மலர்ச்சி ஏற்பட்டது.

இப்போது இன்னும் சற்றே ஆழமாய்ப் பயணத்தை அனுபவிக்க முடிந்தது. அதே நேரம் அவ்வப்போது இது உண்மையா? என்ன நடக்கிறது? என்றும் இன்னும் எவ்வளவு நாள் இது நீடிக்கும்? தான் இப்படித்தொடர பாக்கியம் செய்தவரா? அல்லது இதற்குப்பின்னால் வேறேதினும் திட்டங்கள் இருக்கின்றனவா? மெல்ல மெல்ல நடந்த சண்டைகள் வார்த்தைகள் உணர்ச்சித் ததும்பும் சமயங்கள் நினைவுக்கு வந்தன. அப்படி ‘இனி நடக்காது நடக்கவேண்டாம் கடவுளே’ என்று நினைத்துக்கொண்டாள்.

‘பிரார்த்தனையா?’ என்றார் கோவி. ‘ஆமாம்’ என்றாள் ரத்னா. வேறொன்றும் கேட்கவில்லை. அடுத்து எதுவும் கேட்காதது ஒரு மாதிரி இருந்தது. வழக்கமாய் ஒவ்வொன்றையும் மேலும் மேலும் கேட்டு கடுப்பாக்குபவர் இப்போது அப்படி செய்தாலும் பரவாயில்லை என்றிருந்தது. இப்படி அமைதியாய் இருப்பது புதிது. ‘என்ன பிரார்த்தனைன்னு கேட்கலாமே.’ அவரது முகத்தையே பார்த்துக்கொண்டிருந்தாள், ரத்னா. கேள்வி கேட்ட அடையாளமின்றி முழுதாய் தன் செயலில் மூழ்கியிருந்தார்.

‘என்ன பிரார்த்தனன்னு கேட்கல?’ ரத்னா சிறிது நேரத்தில் மீண்டும் கேட்டாள். அமைதியாய் திரும்பியவர், ’என்ன கேட்ட?’ ‘இல்ல பிரார்த்தனையான்னு கேட்டீங்க. நான் ‘ஆமாம்’னு சொன்னேன். ஆனா அதுக்கப்பறம், ‘என்ன

பிரார்த்தனை? எதுக்குப் பிரார்த்தனை அப்படி இப்படி எதுவுமே கேட்கலியே? வழக்கமா...'

'நான் கேட்டா பலிக்கப்போவுதா?'

'அப்போ பலிக்காதா? நீங்க வேண்டி நடக்காம ஆக்கிடுவீங்களா? ஏன், 'நல்லா பலிக்கும் நான் நம்பறேன்னு' சொல்லக்கூடாது?'

'நீ எவ்வளவு நம்புறியோ அவ்வளவு பலன்கள் ஒனக்கு. நான் நம்புனா எனக்கு. இதுல நான் யாரு நடுவுல?' என்ன நடந்தாலும் நடக்கட்டும், இந்த பதில் ஆறுதலாய் இருந்தது. என்ன நினைக்கிறார் என்று தெரியாமல் இருப்பதை விட, இது பரவாயில்லை என்று நினைத்துக்கொண்டாள், ரத்னா.

யோசிக்கத் தொடங்கியபின் திடீரென நிறுத்த முடியுமா? தான் பார்த்த சினிமாவின் ஒரு காட்சி வண்ணமயமாய் ரத்னாவுக்கு நினைவுக்கு வர, சற்றே அதிர்ந்து கோவியைப்பார்த்தார். சினிமா காட்சி: நன்றாகப் பேசி பிடித்ததையெல்லாம் வாங்கித் தந்து மகிழ்ச்சியாக்கி பிறகு காரில் கொண்டு போய், உயரமான பகுதியிலிருந்து கீழே தள்ளிவிடுவது...

சிறிது நேரத்தில் காரை நிறுத்தச் சொன்னார், கோவி. ரத்னாவுக்கு இப்போது நினைத்தது நடக்கப்போகிறதோ? சுற்றிலும் பார்த்தார் கார் சாலையில் தான் நின்று கொண்டிருக்கிறது. மலை மேல் இல்லை அருகில் கீழேத் தள்ளும் படி பள்ளமும் இல்லை என்பதைத் தெரிந்துகொண்டார்.

ஒருவரைக் கொலை செய்யவேண்டும் என்றால் வழிகளுக்காப் பஞ்சம்? என்ன வேண்டுமானாலும் நடக்கலாம் என்று நினைத்து. 'எங்க போறீங்க?' அவர் பேசாமல் கீழே இறங்கினார். 'அட எல்லாத்தையும் சொல்லிட்டா செய்வாங்க?' கார் கடந்து வந்த பாதையில் சென்று சிறுநீர் கழித்தார். 'உண்மையாகவே போகிறாரா அல்லது ஒன்றின் முன் தயாரிப்பா?' அவ்வப்போது திரும்பித் திரும்பிப் பார்த்தாள். இப்போது ட்ரைவர் மேல் சந்தேகம், 'குத்திக் கொல்லலாம் அல்லது வாயை மூடி யாருக்கும் தெரியாமல்...' அதற்குள் காருக்குள் ஏறிய கோவி, 'என்ன ரத்னா?' அதில் பாசமிருந்தது அன்பிருந்தது சிறு இழைகளில்

கொஞ்சல் இருந்தது, இது ரத்னாவுக்குத் தெரியும். ‘என்னங்க வாடி போடின்னு கூப்பிடுங்க, ஏன் இப்படி மரியாத தர்ர மாதிரி?’ பதிலுக்குக் கொஞ்சினாள், டிரைவர் இருந்தாலும்.

கோவி மறுபடியும் அமைதியானார். மீண்டும் ஏதேதோ ஓடி பயத்தைக் கூட்டியது. ‘இன்னும் கொஞ்ச நேரம்தான், ரத்னா’ கோவி சொல்லிமுடிக்குன்னே.

‘எதுக்குங்க கொஞ்ச நேரம்தான்?’

‘நாம எங்க போறமோ அங்கதான்.’

‘அப்படின்னா, தெளிவா சொல்லுங்களேன்.’

‘அய்யோ ரத்னா எப்படி சொன்னாலும் ஒரே பதில்தான். அதாவது...’ சற்றே நிறுத்தினார்.

‘சொல்லுங்க?’

‘இதுல என்னா சந்தேகமா?’

‘ஏன் தெளிவாத்தான் சொன்னா என்னா?’

‘எடம் வந்தா நீயே தெரிஞ்சிக்கப் போற, அப்பறம் நா எதுக்கு சொல்லிகிட்டு?’

ஊரின் பெயர்ப்பலகையைப் பார்க்கும் வரை ரத்னாவின் உடல் சூடாகவே இருந்தது. மனம் எதையெதையோ நினைத்து அமையற்று திரிந்தது. காரின் பின்புறம் பார்த்து, உண்மைதானா என்று தெரிந்துகொள்ள விழைந்தார்.

‘ஊர்ப் பேர பாத்தியா மாத்திட்டாங்க.’

உடனே அதிர்ந்து ‘அப்ப இது நம்ப மக ஊரு இல்லியா?’

‘அடியே, பேரு பலகைய புதுசா வச்சிருக்காங்க’ காரின் பின்புறம் மணல் வீசியது ஒரு வடிவமைப்பு போலவே இருந்தது. பலரும் தங்களின் காரைப் பார்த்தது, ரத்னாவுக்கு மகிழ்வாக இருந்தது.

மகளின் வீட்டு முன் கார் நின்றது. மகள் ‘ஏ என் அம்மா?’ ஓடி வந்து கட்டிக்கொண்டாள். சுற்றம் வேடிக்கைப் பார்த்தது. அப்பாவைக் கண்டதும், மகள் ஓடி வந்து அப்பாவின் கைகளைப்

பிடித்துக்கொண்டாள், சிறு வயது நினைவு அழகானது. மகிழ்ச்சி தாங்க முடியாமல் பேசினாலும், உள்ளுக்குள் ஏதாவது பிரச்சினையாக இருக்குமோ என்று உட்கார வைத்து தண்ணீர் கொடுத்ததும், 'ஒன்னும் பிரச்சினை எல்லாம் இல்லதானப்பா?'

மகள், நீண்ட காலத்திற்குப் பின் பெரும் மகிழ்ச்சியடைந்தாள். பெற்றோர் கார் போட்டுக்கொண்டு வந்தது ஊரில் பலரை மெச்ச வைத்தது. சில மணி நேரத்தில் காரில் ஊருக்குத் திரும்பினர். இனி, ரத்னா 'குடும்பத்தையே கொல்வது பற்றியோ, காரிலிருந்து எல்லோரையும் கீழே தள்ளுவது பற்றியோ' நினைப்பதையோ விட்டார்.

14

‘ஆடுமேய்க்கப் போற வரைக்கும் சும்மாதான் இருக்கேன். ஏதாச்சும் வேல இருந்தா சொல்லுங்கய்யா.’ இரண்டாவது நாள், கண்ணு, கிழக்குப் பக்கம் டவுனுக்குப் போறவழியில் இருந்த நிலத்தில் மோட்டார் இறைக்கும் வேலையைச் சொன்னார். ‘குச்சிய வச்சி ஜாக்கிரதையா சுவிட்சப் போடு, தண்ணிய நெல் பாத்திகளுக்குத் திருப்பிவிடு’ எளிதாகவே இருந்தது.

மின்சாரமில்லா அன்று நெல் வயல்களுக்கு அருகில் இருந்த பெரும் செம்மண் நிலம் பரந்து கிடந்தது. மகடாலு அங்கிருந்து சூரியனைப் பார்த்தார்; வலிகளைப் பேசினார். ஐம்பூதங்களும் கேட்டன. சிறிது நேரத்தில் தொடங்கிய அழுகை உடனே பீறிட்டது. உட்கார்ந்து கண்களை மூடினார். ஒரு துணியை வைத்து சப்தத்தை அடக்கிக்கொண்டார். அவரது கடந்த கால பக்கங்களில் சில, இன்றும் ஆறாத ரத்தமூறும் காயங்களோ?

‘அண்ணாவ் அண்ணாவ் அண்ணாவ்’ என்று கத்திக்கொண்டு, செடி, கொடிகளை, வரப்புகளை, பயிர்களைத் தாவித்தாவி ஓடிவரும் சுப்புவைப் பலரும் கவனித்து, பார்வையிலேயே கேட்கத் தயாராகிவிட்டனர். செங்கல் சூளையில் கற்களோடு வெந்து கொண்டிருந்த தர்மனிடம் மூச்சை அள்ளி அள்ளி உள்ளே கொட்டிக்கொண்ட சுப்பு, ‘நெலாவ, வீரபாகு...’ என்று சொல்லி முடிக்குமுன்பே தர்மனுக்கு மூச்சு வாங்கத்தொடங்கிவிட்டது. தங்கைக்குத் தந்தையுமானவன் கையிலிருந்த செங்கற்களை தரையில் வீழ்ந்தன.

ஓட்டமெடுத்த தர்மன், காற்றாய் பார்வையிலிருந்து மறைந்தான். நேரடியாக வீரபாகு வீட்டை அடைந்தான். வழியிலேயே தர்மனைப் பார்த்து தெருவில் சிலர் அதிர்ந்தனர். எதுவுமே நடக்காதது போல் சிகரெட்டில் மூழ்கியிருந்தான் வீரபாகு. உடகார்ந்திருந்த நாற்காலியை உதைத்த வேகத்தில் கீழே விழுந்தான், அவன், ‘ஏய் கூலி நாயே’ என்று குரலெடுத்து எழும் முன் அவனது உடலை ஒரு மிதியில் மீண்டும் கீழே தள்ளினான் தர்மன்.

அவனது உயரமும் கர்ஜனையும் பெரும் அதிர்வானது. வீரபாகு பேரதிர்ச்சியில் குழம்பித் தடுமாறினான். அத்தெருவில் இதுவரை அரங்கேறாத காட்சி. பார்வையில் நிறைய உடல்கள் நடுங்கின.

‘ஏய் தர்மா என்னடா இது?’ எதிர்த்த வீட்டு நாதன் ஓடி வந்து அவனைத் தடுத்தார். எழுந்த வேகத்தில் சுற்றிலும் ஆட்கள் இருப்பதைப் பார்த்த வீரபாகு நாற்காலியை எடுத்து, தர்மன் மேல் வீச, அதைத் தவிர்த்து மீண்டும் அடிக்கத்துடிக்க, சிலர் ஓடிவந்து தர்மனைத் தடுத்தனர்.

‘என்னடா தர்மா நடந்தது?’ நாதன் மீண்டும் கேட்டார்.

தர்மன் பதிலளிக்கவில்லை. மீண்டும் திமிறி அடிக்கப்போக, ஏய் என்னடா நடந்தது, சொல்றா?’

‘அவனக் கேளுங்க... செஞ்சது அவன்’ மூச்சு இயல்புக்குத் திரும்பவில்லை.

‘ஏய் மரியாதடா அப்பறம் செருப்பு பிஞ்சிடும், ஏய்.’

‘மரியாதயா? நெலாவ சீரழிச்சிருக்கான்யா, ரொம்ப நாளைக்கு அப்பறம் கல்யாணம் ஆவப்போவுதுய்யா. ஊரே எதிர்பாத்து... குடும்பத்து பெரிய கனவு’ தன்னை மீறி அழுகை வெளியானது. தடுத்திருந்தவர்கள் வீரபாகுவைத் திட்டத் தொடங்கினர்.

‘எத்தன பேரையப்பா இப்படி செஞ்சி குட்டிச்சுவராக்குவ?’

‘ஒன்னால இந்த தெரு, ஊருப்பேரு நாறிப்போச்சுடா வீரபாகு.’

‘என்னடா செஞ்ச. அங்க இருந்து நம்ம தெருவுக்கு வந்து ஒன்னய அடிக்கறதுக்கு? ரொம்ப அவமானமா இருக்குடா.’

பதில் சொல்லாமல், வீட்டுக்குள் ஓடி மரக்கட்டையொன்றை எடுத்துக்கொண்டு ஓடி வந்தான், வீரபாகு. ‘இந்தத் தெருவுல நொழஞ்சி என் மேல கைய வைக்க ஒனக்கு என்ன தைர்யம்டா’ தர்மனை அடித்தான். எவ்வளவு தடுத்தும் அவன் மேல் அடிகள் விழுந்தன. வலியோடு திரும்பவும் வீரபாகுவை அடிக்கவே முயன்றான். நாதன் மீண்டும் அவனைத் தடுத்தார். அவன் திமிறி அடிக்கப்போக, ‘ஏய் நிறுத்துடா’ என்று அதட்டி, தர்மனை அடித்தார். அவன் அதிர்ந்துபோய் நின்றான்.

‘என்னய்யா என் தங்கச்சிய இப்படி பண்ணியிருக்கான், ஒங்க ஆளு... அவனக்கேட்காம. என்னிய அடிக்கிறீங்க?’

‘ஏய் ரொம்பப்பேசாத. வந்த ரெண்டு அடி அடிச்ச, பேசாமப் போயிடு’ அதற்குள் வீரபாகு, வாகனத்தில் எங்கோ கிளம்பினான். தர்மன் கீழே உட்கார்ந்து அழத் தொடங்கினான். கூட்டம் அதிகமாகி வீரபாகுவை விமரிசிக்கத் தொடங்க, கூடியவர்களைக் கலைந்து போகச் சொல்லி சிலர் சப்தமிட்டனர்.

பெரும் வலியோடு எழுந்த தர்மன், ‘ஒங்க பொண்ண ஒருத்தன் இப்படி கெடுத்து தூக்கிப்போட்டா சும்மா இருப்பீங்களா?’ பதில் சொல்லாமல் இருந்த நாதன் தனது செருப்பைக் கழட்டி தர்மனை அடித்தார். சிலர் ஓடி வந்து தர்மனைப் பிடித்திழுத்துக்கொண்டு குடிசைப்பக்கம் போயினர்.

சிறிது நேரத்தில் போலிஸ் வந்து, தெருக்களில் கூடியிருந்தவர்களை

விரட்டிவிட்டு, நேராக தர்மன் வீட்டுக்குப் போனது. அவனை வெளியேற்றி அடித்து ஜீப்பில் ஏற்றியது. குடிசைக்காரர்களின் அழுகைகள், பேச்சு, கெஞ்சல் எல்லாம் காவலர்களை எதுவும் செய்யவில்லை. ஜீப்பிலும் அடி தொடர பெரும் சத்தத்தில் அவர்கள் போய்க்கொண்டிருந்ததை, அழகுநிலா எழ முடியாமல் பெரும் வலியோடு கேட்டுக்கொண்டிருந்தாள். கண்களில் நீர்வரத்துத் தொடங்கியிருந்தது.

பேச்சுகளுக்குப் பதில் தரவில்லை. அசைவில்லை. மூடிய கண்கள் திறக்கவில்லை. அவளது உடலில், உடையில் ரத்தம் காய்ந்து கிடந்தது. நீண்ட நேரமாகியும் அவளின் நிலையில் மாற்றமில்லை. சுப்புவும் எதிர் வீட்டு மண்ணாங்கட்டியும் அவளைத் தூக்கிக்கொண்டு மெயின் ரோடு வந்து, கடைசி பஸ்ஸை நிறுத்தி, கெஞ்சி, பிறகு மிரட்டி டவுன் ஆஸ்பத்திரிக்குக் கொண்டு போயினர்.

வெளியூர் போயிருந்த மகடாலு, மருத்துவமனைக்கு வந்தபோது, அழகுநிலா அசைவற்று படுக்கையில் கிடந்தாள். மகடாலு அதிர்ந்து மயங்கி விழுந்தான். அழுகையும் துயரமும் அதிகமாகிக்கொண்டிருந்தன. சுருங்கிக்கிடந்த நிலா எதற்கும் பதில் தரவில்லை. செய்வதறியாது தன்னையே அடித்துக்கொண்டான். சுவரில் மோதிக்கொண்டான்.

இரவு முழுதும் அவளைப் பார்த்தபடியே இருந்த மகடாலுவின் முகம் நீர்க்கோடுகளால் சோகமுற்றிருந்தது. காலையில், 'அழகு நிலாவின் மூச்சு சில நிமிடங்களுக்கு முன் நின்றுவிட்டதாகச்' சொன்னார்கள். மகடாலு ஏதேதோ சொல்லியும் செய்த பின்னும் அசைவற்று இருந்தாள் நிலா. கதறினான். மருத்துவமனையே அதிர்ந்தது. முழு உடலையும் உலுக்கிக்கொண்டு துடித்தழுதான். கூட்டம் செய்வதறியாது அவனோடு சேர்ந்து உணர்வைப் பெற்றது. மரகதம், மகள் நிலாவைக்கட்டிப் பிடித்துக்கொண்டு உலுக்கிக்கொண்டிருந்தாள். காணும் மனிதக்கண்கள் குளமாகின.

தானிருக்கும் இடத்தை மகிழ்வாக்கி, உயர்வாக்கி அலைந்து திரிந்தவள், ஏதேதோ செய்தும் செய்யாமலும் மாற்றங்களை ஏற்படுத்தியவள், முதன் முறையாக செயலற்று பிறரின்

நடவடிக்கைகளை வேடிக்கை பார்ப்பது போலிருந்தது.

இரண்டே வாரங்கள் கழிந்திருந்தால், மகடாலுவும் அழகுநிலாவும் கணவன் மனைவி. காலம் போட்ட கணக்கில் எங்கோ இருந்த மகடாலுவை, தன் கணக்குகளால் மாற்றி, வாழ்வில் புதுக்கணக்குப் போட்டு உதாரணமாய் ஆகவிருந்த நிலா அவள்.

ஊரில் எத்தனையோ அலைகள் வீசின: அழகு நிலா தற்கொலை செய்துகொண்டாள். வீரபாகு அவளைக் கொலை செய்துவிட்டான். உடனே மருத்துவமனைக்கு கொண்டுசெல்லவில்லை. வீரபாகு டாக்டருக்குப் பணம் கொடுத்து இப்படியாக்கிட்டான்...

தூரத்து உறவுகளே இதைக் கையாளக் குழம்பி, உணர்ச்சிகளில் தள்ளாடினர் என்றால் மகடாலு? தெருவின் கடைசிக் குடிசையில் இருந்த பன்றியைக் கொல்லும் உலுக்கியை எடுத்துக்கொண்டு, பூமியிலிருந்து வெளிவந்த சக்தியாய் கால்களை தரையில் அழுத்தி உதைத்துப் பறந்தான்.

அந்தத் தெருவில் இந்த ஆயுதத்தோடு யார் மகடாலுவை நினைத்திருக்கமுடியும்? ஒருவார்த்தையும் பேசாமல் எத்தனையோ பேர் அதை வேடிக்கைப் பார்த்தனர்.

தீயின் துளியுணர்ந்த வீரபாகு, சூடுபட்டவனாய் ஓட்டமெடுத்தான். மகடாலு வீட்டுக்குள் புகுந்தான். இரண்டாவது வாசலில் வீரபாகுவின் தாய், ‘அப்பா, அப்பா அவன் எதுத்த சந்துல போயிட்டான்பா’ பயந்து நடுங்கியவளைப் பார்த்தான். ‘உள்ளப் போவாத’ கைகளைக் குவித்து மேலும் பேசும் முன் மகடாலு அசுர வேகமெடுத்து சந்தில் விரைந்தான். அது பறப்பது போலவே இருந்தது, பதுங்கி சிலர் வேடிக்கைப் பார்த்தனர்.

நிலாவுக்காக வீரபாகுவிடம் செருப்பால் அடிப்பட்ட முருகன் தூரத்தில் நின்று கொண்டிருந்தான். யாருக்கும் தெரியாமல் மகடாலுவுக்கு திசைகாட்டினான். தலையை சிலுப்பிக்கொண்டு ஓடினான். பெரு மேடு ஒன்றில் ஏறியபோது, நாதன் பயந்து

ஓட்டிய வாகனத்தின் பின்புறம் ஒடுங்கிய வீரபாகு...

இறப்புக்கான மேளம் அதிரத் தொடங்கிற்று. குடிசைகள் தாண்டி, ஊர் தாண்டி சுற்றுவட்டத்திற்கும் மரணச்செய்தியை அந்த இசை வலிமையாய்க் கொண்டுசென்றது. மக்களின் வருகை அதிகமானது.

சிறிது நேரத்தில் பந்தல் முளைத்து நிழலைக்கொடுத்தது. பலரையும் சேர்த்து உட்கார வைத்தது. சிலருக்கு கோபமும் வெறுப்பும் அதிகமாகி வீரபாகுவை திட்டுவதிலும் சாபமிடுவதிலும் ஒருசிலர் சபதமிடுவதிலும் சக்தியை திருப்பியிருந்தனர். அப்போது காவல் நிலையத்திலிருந்து வந்திருந்த தர்மன் தெருவில் விழுந்து புரண்டான். எவரும் தடுத்து நிறுத்த முடியவில்லை. நீண்ட நேரத்திற்குப் பின் அசைவற்றுப் போனவன் முகத்தில், நீர் விசிறி எழுப்பினர். 'அய்யோ, அய்யோ' தலையில் கைகளைத் துணையாக்கி, அழுகையைத் தொடர்ந்தான்.

நின்று மாலையிட வேண்டியவள், படுத்தபடி மாலைகளில் அசைவற்று, உணர்வற்று, மூச்சற்று, எதுவுமற்று...எதனாலும் ஒருவராலும் எதையும் செய்ய முடியவில்லை.

திரும்பிய மகடாலுவுக்குத் துக்கம் தாங்க முடியவில்லை. அழுகையை கட்டுப்படுத்திக்கொண்டே இருந்தான். திடீரென மீண்டும் எழுந்து கையிலிருந்த உலுக்கியோடு ஓடினான். பலரும் பின் தொடரமுடியாமல் திகைத்திருந்தனர். ஓரிரு நிமிடங்களில் பெரும் கனம்கொண்ட ஒரு பன்றியின் கால்களைப் பிடித்திறுக்கியபடி குடிசைகள் பக்கம் தூக்கி வந்தான், சற்றே தூரத்தில் அதை ஓடவிட்டு உலுக்கியால் குத்தி மீண்டும் தூக்கி கீழே போட்டான். பன்றி உறுமல் ஒலியால் அதிரடித்தது. பெரும் நிலப்பரப்பில் தனித்த ஆளாக சக்தியாய் பன்றியோடு இருந்தான். ஏதோ சொல்லிக்கொண்டே, பூமியை கையால் அடித்தான். மீண்டும் எங்கோ ஓடினான்.

சுடுகாட்டுக்கு அழகுவைத் தூக்கும்போது, பேரழுகை ஒலியாகி, ஊரெல்லாம் கேட்டது. வீட்டில் இருந்தவர்களும் வெளியே வந்து

கண்ணீரில் சேர்ந்தனர். விசும்பல்களும் கதறல்களும் அவள் முன்சென்று தடுப்பதும் என்று எத்தனையோ சோகச்செயல்கள் இயல்பாய் வடிவம் கொண்டன. துயரத்தின் ஆழத்தில் நிலா போய்க்கொண்டிருந்தாள். ஊரே சோகமானது.

காவலர்கள் பெரும் எண்ணிக்கையில் ஊருக்குள் வந்தனர். யாரையோ தேடிக்கொண்டிருந்தனர். அழகுநிலாவின் இறுதிப்பயணம் தொடர்ந்தது. வழக்கத்திற்கு மாறாக பெண்களும் இருட்டில் சுடுகாட்டுக்குப் போயினர். மகடாலு காணாமல் போயிருந்தான். சிலரைக் கேட்டும் பலனில்லாமல் காவலர்கள் தேடலை விரிவுபடுத்தினர். தெருக்களில் காவலர்களின் வருகையால் சிறுவர்கள் விளையாட்டை நிறுத்தி அமைதியாயினர். இயல்பான பேச்சுகள் குறைந்து ரகசியங்கள் கூடின. இறுகிய முகங்கள், ‘இனி எப்படியாகுமோ?’ என்று கவலையைக் கூட்டின. தொடர்ந்து பயமும் பதற்றமும் முளைத்து பலரிடம் மாற்றங்களை ஏற்படுத்தன.

15

பிரதான சாலையிலிருந்து வலப்புறம் திரும்பியவுடன் சில நூறு அடிகளில் வீடுகள். அதுவும் மெத்தை வீடுகள், கல் வீடுகள். அதனுள் சென்றால் இன்னும் அதே மாதிரி வீடுகள். அதன் ஆதிக்கம் முடிந்தபின், தூரமாய் குடிசைகள். பார்வைக்கே அவை பற்றித்தெரிந்துவிடும். அவற்றின் ஒரு புறம் செம்மண் நிலம் விரிந்து பரந்து காய்ந்து கிடக்கிறது; மறுபுறம் முள் செடிகள் பெருத்து இருக்கின்றன. குடிசைகளின் கண்களில் படாதவாறு பெரும் கோயில்கள், குளம். இது பாலையூர் கிராமத்தின் ஒரு குறுங்கோணம்.

குடிசைப்பகுதிகளில் லத்தி மற்றும் பூட்ஸ் கால்களுடன் அதட்டும் காக்கிக் குரல்கள். சில நேரம் மிரட்டலாகவும் மாறின. பலரையும் விசாரிப்பது போல் தோரணைகள். அவர்களுக்கு எப்படியாவது மகடாலுவை பிடித்து சிறையில் அடைத்து வீரபாகுவுக்குத் தகவல்

கொடுக்கவேண்டுமென உத்தரவாக இருக்கலாம். தர்மன் மற்றும் மகடாலு இருவரின் புது அவதாரத்தை வீரபாகுவும் அந்தத்தெருவும் நினைத்தும் பார்க்கவில்லை. இப்போதும் அவர்கள் பெயர் வந்தாலே பயம் கவ்வாமல் விடுவதில்லை. அடிக்கடி சுற்றிலும் திரும்பிப் பார்த்துக்கொள்வான் வீரபாகு.

‘எனக்குப் பயமா இருக்கு. யார வேணா நான் சமாளிச்சிடுவேன், ஆனா இந்த ரெண்டு மொரட்டு மாடுங்கள, இப்ப அவ செத்துட்டதால துணிஞ்சி வீட்டுக்கு வர்ரானுவ. கையில உலுக்கி, அருவா அது இதுன்னு…என் மேல அவனுவ கை வைக்கக்கூடாது. செலவப்பத்திக் கவலப்படாதீங்க’ வீரபாகுவுக்கு பய உணர்வு கூடி எங்கெங்கோ போக வைத்தது. காவல்துறை, அரசியல் பெரும் புள்ளிகள், பஞ்சாயத்துத் தலைவர் மற்றும் பிரபலமான உறவினர்கள்.

‘ஒம்மேல முன்னமே நெறைய கேசு இருக்கு. இந்த விசயத்துல ஊரு அவங்க பக்கம் நிக்கிது. நிலா செத்ததுல, எல்லாமெ ஒம்மேல ரொம்ப கோவத்துல...’ பேசிக்கொண்டிருக்கும் போதே, குறுக்கிட்டு, ‘ஏம் மேல தப்புங்கிறதுக்காகத்தான நான் ஒங்கிட்ட வர்ரேன், இல்லன்னா பைத்தியமா?’ என்று கத்தினான்.

‘எப்படியும் புடுச்சிடுவோம். நீங்க நிம்மதியா இருங்க. நாங்க இருக்கும் போது ஒருத்தனும் ஒங்கள எதுவுமே செய்ய முடியாது’ அப்போது வீட்டின் மீது கற்கள் விழுந்தன. வீரபாகு பயந்து வீட்டுக்குள் ஓடினான். காவலர் அந்தத் தெரு நபர்களை சந்தேகித்து, ‘எதிரிங்க அவனுங்க மட்டும்தான்னு நெனக்காத’ என்றார்.

கோபமும் கடும் வார்த்தைகளும் பெருத்து குடிசைப் பகுதிகள் சூடாகின. ஒவ்வொருவரையும் காவல்துறையினர், சந்தேகப்பட்டனர். சிலரது செல்லுமிடம் கண்காணிக்கப்பட்டது. திடீரென, மகடாலுவின் உறவினர்களை, நெருங்கிய நண்பர்களை கைது செய்து அடித்து விசாரித்தது. வீரபாகு, ‘எப்படியாவது அந்த மகடாலுவப் புடிச்சுடுங்க’ என்று மீண்டும் கேட்டுக்கொண்டான். காவல்துறையின் கடும்போக்கால் சிலர் பதுங்கத்தொடங்கினர். வெளியூரில் தங்கவும் செய்தனர்.

பார்ப்பவரையும் தொற்றிக்கொள்ளும் துயரம் அந்த குடிசைப்பகுதிகளில் வயல்களின் வேலையாட்களில் இருந்தது. எவ்வளவோ தேடியும் மகடாலுவைக் கண்டுபிடிக்கமுடியவில்லை. போலிஸ் குடிசைப்பகுதிக்கு மீண்டும் வந்து எல்லோரையும் சுற்றி வளைத்து அடித்தது. எல்லோரும் ஓரிடத்தில் கூடி வட்டமாகிக்கொண்டனர். அதில் பெண்களும் சிறுவர்களும் இணைந்துகொண்டனர். போலிசார் இதை எதிர்பார்க்கவில்லை.

’மகடாலுவ எங்ககிட்ட ஒப்படச்சிட்டா, நீங்க எல்லாருமே போவலாம்’ என்று சொன்னதோடு, அடிகள் தொடர்ந்து யார் மேலயாவது விழுந்துகொண்டிருந்தன. அது மெல்ல பெண்கள் பக்கம் திரும்பும் போது, வார்த்தைகள் கடுமையாகின. எதிர்த்து குரல்கள் கூடின. மெல்ல அவை தீவிரமாயின.

காவலர்களின் கோபங்கள் அடிகள் வழி வெளிப்பட்டுக்கொண்டிருந்தன. தாங்க முடியாத ஒடிசலான சிற்ப உடல் கொண்ட கனகா, ‘என்ன சார் இவங்கல்லாம் என்ன தப்பு செஞ்சாங்க? இப்படி அடிக்கிறீங்க?’

‘ஏய் தேவிடியா நீ மொதல்ல கத்தறத நிறுத்து’ சற்றே அருகில் வந்து, ‘மகடாலுவ கொண்டாடி இவங்கள விட்றோம்.’

‘நீங்க அடிக்கவேண்டிய ஆளுங்க தோ அந்தத் தெருவுல இருக்காங்க. அங்கப் போங்க’ அவளுக்கு காந்தக் குரல், அது வெறும் ஒலியாக இருக்காது.

‘ஏய் எங்களப்பத்தி ஒனக்கு நல்லாவேத் தெரியும். போயிடு. இல்லன்னா குச்சி பேசும்.’

கனகா, காவலர்களையும் மீறி தனது பிள்ளையைத் தூக்கிக்கொண்டே, பஞ்சாயத்துத் தலைவரின் முன் நின்றாள். ‘நீங்கள்ளாம் இருக்கும் போதே, எங்க எல்லாத்தையும் ஆட்ட மாட்ட அடிக்கற மாதிரி அடிக்கிறாங்க. அசிங்க அசிங்கமா திட்றாங்க. அப்ப ஒங்களுக்கு என்னா மரியாத? எல்லா கஷ்டப்பட்றாங்க, தலைவரே. நீங்க ஒடனே வாங்க.’ சற்றே யோசித்தார் தலைவர். திடீரென காலில் விழுந்து ஏதோ சொன்னாள். அருகில் கிடந்த துண்டை எடுத்துப் போட்டுக்கொண்டு, ’நீ மொதல்லப் போடி நான் வர்ரேன்.’

குடிசைப் பகுதி பேரிரைச்சலில் அழுகையில் எதிர்ப்புக்குரலில் குழம்பிக்கிடக்க ‘தலைவரு வர்ராரு, எல்லாத்தையும் நிறுத்தச்சொன்னார்’ என்று கனகா அழுத்தமாய் இரைந்ததும் அமைதி கூடியது. பலரும் கனகாவைப் பார்த்தனர். ‘ரொம்பதான் நீ ஆட்றடி. இதயெல்லாம் ராத்திரியில எவங்கிட்டயாவது வச்சிக்க’ தலைவர் வந்து தூரத்தில் நின்றார். அவருடன் மேலும் இருவர் வந்திருந்தனர்.

‘எதுவா இருந்தாலும் பேசிக்கலாம். அவங்கள விடுங்க சார்.’ தலைவர் சொன்னதைக்கேட்டு, ‘மகடாலுவ கொண்டாந்து நிறுத்துங்க. நாங்க விட்றோம்’ என்று அதிகாரத்தோடு பதில் சொன்னார் ஓர் அதிகாரி. தலைவர், அவரை நெருங்கி, ‘அய்யா எங்களுக்கே என்ன ஆச்சின்னு தெரியல, நாங்களே தேடிக்கிட்டு இருக்கோம். ஊருக்கு வந்தா ஒங்க கிட்ட ஒப்படைக்கிறோம். சரிதானா?’ சிறிது நேர பேச்சு வார்த்தைக்குப் பின் காவல் துறையினர், பலரிடம் உறுதியைப் பெற்றுக்கொண்டு தங்கள் கட்டுப்பாட்டைத் தளர்த்தினர்.

கேள்விப்பட்ட வீரபாகுவுக்கு பயம் அதிகமானது. தெருவை ஒரு முறை பார்த்துக்கொண்டான். முருகனிடம் சொல்லிவிட்டு மோட்டார் சைக்கிளை உறுமவிட்டான். மனதில் எதையோ தீவிரமாய் நினைத்துக்கொண்டதால் முகம் இறுகிச் சுருங்கியது. வண்டி தாறுமாறாய் தடுமாறி விபத்தின் அறிகுறிகளை தெரிவித்தப்படி போய்க்கொண்டிருந்தது. முருகன் வண்டியைப் பார்த்துக்கொண்டே இருந்தான்.

மீண்டும் கனகா ஓடி வந்தாள். தலைவர் தனக்கு நன்றி சொல்லத்தான் வருகிறாள் என்று, ‘ஏ இதுக்காகவா ஓடிவர்ர’ என்றார். ‘இனிமே யாருக்கும் இப்படி நடக்கக்கூடாதுன்னு பேசிக்கிறாங்க’ தலைவர், ‘யாரு இப்படியெல்லாம் நடக்க ஆசப்படுவாங்க?’ சிறிது நேரம் அவரையே பார்த்த கனகா, ‘யாரும் நாளைக்கி வேலைக்குப் போறதில்லன்னு சொல்றாங்க.’ அவளையே முறைத்துப் பார்த்தார் தலைவர்.

‘அடிங் என்னாடி வெளயாட்ற. போனாப்போவுதுன்னு நான் பெரிய மனசுபண்ணி வந்து போலிசுகிட்ட பேசி அடிவாங்ன

நாயிங்கள.. என்னமோ பேசற. இனிமே இந்தப்பக்கம் வந்த அப்பறம் ஒத வாங்குவ...'

'என் மேல் நீங்க தொடாத எடமிருக்கா, நீங்கதான் மொதல்ல, அப்பறம்.'

'ஏய் பழசெல்லாம் இழுக்காத, போயிடு. ஒன் வேலயப்பாருடி. காசு வேண்ணா தர்ரேன்.'

'நானூறு ஆடுங்க எத்தனையோ மாடுங்க அப்பறம் வீட்டு வேலைங்க வயலு வேலைங்க எல்லாம் அப்படியே நிக்கும். ஊரே நாறிடும். இப்பவே பொம்பளைங்களுக்கு பாதுகாப்பு தராதவன்னு ஒங்கள வெளியூர்ல பேசறாங்க. இன்னும் என்னென்னமோ... வாயால இப்ப சொல்லமுடியாது. தனியா சொல்றேன்.'

'கண்டவங்கிட்ட படுத்த திமுறுல பேசறியாடி, எரும நாயி..' கீழே குனிந்து ஒரு குச்சியை எடுத்து அடிக்கப் போனார். 'நான் எல்லாத்தயும் அவுத்து போட்டுட்டு கூட நின்னு சொல்லுவேன்.'

'ஏய் ரொம்ப ரொம்ப கடுப்பேத்தற' சிறிது நேரத்திற்குப் பின், தலைவர், 'இப்ப என்னடி வேணும்?' ஓடிப்போய் அவளின் கழுத்தைப் பிடித்து கீழே தள்ளப்போனார். நிறைய பேர் பார்ப்பதை அறிந்து, 'என்னாங்க அவளத் தொட்டுப் பேசறீங்க கழுத்தப் புடிக்கப் போறீங்க, என்னாது?' அவரது மனைவி சொல்லிக்கொண்டே வீட்டிலிருந்து வெளியே வந்தார்.

'அவரு கழுத்த கோவத்துல புடிக்கறதுக்கே.. இப்படின்னா?' கனகா சொல்லி முடிப்பதற்குள். 'ஏய் ங்கோத்தாத் தேவிடியா கண்டவங்கிட்ட படுத்து சம்பாதிக்கறதானே போ அதச்செய். அத வுட்டுட்டு இன்னிக்கி ஏம் மானத்த வாங்கறதுன்னு முடிவு செஞ்சிட்டியாடி?' உதைக்க ஓடினார்.

கனகா கிளம்பிவிட்டாள். சற்றே தூரத்தில் நின்று, 'அத்தன மாடுங்க, ஆடுங்க, ஊர் வேலைங்க அப்பறம் வெளியூர்ல பேசிக்கிறது...' கையிலிருந்த அந்தத் தடியை கனகா மீது வீசினார். தெருவில் நின்று அனைவரும் வேடிக்கைப் பார்த்தனர். அத்தனை முகங்களும் இப்போது தலைவர் மேல் இருந்தன. சுற்றிலும் பார்த்து வீட்டினுள் போனார். பின்புற வாசல்

வழியாக தலையில் துண்டைப் போட்டுக்கொண்டு கிளம்பினார்.

கனகா குடிசைப்பகுதியில் எல்லோரையும் மீண்டும் கூடச்செய்தாள். பெண்கள் நிறைய பேர் இருந்தனர். தலைவர் தூரத்திலிருந்து பார்த்தார். முதலில் தலைவரின் கண்களுக்குத் தெரிந்தது அவர் வீட்டில் வேலை செய்கிறவர்கள், சிறுமிகள், வயதானவர்கள். பிறகு, காவலர்களிடம் அடிவாங்கியவர்கள். நொண்டலோடு ஒவ்வொன்றும் மனதை ஏதோ செய்தது. யாரும் எதுவும் பேசவில்லை கனகா உட்பட. அமைதிக்குப் பின் ஏதோ இருக்குமென யூகித்தார் தலைவர். அவர் சிறிது நேரம் நின்றார்.

‘ஏய் கனகா இங்க வாடி’ அவள் ஓடி வந்தாள்.

‘நான் என்னாடி செய்யனும் ங்கோத்தா’ கனகாவுக்கு மிக அசிங்கமான வார்த்தைகள் வந்தன. ஆனால் தலைவரால் அவற்றைத் தாங்கமுடியாது எனபதால் வார்த்தைகளை மாற்றி, ‘நீங்களே கேளுங்க’ என்று கையைப் பிடித்தாள். அவர் சடாரென உதறிக்கொண்டு முறைத்தார்.

‘இனி வீரபாகு இந்த ஊர்ல இருக்கவேகூடாது’ என்று ஒரு நடுவயதுக்காரர் குரலை உயர்த்திச் சொன்னார்.

‘கெஞ்சிக் கேக்கறாங்க தலைவரே’ கனகா மேலேறும் கோபத்தைப் புரிந்து நிறுத்தினாள்.

‘இனி எங்க பொட்டப்புள்ளங்கள யாரும் தொடக்கூடாது. தொட்டா...’ மிரட்டும் தொனியில் நிதானமாக ஒருவர் சொன்னார்.

அடுத்து யாராவது சொல்லுமுன் கைகளைக் காட்டி, ‘நிறுத்து நிறுத்து’ என்று அமைதிப்படுத்தினார். ‘யாருகிட்டப் பேசறீங்க? என்னா இது புதுசு புதுசா என்னென்னமோ? ம்...’

கனகா ஓடி வந்தாள். ‘ஏய் நீ கிட்ட வராத’ சற்றே நின்று, ‘அவங்க கொஞ்ச நேரத்துக்கு முன்னாடிப் பேசனத கேட்டு பயந்துட்டுதான் ஓடி வந்தேன். ஒரு பொண்ணு அநியாயமா செத்துட்டா, அப்பாவி தர்மன் ஜெயில்ல, மகடாலு எங்கன்னே தெரியல... எல்லாமே தாங்க முடியாத சோகத்துலயும், கோபத்திலயும் கெடந்து தவிக்கிறாங்க.’

'நான் என்னடி செய்யணும் மிருகமே?'

சற்றே அருகில் வந்து, 'ஏதாவது ஆறுதலா சொல்லிட்டுப் போங்க. இனிமே இப்படி நடக்காதுங்கற மாதிரி...' என்றாள் கனகா.

'...'

'சீக்கிரம் தலைவரே, ஆடு மாடுங்க, வேலங்க அப்பறம்...'

'சரிப்பா இவ சொல்ற மாதிரி நடக்கட்டும்.'

'அவங்க சொன்னத அப்படியே எழுதியிருக்கோம். அதுல ஒரு கையெழுத்துப்போடுங்க.'

சிறிது யோசித்தவர், நிலைமை மோசமாகுமென உணர்ந்துகொண்டார், 'யாருப்பா எழுதனது?'

'எழுதறதுக்கு நெறைய பசங்க இருக்காங்க. இல்ல நீங்க சொல்லுங்க அவனுங்க எழுதுவாங்க.' அவர் பார்க்கும் போது சிலர் கைகளில் நோட்டு, பேப்பர், பேனா என்று இருந்தது. முற்றிலும் புதியதாக இருந்து, தலையை சுற்றியது. 'எல்லாம் அழகுநெலா கூட வெளையாட்ன பசங்க.'

'...'

அதற்குள் எட்டாவது படிக்கும் ஒரு மாணவன் ஓடி வந்தான், அவன் கையில் பேப்பர் பேனா. தலைவர் அவனைப் பார்த்தார். யோசித்து, அதை வாங்கிப் படித்தார். அதற்குள், 'வீரபாகு எங்க கண்ணுல பட்டானா அவன உண்டு இல்லன்னு ஆக்கிடுவோம்' கடுமையான ஒரு குரல் தலைவரை முழுக்கூட்டத்தையும் பார்க்க வைத்தது.

'நான் நாளைக்கு சொல்றேன்' என்று கையெழுத்துப் போடாமல் வெகு விரைவில் இடத்தைக் காலி செய்தார் அவ்வூரின் பஞ்சாயத்து தலைவர். மொத்த கூட்டமும் அவரையே பார்த்தது. சிறிது நடந்ததும் அந்தக் கடிதத்தைக் கிழித்து வீசினார். கனகா திரும்பவும் போக முயன்றாள். 'நீ போவாத, அவர இங்க வரவழைப்போம்' என்று அந்தக் கடுமையான குரல் அழுத்தமாய் ஒலித்தது.

16

ஆடுமேய்க்கும் பிள்ளைகள் மகடாலுவைத் தேடி அலைந்தனர். எப்போதும் தயாராக இருக்கும் அவர், இன்று காலை உணவையும் தீண்டாமல் காத்திருக்க வைத்தார். காட்டைப் பற்றி தனியாக பிள்ளைகளால் நினைக்க முடியவில்லை. சிறிது நேரத்தில் மன்னாரும் தனது பைக்கில் சுற்றிக்கொண்டிருந்தார்.

கண்ணு பாடம் சொல்லித்தருவதில் மூழ்கிவிட்டார். யாரும் வரக்கூடாது என்று மொட்டைமாடிக் கதவையும் தாழிட்டுக்கொண்டார். வானதியை காலையில் மகடாலு பொருட்டு கேட்பது பிரச்சினையாகிவிடும். எத்தனையோ இடங்கள் பார்க்கப்பட்டன. எத்தனையோ பேர்களிடம் கேட்கப்பட்டன.

நம்பிக்கையின்றி ஓயும் நேரத்தில்தான் கிழக்கிலிருந்து சோர்ந்த முகத்தோடு அவசரமாக வந்தார் மகடாலு. டீக்கடையில்

தன்னைப் பற்றி பேசுவது காதில் அரைகுறையாய் கேக்கிறது.

'ஏய் மகடாலு என்னா சரக்கா?' குமார் டீக்கடை வாசலிலிருந்து நக்கலை வீசினான்.

'ஊர விட்டே போயாச்சின்னு நெனச்சேன்' மனோ தன் பங்கிற்குச் சொன்னான்.

'அப்படி போனாதான் நிம்மதியாச்சே. ஒனக்கு அந்த வேலகெடைக்கும்டா. ஆனா நாமதான் போவ வைக்கனும்னு' கணபதி அடுத்தகட்டத்தில் இருந்தார்.

வேறொருவராய் இருந்த மகடாலுவை இவை ஏதோ செய்தன. இன்று தரையைப் பார்த்து போகும் ஆளாகயில்லை. நின்று அவர்களைப் பார்த்தார். அப்படி இதுவரை செய்ததில்லை.

'என்னா மொறைக்கிறே ஏய்' குமார் சொன்னது சரியாகப்படவில்லை. தெருவிலிருந்து டீக்கடையை நெருங்கினார்.

'ஏய் இந்தப் பக்கம் வந்த சுடு...' மகடாலு அவர்களை முறைத்தபடி, நெருங்கினார். கணபதி கையிலிருந்த ஒரு டீ கிளாசை மகடாலு மேல் வீசினார். அவர் தன் கழியால் அதை தடுக்க, அது உடைந்து சிதறியது. எதிர்பார்க்காத கணபதி ஒரு கட்டையை எடுத்து மகடாலு தலையில் அடிக்க ரத்தம் வெளியானது. மகடாலு ஒரு கையால் அதைப்பிடித்துக்கொண்டே தனது கழியை கணபதி தோளில் குத்தி அதன்முனையிலிருந்த ஆணியை உள்ளிறக்கினார். கணபதி துடித்து, 'ஏய் ஏய் எட்ரா' வாசலில் மன்னார், கமலாவுடன் நின்றிருந்தார். இதுவும் புதிது.

'ஒரு நொண்டிய இத்தன தடிமாடுங்க அடிச்சா என்ன அர்த்தம்?' மன்னார் கேள்விக்கு கணபதியால் எதுவும் பேசமுடியவில்லை. மனோவும் குமாரும் அமைதியாயிருந்தனர். மகடாலு நடக்கத்தொடங்கினார். 'என் கைய நீட்ட வச்சிடாதீங்க' மன்னார் வார்த்தைகளுக்கு எல்லோரும் அமைதியானார்கள். கமலா மனோவையும் குமாரையும் முறைத்தாள். இருவரும் கிளம்பினர். கணபதிக்கு வலி அதிகமாகிக்கொண்டே இருந்தது. வெளியில் சொல்ல மொதலாளிக்கு வெட்கமோ?

‘ஒடம்பு சரியில்லம்மா’ கமலாவிடம் சொல்லிவிட்டு நடக்கத்தொடங்கினார் மகடாலு. ஆடுகளோடு தெரு நிறைந்தது. காட்டுக்கு மகடாலுவோடு போவதென்பது பிள்ளைகளுக்கு விளையாட்டு மாதிரியாகிப் போயிற்று. இப்போதெல்லாம் யாராக இருந்தாலும் மகடாலு பேசி ஆடுகள் மேய அனுமதி வாங்கிவிடுகிறார். இது பலருக்கு முடியாத ஒன்று.

‘என்ன மகடாலு ஏதாச்சம் பிரச்சினையா?’ பெருமாள் அமைதியை உடைத்தான்.

‘ஒண்ணுமில்லடா! அந்த கெழக்கு கொல்லையில ஒக்காந்தேன் அப்படியே தூங்கிட்டேன்’ மனசு அமைதியாய் இருந்தது.

‘கெலாப் பழம், நொனாப்பழம் கொண்டாரவா?’ மகடாலு தலையசைத்து ஒரு மரத்தின் கீழ் உட்கார்ந்தார். பெண் பிள்ளைகள் ஆளுக்கொரு திசையில் இருந்து ஆடுகளைப் பார்த்துக்கொண்டிருந்தனர்.

கனகா இப்போது அவரது நினைவுக்கு வந்தாள். அவள்தான் மகடாலுவை ஒரு கட்டத்தில் துணிவாய் பாதுகாத்தாள். மகடாலுவுக்குப் பார்வை தூரத்தில் நின்றிருந்தது. ஆடுகள் மேய்ச்சலில் பொறுப்பாய் இருந்தன. பெருமாள் பழங்களை அருகில் வைத்துவிட்டு மற்றவர்களோடு அரட்டையடிக்கக் கிளம்பினான்.

நிலாவை சுடுகாட்டுக்கு உணர்ச்சிப் பீறிடலில் தூக்கிச் செல்லும்போது, மகடாலுவை படு அவசரமாய் பிடித்திழுத்தனர். அவன் புரியாமல் தவித்தான். கூட்டத்திலிருந்து பிரித்து ஒரு கடும் இருட்டுக்குக் கொண்டுசென்றனர். உதறி ஓட நினைத்தவனுக்கு அவர்கள் சொன்னது அதிர்ச்சியாக இருந்தது. இந்தக் கோணம் அவனுக்குத் தோன்றவே இல்லை. சிறிது நேரத்தில் கனகா வந்தாள்.

‘மகடாலு ரோட்டத் தாண்டி, நேரா காட்டுக்குள்ளப்போ. கொஞ்ச நேரத்துல யூக்கலிப்டஸ் காடு வரும். அதையும் தாண்டிப் போ. முள்ளுகாடு வரும். அதுக்கப்பறம் மலைய ஒடச்சிக்கிட்டு இருக்கிற பாறைங்க இருக்கும், அதுல கடைசி

தெக்கால வரும். அங்க ஒரு பெரிய எடம் இருக்கும். அங்க பத்ரமாயிரு. நான் எப்படியும் ராத்திரி வந்து ஒன்னப்பாக்கறேன்.'

மகடாலு, நிலாவின் உடல் செல்லும் பாதையைப் பார்த்து அழுதுகொண்டிருந்தான். கனகாவுக்கு பதில் சொல்லத் தோன்றவில்லை. சிறிது நேரம் புரியாமல் நின்றான். பிறகு ஊர்வலத்தைப் பார்த்து அழுதான்.

'தயவு செஞ்சி இந்த போலிஸ்காரன் கண்ணுலயோ இல்ல வீரபாகு கண்ணுலயோ பட்டுடாத. என்ன நடக்கும்னு சொல்ல முடியாது. '

'நான் என்ன தப்பு செஞ்சேன்? ஏன் போய் தனியா அந்தக் காட்டுல?'

'இப்ப வெளக்கமா சொல்ல முடியாது மகடாலு, ராத்திரி சொல்றேன். சீக்கிரம் இப்படியே திரும்பி ரோட்டுக்குப் போ' தனது ஜாக்கெட்டிலிருந்து, இரு பத்து ரூபாய்களைக் கொடுக்க மகடாலு அதை வாங்க மறுத்தான்.

'இது பழசெல்லாம் மறக்கற நேரம், மகடாலு.'

'...'

'சரி அவசரம்னா ஏதாவது வாங்கிக்க இல்லன்னா திருப்பிக் கொடுத்துடு' இப்போது பணத்தைப் பிடுங்கிக்கொண்டு, கண்களை மூடி வேறு திசையில் நடக்கலானான். சாலையைக் கடக்க நிற்கும்போது திருவள்ளுவர் போக்குவரத்துக்கழகப் பேருந்து ஒன்று வெள்ளொளியைத் தூக்கிக் கொண்டோடிக்கொண்டிருந்தது.

நின்று பயந்து விழுந்து முள் குத்தி, கனகா சொன்ன இடத்தை கண்டுபிடித்தான். வெயிலின் கடுமை இல்லாமல் இருந்தது. மரமும், மலையும் பார்வையில் படவில்லை. பாறைகள் வெடிவைத்து பிளக்கப்பட்டு, இயந்திரத்தின் மூலம் சிறு பகுதிகளாகி லாரிகளில் வெளியில் கொண்டு செல்லும் பகுதியில் இருந்தான்.

அங்கிருந்து பிறரைப் பார்க்க முடியும். ஆனால் பிறரால் அவனைப் பார்க்க முடியாது. ஊரிலிருந்து இரண்டு மைல் தூரம் இது. எப்படி வந்து சேர்ந்தான் என்று தெரியாது. சேர்ந்த பின்பும் துக்கம் நெஞ்சை அடைத்து கண்ணீரில் எழுந்து கவனமாய் நடந்தான். தூரத்தில் சிறு சிறு ஒளிகளாய் வீடுகள், தெருக்கள், ஊர்கள் தெரிந்தன.

அந்தக் கடும் இருட்டில், சிறு ஒளியும் ஒலியும் கவனத்திற்கு வந்துவிட முடியும். நீண்ட நேரமாகியும் கனகா வராமல் போக, கால் வலியால், வானத்தைப் பார்த்த படி பாறையில் சாய்ந்திருந்தான், மனம் முழுதும் அழகுநிலாதான். நினைக்க நினைக்க மீண்டும் அழுகை பீறிக்கொண்டு வந்தது. கண்ணீரைத் துடைக்காமல் மேலும் மேலும் தொடர்ந்தான். களைத்துப் போன போது, எழுந்து நடக்க முயன்றான். யாரோ வரும் சப்தம் கேட்டது. ஓடிப்போய் பதுங்கிக்கொண்டான்.

தூரத்திலிருக்கும் போது, யாரெனத் தெரியவில்லை. நடை மெதுவாகவும் மென்மையாகவும் இருந்தது. அது நெருங்கும் போது கனகாதான் என்று உறுதிசெய்து கொண்டான். அவள் தேடிக்கொண்டிருந்தாள். இருந்த இடத்தை முகர்ந்து, ‘மகடாலு, மகடாலு...’ அவன் தயங்கியபடி வந்தான்.

‘ஏ ஏன் அழற?’

‘...’

’ஊர்ல இன்னும் அழுதுகிட்டே இருக்காங்கடா?’

‘...’

இருள் இன்னும் அடர்த்தியாகி, நரிகளின் ஓலம் கேட்டது. மகடாலு சுற்றிலும் ஒரு பார்வையை கவனமாக்கிய போது, கனகா அருகில் வந்தாள்.

‘ஏய் என்னாது, ஏன் கிட்ட வர்ர?’

‘ஆமாம் இப்ப அலையறேன். போடாங்...சாப்பாடு கொண்டாந்திருக்கேன். ஒனக்குதான் அப்பப்ப மயக்கம் வருமாமே. வேற யாரு வந்தாலும் சந்தேகப்படுவாங்களாம்.

அதனாலதான். தோ அது வரைக்கும் சைக்கிள்ள ஒருத்தன் விட்டான்.'

'ஆமாம் இப்ப சாப்பாடுதான் கொறச்சல். எடுத்துக்கிட்டு போடி, மயிராட்டம் வர்ரா.'

'நேத்திலிருந்தே ஒன்னும் சாப்டலன்னு சொன்னான்.'

கனகா சாப்பாட்டை வெளியில் எடுத்து வைத்தாள். மகடாலு எழுந்து வேறு திசை நோக்கிப் போனான்.

'கரக் முரக்குன்னு சப்தம் போடாத யாருக்காவது கேக்கப்போவுது?'

'கேட்டா கேக்கட்டும், நான் போலிசுட்ட பேசிக்கிறேன். கொன்னவன விட்டுட்டு இழந்தவன புடிக்கிறேங்களேன்னு.'

சாப்பாட்டைத் தட்டில் போட்டு, எடுத்து வைத்தாள்.

'சோறும் வேணாம் ஒரு மயிரும் வேணாம். போடி.'

'நான் இப்ப போனா போலிசுகிட்ட மாட்னாலும் மாட்டுவேன். பரவாயில்லையா?'

' ... '

'இப்பவே ரொம்ப லேட், சாப்புடு மகடாலு. ஒன் நிலாவுக்காக.'

'...'

'நான் கெளம்பவா?'

'அவளுக்காக ஏதாவது செய்யறதா இருந்தா நானும் செத்துப்போறதுதான், ஒரே வழி.'

'அதுக்கா மனுசனா பொறந்தோம்? அதுக்கா இவ்வளவு தெறமைங்கள, அறிவக் கொடுத்திருக்கான். இவ்வளவு கஷ்டப்பட்டு ஒழச்சீங்க, பல பேத்துக்கு ஒதவுனீங்க. நான் வாழல எத்தன சோதன? பாக்கிறதானே. வாயில வந்தபடியெல்லாம் சொல்லும். இப்படி ட்ரெஸ் பண்ணுனா, யாருகூடயாச்சம் போனா...எல்லாத்தையும் மீறி வாயப் பொளந்து என்னப் பாக்கறானுவளே!'

‘அப்பறம் ஏன் நிலா செத்தா?’

‘...’

‘சொல்றீ, நீதான் எத்தனயோ ஆணுங்களப் பொண்ணுங்களப் பாக்கிறீயே?’

‘...’

‘எத்தனயோ ஆசைங்களோடு இருந்த ஒரு தேவதைக்கு இந்த நெலமையா?’

‘அதுதான் பிரச்சினையா ஆயிடுச்சுன்னு நெனக்கிறேன், மகடாலு. மன்னிச்சிடு.’

‘அப்படின்னா நம்ம பொண்ணுங்க அழகா இருக்கக்கூடாதா?’

‘அப்படித்தான் மகடாலு நெலம. வெறியா இருக்கானுவ. ஆணவம். தான் நெனச்சா நடக்கணும், ஆசப்பட்டா கெடைக்கணும். அதுக்காவ என்னென்னவோ செய்வானுவ, சொன்னா நம்பகூட முடியாம போயிடும். ஆனா அவனுங்க நிம்மதியா இருக்க முடியுமா?’

‘நம்மளோட நேர்மைய, ஒழைப்ப யாரு மதிக்கிறா? அப்படி இருந்தா எத்தனையோ குடிசைங்களோட நெலம மாறியிருக்கும்’ மேலும் பேச முடியாமல், தலையைப் பிடித்துக்கொண்டு தடுமாறினான்.

‘மணி பன்னன்டுக்கு மேல இருக்கும். யாராச்சும் வந்தா ஓடறதுக்கு தெம்பு வேணும் இல்லியா?’ கனகா பாத்திரத்தை மிக அருகில் வைத்து அவனையே பார்த்துக்கொண்டிருந்தாள். மெல்ல சாப்பிடத்தொடங்கினான். அவ்வப்போது விசும்பல். புறையேறியது. கனகா தலையைத் தட்டப் போனாள், அதைத் தடுத்தான்.

’எப்படி ஒங்களால அடிமையா இருக்கிறத விட்டுட்டு வாழ முடியலியோ, அது மாதிரிதான் எங்களுக்கும் சில வெசயங்கள் இருக்கு மகடாலு. யோசிச்சாதானே?’

‘நெலா எப்படி கனகா? யாருகிட்டயாவது பழக்கம் இருந்திருக்கா?’

'எனக்குத் தெரியாது, இப்ப எதாச்சும் சொன்னா ஓங்கூடப் படுக்கிறதுக்குச் சொல்றதா ஆயிடும். இப்ப நீ அவளப்பத்தி ரொம்ப உணர்ச்சியோட வேற இருக்குற.'

'ஏய் ஒன்ன அடிச்சே கொன்னு போட்ருவேன், அந்தப் பன்னிய அடிச்ச மாதிரி, அந்த வீரபாகு நாய அடிக்க நெனச்ச மாதிரி.'

'நீ அது மாதிரி, அவன மாதிரியில்லன்னு நம்பறேன் மகடாலு. இல்லன்னா ஒரு அழகான பொண்ணு இந்த நேரத்துல தனியா வருவாளா?' மகடாலு இருட்டில் சிரித்திருக்கலாம்.

'நம்ம பசங்க அவங்கப் பொண்ணுங்களப் பாத்தாலெ அடி ஒத தண்டன, வேல போவும். ஆனா நம்ம பொண்ணுங்கள எப்படியெல்லாம் எங்கெங்கெல்லாம்... அப்ப அவங்களுக்கு மட்டும் என்னா வேற நியாயமா?'

'மகடாலு ஒரு விசயம், அடிமை வேலைங்க கூட வெளியில மத்தவங்களுக்குத் தெரியற மாதிரி இருக்கு. ஆனா எங்கள இருட்டுல, கெணத்துல, காட்டுல, பயிர்களுக்கு எடையில, பாலத்துக் கீழ, மாட்டுக்கொட்டாயில வாயால சொல்லவே முடியாது. நரக வேதனய...' கண்களில் நீர் பெருக, முந்தானையால் ஒத்தித் துடைத்தாள். மிகக் கொடுமையான் ஒரு சம்பவம் நினைவை அழுத்தியது.

'யாரையும் ஏமாத்தாம, பொய்சொல்லி, நடிச்சி வாழாம... ஒரிஜினல் நீங்கதான். அதான் நாக்க வெளியிலயே போட்டுக்கிறானுவ, நாறப்பசங்க.'

நீண்ட மௌனம்.

மெல்ல குளிர் துவங்கியிருந்தது. தன் முந்தானையை அவிழ்த்து அவனுக்குப் போர்த்தக் கொடுத்தாள். ஏற்காமல் அதை அவன் திருப்பித்தந்தான். அவள் நெருங்கியதையும் தவிர்த்து, பின்னால் நகர்ந்தான். 'ஏய் அந்தப்பக்கம் போகாத பெரிய பள்ளம் இருக்கு, சரிஞ்சாலே போச்சு.' வியந்து பார்த்து, 'எப்படி எல்லாத்தையும்...'

'எத்தனையோ மொற இங்க வந்திருக்கேன். ஒரு மொற ஒருத்தன் காசுப் பிரச்சினையில இந்த எடத்துல வச்சி

தள்ளப்போயிட்டான். என்ன அப்படி பாக்குற… இதெல்லாம் எவ்வளவோ பரவாயில்ல, இதவிட நடக்கறதெல்லாம் சொன்னா நீயே என்னக் கொன்னாலும் ஆச்சர்யப்படமாட்டேன்' முதன் முறையாக கனகா இப்படிப் பேசினாள்.

'நான் ஒன்ன ஏதோன்னு நெனச்சேன். ஐயோ எப்படிதான் எல்லாத்தையும் தாங்கிக்கிட்டு அதே மாதிரி அழகா சிரிச்சிக்கிட்டு…'

அமைதியாக இருந்த இருவரும் வானத்தைப் பார்த்தனர். நட்சத்திரங்கள் இருளையும் அழகாக்கின. அவற்றோடு இணைய ஏதோ சுகம், இறங்கியது. மனம் சற்றே அமைதியாகி, பார்வைகளில் சுற்றிலும் சென்றனர். ஒளி தெரியும் இடங்கள் பற்றியெல்லாம் கதைகளைச் சொல்லி அவனை நிமிர்ந்து பார்க்கச்செய்து, விரிந்தாள். உருவங்கள் மெல்ல தெரியத் தொடங்கின. கனகாவுக்குத் தூக்கம் முகமெல்லாம் பரந்து ஏங்கியது.

'கொஞ்ச நேரம் தூங்கிட்டுப் போ.'

'எப்பப்போனா, எப்படிப்போனா சந்தேகம் இல்லாம இருக்கும்னு யோசிக்கிறேன். போனப்பறம் சூழ்நிலையப் பொறுத்து நானோ சுப்புவோ வரோம்' என்றாள், கொட்டாவி விட்டுக்கொண்டே.

காலடிகள் ஓசை கேட்டு, கனகா மகடாலுவை எச்சரிக்கை செய்தாள். பதுங்கவேண்டிய இடத்தையும் தேவையெனில் ஓடவேண்டிய வழியையும் சொல்லி, சப்தம் வரும் பக்கம் போகத் தொடங்கினாள். அந்த சப்தம் நெருங்கும் போது, அழுகை சேர்ந்திருந்ததையும் கேட்டுக் குழம்பினாள். தூரத்தில் காரின் ஒலியும் சிலரின் நடைச்சப்தமும் கேட்டு, மனதில் முடிவெடுத்துக்கொண்டிருக்கும் போதே, மகடாலுவின் சகோதரி செல்லம்மா ஓடிவந்தாள்.

'என்னய போட்டு அடிக்கறாங்கடி, கனகா. மகடாலு எங்கன்னு. தாங்க முடியலடி. சுப்புவ புடிச்சிகிட்டுப் போயிட்டாங்க.'

‘மகடாலு இங்க இல்லவே இல்ல. என்னய ஒருத்தன் அழச்சிக்கிட்டு வந்தான், வேல முடிஞ்சதும் காசு கேட்டேன். ‘இல்லன்னான்’ கண்டபடி, திட்டுனேன். விட்டுட்டுப் போயிட்டான். விடியறதுக்காக ஒக்காந்திருக்கேன்’ காவல்துறை அதிகாரி கனகாவை ஓர் அறைவிட்டு கீழே தள்ளினார்.

‘மகடாலு இங்க வர்லன்னா, ஒங்க ரெண்டு பேத்தயும் போலிஸ் டேசனுக்கு கொண்டு போய்... என்ன நடக்கும்னு சொல்ல முடியாது. ஒனக்குத் தெரியுமில்லடி’ கனகாவைப் பார்த்துச் சொன்னார் ஒரு காவலர். அதற்குள் மேலும் மூன்று காவலர்கள் வந்து சேர்ந்தனர்.

இருவரும் தொடர்ந்து பயந்து நடுங்கி கூனிக்குறுகிக் கிடந்தனர். மகடாலுவுக்கும் உடல் சூடானது. முகம் கடுமையாகத் தொடங்கிவிட்டது.

‘அய்யோ சார், எனக்கு எதுவுமே தெரியாது, என்னோட தம்பியத் தேடிகிட்டுதான் ஓடி வந்தேன், ஆனா இங்க இல்ல’ செல்லம்மாள் அழுதுகொண்டிருந்தாள்.

‘என்ன ஒருத்தன் ஏமாத்தி அழச்சிக்கிட்டு...’ கனகா சொல்லி முடிப்பதற்குள் ஒரு உதைவிட்டு அதிர்ச்சியை ஏற்படுத்தினர். அதற்குள் செல்லம்மாள், பயந்து குனிந்து உதையை தவிர்க்க பின்னகர்ந்தாள். மகடாலு துடித்துக்கொண்டிருந்தான். சுற்றிலும் எதையோ தேடினான்.

‘யோவ் அவளுங்க துணியெல்லா அவுறுயா’ அதிகாரி சொல்லவும் இருவரும் அலறிப்பின் சென்றனர். ஒருவர் அவர்களை நெருங்க அவர்கள் உடையைப் பிடித்துக்கொண்டே மேலும் பின்னகர்ந்தனர். அந்த அதிகாரி உடல்களைப் பார்க்க தயாராய் இருந்தார். ‘ம்’ அவர்கள் மேலும் பின்னகர, ’அந்தப் பக்கம் ஓடிடப் போறாளுங்கய்யா. சீக்கிரம்.’

பேச்சின் போது, அதிவேகத்தில் வந்த பெருங்கல் ஒன்று அதிகாரியைத் தாக்கி, காயப்படுத்தி, கீழேத் தள்ளியது. ‘அய்யோ’ காவலர்கள் சுற்றிலும் பம்பரமானார்கள். அதிகாரிக்கு ரத்த வெளியேற்றம் அதிகமாக, ‘இங்க வாங்க சார். ரத்தம் ஊத்துது.

சீக்கிரம் ஆஸ்பத்திரிக்கு இல்லன்னா...' கனகா சொன்னதும், அவர்கள் தேடுவதை நிறுத்தி விட்டு ஓடிவந்தனர். ரத்தம் அதிகாரியின் கண்களை நனைக்க மூடிக்கொண்டார். இவர்கள் அவரைத் தூக்கிக்கொண்டு ஜீப்பை நோக்கினர்.

'ஏய் தேவிடியாளுங்களா டேசனுக்கு வரணும். எங்கயாச்சம் போனீங்க ங்கோத்தா அவ்வளவுதான். சுட்டுக்கொன்னுடுவோம். கல்லடிச்சவன் எவனா இருந்தாலும் புடிக்காம, அவனக் கொல்லாம விடமாட்டோம். சீக்கிரம் வாங்கடி' கடைசியாகப் வந்த காவலர், சொல்லிக்கொண்டே போனார்.

'வர்ரங்கய்யா. தயவுசெஞ்சி நம்புங்கய்யா' கனகா அவர்களின் பின்னாலேயே ஓடினாள். செல்லம்மாள் உட்கார்ந்து அழத்துவங்கினாள். விடியல் தன்னை அறிமுகம் செய்துகொண்டது. வண்டியில் ஏறிக்கிளம்பும் வரை, கைகளைக் கட்டிக்கொண்டே இருந்தாள் கனகா. அவளைப் பார்த்துக்கொண்டே இரு காவலர்களும் அதிகாரியைப் பிடித்துக்கொண்டிருந்தனர்.

கனகா திடீரென திசையை மாற்றி பின்புறமாக ஓடி பெரும் பாறையின் பின்புறம், யாரும் பார்க்க முடியாத இடத்தில் இருந்த மகடாலுவைக் கண்டுபிடித்தாள்.

'என்னாக் காரியம் செஞ்சிட்டே மகடாலு? அவனுங்க கையில மட்டும் மாட்டியிருந்த அவ்வளவுதான். இங்கியே பொணமாக்கியிருப்பானுவ.'

'ஏய் என்னாது ரொம்பதான், என்ன வேணாலும் நடக்கட்டும். நெலா செத்துபுட்டா, ஒங்க துணிய அவுக்கச் சொல்றானுவ... என்ன என்னா பொட்டன்னு நெனச்சியாடி.. அசிங்கமா வருது, என் அக்கா இருக்கான்னு...என்னய எல்லாத்தயும் வேடிக்கைப்பார்க்க சொல்றியா? என்னாலத் தாங்க முடியலடி கனகா. செத்தாலும் சாவறன்' அழுகை இயல்பானது.

'சரி சரி என்ன செய்வியோ ஏது செய்வியோ ஊருகாரனுவ, போலிசுகாரனுவ கண்ணுலப் படாம எங்கயாவது கண்கானாத எடத்துக்குப் போயிடு. அக்காவ, போலிசு டேசனுக்கு கூப்டுகிட்டு

போனா…வேணாம். ஐயோ அவங்களையும் அழச்சிகிட்டு போ… இந்தா இன்னுங்கொஞ்சம் பணம். ஓடு ஓடு…'

'ரொம்ப நன்றி கனகா. ஒன்னோட ஒதவி வாழ் நாள் முழுக்க மறக்க முடியாது. தயவு செஞ்சி உயிரு போனலும் யாருகிட்டயும் சொல்லிடாத.'

'என் உயிரு போனாலும் ஒங்கள காட்டிக்கொடுக்க மாட்டேன்' சத்தியம் செய்து கொடுத்து நம்பிக்கையைக் கூட்டினாள். 'நீ அக்காவ அழச்சிக்கிட்டு அவங்க ஊருக்குப் பக்கம் ரொம்ப தூரம் போயிடு. மீதிய நான் பாத்துக்கிறேன். ஏதாவதுன்னா சுப்புகிட்ட சொல்றேன். சீக்கிரம், தெற்குப்பக்கமா காட்டுக்குள்ளப் போயி மெயின் ரோட்ல நின்னு…'

'சரிடி நீ ஒன்னிய பாத்துக்க.'

'பத்தரம் மகடாலு.'

மகடாலு கண் திறக்கும் போது, பிள்ளைகள் காட்டில் கூட்டாஞ்சோறு ஆக்கிக்கொண்டிருந்தனர். 'நான் சாப்டலன்னு எப்படி ஒங்களுக்குத் தெரியும்?' மகடாலு கடும் பசியில் இருந்தார்.

'அதான் ஒன் குடிச முன்னாடி சாப்பாடு அப்படியே இருக்கே.'

மகடாலுவை ஆடுகளைப் பார்த்துவிட்டு, இலையோடு வரச்சொன்னார்கள். அவர் கனகாவுக்கு மனதில் நன்றி சொல்லிக்கொண்டே கிளம்பினார். குழம்பு வாசம் பரவத்தொடங்கியது. செல்லாயி மற்ற இருவரையும் விரட்டிக்கொண்டிருந்தாள். பெருமாள் பல இலைகளோடு ஆட்டமாடிக்கொண்டே வந்துகொண்டிருந்தான். முகங்கள் விரிந்து மனங்கள் மகிழ்ந்து இருந்தன.

17

டீக்கடையில் என்ன நடந்ததோ இல்லையோ மகடாலுவைப் பற்றிய பேச்சுகள், வெறுப்புகள், ஊரைவிட்டே வெளியேற்றத் திட்டங்கள் நிறைய நிறைய நடந்தன. அங்கு எது கிடைத்ததோ இல்லையோ, நிச்சயம் மகடாலு பற்றிய கிசுகிசுக்கள் கிடைத்தன. இல்லாவிட்டாலும் கணபதி வாய்ப்பை ஏற்படுத்திக் கொடுத்துவிடுவார். வேறு யாரையாவது இப்படிச் செய்யமுடியுமா?

டீ கிளாசை வீசி உடைத்து. 'எவ்வளவு நாள்தான் இந்தக் கம்மனாட்டியப் பேசிகிட்டே இருக்கிறது? முடியலடா. ஏதாச்சும் செஞ்சி, ஊர விட்டே அனுப்பித் தொலைங்கடா?' வெறுத்துப்போய் பக்கத்து வீட்டு குண்டு பிரபு சொன்னதை உடனிருந்தோர் ரசித்தனர்.

'அதுக்கு என் கட கிளாஸ்தான் கெடச்சிதா?'

'மகடாலு ஒடச்சா சரி. நான் ஒடச்சா கேள்வி? இதுக்கு பதிலா நான் ஒசத்தியான

தண்ணியே வாங்கித்தர்ரேன்' முறைத்த கணபதியின் கழுத்தில் நட்பாக கையை சுற்றி சமாதானம் செய்தார்.

'அவருக்கு மட்டும்தானா?'

சிரிது நேரம் யோசித்த பிரபு, ஆட்களை எண்ணி, 'சரி எல்லாருக்குமே. இன்னிக்கி சாயங்காலம் தெக்கொள்ளையில சங்கமம் ஆயிடுவோம்.'

ஊரின் தென்கிழக்குப் பக்கத்திலிருந்து போகும் புதிதான மண்சாலை அகலமானது. அந்த சாலைமுடியும் இடத்தில் நின்று பார்வையை வலப்புறம் திருப்பினால், இரண்டு கிணற்றுப்பாசன நிலங்கள், பெரும் பரப்பில் வளமையை தாங்கிக்கொண்டிருக்கும். காற்றடித்து அப்பகுதியில் இருப்பது, அதிலும் மாலை நேரம் ஒரு சுகானுபவமாய் மாறும்.

கிணற்றையொட்டிய வேப்பமரத்தின் கீழ் லுங்கியில் தரையில் உட்கார்ந்து, பாட்டில்களை எடுக்கும் போதே அனைவருக்கும் முக பாவனைகள் மாறிவிட்டன. சுற்றிலும் ஒரு முறை பார்த்து, தம்ளர்களில் அளவாய் ஊற்றினார், சங்கர். அனுபவமும் கறார்தன்மையும் கொண்டவர். இன்னொருவர் கறித்துண்டுகளை ஒரு வாழையிலையில் பரப்பினார். எண்ணெய் பளபளத்தது. வாசம், கைகளை அசைக்கவைத்து, எச்சலை ஊற வைத்தது.

பாட்டில் திறக்கப்பட்டு எல்லா தம்ளரிலும் கால் அளவு பானம் இறங்கியது, ஒரு அலுமினிய பாத்திரத்திலிந்து நீர் இறங்கி அந்த பானத்தின் நிறைத்தைக் குறைத்து அதனோடு சேர்ந்தது. சிறிது அமைதி, எல்லோரையும் ஆழப்படுத்தியது.

பறவைக் கூட்டமொன்று தலைக்குமேல் நளினமாய் வளைந்து போனது. 'நாம என்ன நடந்தாலும் அதுங்க மாதிரி இருக்கணும்டா' கணபதி சொன்னபோது அவரது தம்ளரோடு மோதி ஆமோதித்தினர். இருவர் சிரித்தனர்.

முன்னால் இருந்த கறியை சுவைபார்த்த, கணபதி, 'ரொம்ப நல்லா பண்ணியிருக்காட ஒன் சம்சாரம்,' 'ம்' என்று இன்னொரு துண்டை எடுத்து அதைப் பார்த்து ரசித்து ஈடுபாட்டோடு வாய்க்குள் போட்டார்.

ஓரிரு நிமிடங்களில் தம்ளர்கள் காலியாகின.

‘பயந்து பயந்துதான் அவன இவ்வளவு நாள் நாமளே வளத்துட்டோம் அண்ணே. எப்பவோ கதைய முடிச்சிருக்கணும். ராத்திரியில தூக்கிட்டுப் போய் எங்காச்சும் வச்சி ஒரு ஒத அவ்வளவுதான் முடிஞ்சிருக்கும். என் கைய கட்டிப் போட்டுட்டீங்க’ பிரபு இப்போதும் கோபமாய்ச் சொன்னார்.

‘முடிக்கிறது கஷ்டம் இல்லடா. அதுக்கப்பறம் நடக்கறத நெனச்சிப்பாக்க முடியுமா? இந்த கம்னாட்டி மவனுக்காக, ஒங்கம்மா ஒங்கப்பா ஒன் தங்கச்சி எல்லாம் எவ்வளவு கஷ்டப்படும், அவங்கள எல்லாம் உள்ளத்தள்ளி ஒத ஒதன்னு ஒதச்சி ஜெயில்ல போட்றதெல்லாம் சாதாரணமா நடக்கும்டா. ஆசையா சொல்லு?’

‘இந்தப் பொட்டச்சிங்க நாம ஏதோ சம்பாதிக்க துப்பில்லாத மாதிரியும், அந்த நாசமாப் போன கண்றாவி நாயி மகடாலுதான் சம்பாதிக்க முடியற மாதிரியும் நெனக்கிறாங்க., ரொம்ப அசிங்கமா இருக்கு இது.’

‘இதனால கிட்டக்கூட வரமாட்டேன்கறா ஏம் பொண்டாட்டி. பொறவு அவனப் பத்தி பெருமையா நம்மகிட்ட சொல்றது. நாம ஏதாவது சொன்னா சமைக்கறதில்லை. இதெல்லாமே ரொம்பவே பாதிக்குது’.

‘அதுக்காக அவளப்போயி, ‘மகடாலுகிட்ட படுத்தியாடி’ன்னு கேக்கலாமாடா? முட்டாப் பயலே.’

‘முடியலியே? எவ்வளவோ பேசிப் பாக்கறென், கேக்க மாட்டேன்கிறா. அவ வாய அடைக்கறதுக்கு ஒண்ணு அடிக்கணும் இல்லன்ன இப்படி கேவலமா சொன்னாதான் அடங்குறா, ங்கோத்தா.’

‘சரி நாம எல்லாம் ஒண்ணாப் போய் தலைவரப் பார்த்து பஞ்சாயத்துக்கு ஏற்பாடு செய்யச்சொல்லி அந்த நொண்டி நாய, ஸ்ட்ராங்கான காரணங்களச் சொல்லி ஊர வுட்டே தொரத்திடலாமா?’

‘இப்பவே யாரு ரெடி?’ கணபதிக்கு எல்லோருமே கை தூக்கினர்.

‘இதுதான் புகாருங்க. சரியான்னு சொல்லுங்க.’

சங்கரிடம் படிக்கச்சொன்னார். ஒவ்வொன்றுக்கும் கருத்து தெரிவித்தனர். தங்கள் பங்களிப்பாக சில கதைகளையும் சொல்லி மேலும் குடித்துப் புலம்பினர். முடிவாக:

பெண்களிடம் தவறாக நடந்துகொள்வது

ஆடுகளை பல வயல்களில் மேயவைத்து நஷ்டத்தை ஏற்படுத்துவது

தனது புண்கள் மூலம் பிறரை கஷ்டப்படுத்துவது; குஷ்ட ரோக நோயைப் பரப்புவது

மகடாலு நிறைய தவறுகள் செய்வதால் ஊர்ப் பெயர் வெளியில் கெடுகிறது

தன்னோடு ஆடு மேய்க்கும் வயதுக்கு வந்த பெண்களிடம் தவறாக நடத்தல்

ஊர்ப்பிள்ளைகளை தொட்டு தொட்டு நோயைப் பரப்பி சதி செய்தல்

சாப்பாடு, தண்ணீர் என்று சொல்லி, கேட்டு வீடுகளுக்குப் போய் தவறாகப் பார்த்தல்

குடும்பத்தில் நடப்பதை அவனிடம் சொல்லி பிரச்சினைகள் குடும்பத்தில் ஏற்படுகின்றன.

பெண்களை மரியாதை இல்லாமல் கூப்பிடுவது. கையைத் தொட்டு தொட்டுப் பேசுவது

நோயுடன் எச்சல் துப்புவதால் அது காற்றில் பறந்து பிறருக்கும் நோய் பரவும் வாய்ப்புள்ளது

உறவுகளுக்குள் புகுந்து சண்டைகளை ஏற்படுத்துதல் இதனால் குடும்பம் சிதைதல்…

‘டேய் சங்கர் இது கூட அங்கங்க ‘ஊர்ப்பெருமை’, ‘மகடாலு கொடுமை’ அப்படி இப்படின்னு சேத்து ஒரு போடு போடு.

பாத்த ஒடனே அலறணும்' கணபதி சொன்னதை ஏற்று சிரித்துக் கொண்டனர்.

'நாம ஏதோ சும்மா பேசிக்கிட்டு இருக்குறவனுங்கன்னு பேரு எடுக்கக் கூடாது. ஒன்னு சொன்னா அத நடத்தி முடிக்கிறவனுவன்னு இருக்கணும். கொஞ்சம் கொஞ்சமா இந்த ஊர நம்ம கட்டுப்பாட்டுக்குக் கொண்டுவரணும்டா. அப்பறம் இந்த மன்னாரு, மகடாலு, தோ அந்த படிச்ச திமுறு வானதி எல்லாம் நாம் சொல்றபடி கேக்குங்க' கணபதி போதையில் தெளிவாய் சொன்னதிற்கு மகிழ்ந்தார்.

'குடிகாரன் பேச்சா ஆயிடக் கூடாது. பேசுன படி நாளைக்கு காலையில தலைவரப் பாக்குறோம். மாலையில பஞ்சாயத்து. இத எப்படியாச்சம் செஞ்சே ஆவனும்' பிரபு இதைச் சொல்லக் காத்திருந்தது மாதிரி எழுந்தனர்.

திடீரென அந்த இடம் மயான அமைதியானது. கறித்துண்டுகளுக்கும் சிந்திய சரக்குத்துளிகளுக்கும் எறும்புகளும் பூச்சிகளும் முன்னேறின. இருள் மேலும் கருமையானது. மண் சாலையில், தள்ளாடியபடியே, பேசி நடந்துகொண்டிருந்தனர்.

18

மன்னாரைப்போலவே கம்பீரமாக இருந்தது அவரது புது வீட்டுக்கட்டிடம். அதை செடிகளாலும் பூக்களாலும் அழகூட்டியிருந்தாள் கமலா. மன்னார் இருந்தால் அமைதியாகவும், கமலா மட்டும் இருந்தால் வேறுமாதிரியாகவும் இருக்கும் அந்த வீடு. சிலர் மன்னார் வருகிறார் என்றால், வீட்டின் பின் புறவாசல் வழியாக நழுவிவிடுவர்.

சில ஆண்டுகளுக்கு முன்பு மன்னார் கடும் கோபக்காரன். யாரையாவது மிரட்டுவது அடிப்பது என்பதெல்லாம் கை தேர்ந்த கலையாகுமளவு அதில் நீண்ட கால அனுபவம் கொண்டவன். அதனால் யாவரும் சற்று விலகியே இருப்பர். ஆனால் புது வீட்டுக்கு வந்த பின்பு அதில் மாற்றம் இருக்கிறது என்று சொல்கிறார்கள். ‘தன்னை மாத்திக்கிறதுக்காகவே இந்த வீட்டக் கட்டினான்’ என்பர் சிலர்.

ஊரில் மன்னார் மீதிருந்த நிறைய கருப்பு அடையாளங்களை மாற்றியோ நினைவுக்கு வராதபடியோ செய்தவர் கமலாதான். பிரச்சினைகள் மாற்றுக்கருத்தெனில் முதலில் கையை ஆயுதமாக்குவது இவன்தான். அதனால் எதையும் மன்னாரிடம் பேசவோ, கருத்து கூறவோ, மறுக்கவோ எவர் விரும்புவர்?

சிலவற்றுக்கு, 'திருமணத்திற்குப் பின் எல்லாம் சரியாயிடும்' என்று சொல்வதற்கு மன்னார் வாழ்வு உதாரணமாகியது. அதிலும் கமலாவுக்குப் பின் என்று சொல்லவேண்டும். அவருக்கு முன் பல என்று சொல்லப்பட்டாலும் ஊரறிய மன்னாரின் வாழ்வில் நுழைந்தது, கமலாதான். ஆரம்பத்தில் இவருக்கும் வலிகள்தான் ஊரில் குடும்பத்தைப் பற்றிப் பேசுவதெல்லாம் காதில் விழாமலா இருக்கும்?

கல்லில் நீரெடுக்கும் முயற்சியாக மன்னார் மாறியதைச் சொல்வர். 'அவ ஒரு அடிக்கு ஒரு சத்தியம் வாங்கியே மன்னார மாத்திட்டாய்யா?' பிறருக்கு இல்லாத வாய்ப்பை கமலா பயன்படுத்தி, நிறைய பேசினாள், சரியான நேரம் பார்த்து. சில நேரம் வெளியில் நின்று விமரிசித்துவிட்டுப் போய்விடுவார். பின்பு வரும்போது கோபம் அப்படியேவா இருக்கும்?

சிலர் வியந்து கமலாவிடம் அவரை மாற்றிய ரகசியம் கேட்பதுண்டு. பெரும்பாலும் சிரித்துக் கொண்டே நழுவிவிடுவாள். ஒரு நாள் லட்சுமி பாட்டி விடாமல் வெவ்வேறு விதங்களில் கேட்டு பதிலைப் பிடுங்கப் பாடுபட்டாள். தவிர்க்கவே முடியாது என்ற நிலையில், 'ஒன்னா ரெண்டா சொல்றது, பாட்டி? எனக்குத் தெரிஞ்சத வச்சி, நம்பி, விடாம செஞ்சேன். இப்பதான் கொஞ்சம் மாத்தம் இருக்கு. அதுக்கு அவருதான் முக்கிய காரணம்' என்றாள் கமலா.

லட்சுமி பாட்டி, கமலாவின் கன்னத்தைக் கிள்ளி, 'சமத்துடி, யாராலயும் மாத்த முடியாத, எல்லாரும் பயந்துகிட்டிருந்த அவன எப்படிதான்' கமலா மகிழ்ந்து மென் கிள்ளலை ஏற்று, 'நான் ஒரு தப்பு பண்ணிட்டேன்' என்றாள்.

'அது என்னாடிம்மா?' என்றாள் வியந்து லட்சுமி பாட்டி.

'அது ஒண்ணுமில்ல. அனுபவம் ரொம்ப இருக்குற ஒங்கள மாதிரி ஆளுங்கிட்ட கல்யாணம் ஆன புதுசிலியே கேட்டிருந்தா இன்னும் நெறையவே மாத்தியிருக்கலாம்' என்று பாட்டியை கட்டி இழுத்துக் கொண்டே உள்அறைக்குச் சென்று, ஒரு தின்பண்டமும் காபியும் கொண்டு வந்திருந்தாள்.

'வேண்டவே வேண்டாம் வீணடிக்காதே' பாட்டி சொன்னதும் அவர் அருகில் வந்தாள். கையில் இருந்த தின்பண்டத்தை, பேசிக்கொண்டிருக்கும் போதே, ஊட்டிவிட்டாள், பேச்சுச் சுவையில் லட்சுமியால் ஏதாவது சொல்ல முடிந்ததா?

லட்சுமி பாட்டி தண்ணீர் கேட்ட போது, காபியைக் கொடுத்தாள், 'ஏய் என்ன கமலா இது?' அவள் சிரித்துக்கொண்டே, 'தெரியாதா பாட்டி? இதுதான் காபி' என்று தம்ளரை வாங்கிவைத்து விட்டு, 'தண்ணி கேட்டா?', கமலா, பாட்டியை அணைத்து, 'இதுவும் ஒரு வகையில தண்ணிதான்' என்று பாட்டியின் உதடுகளிலுருந்த காபித்துளிகளை தனது முந்தானையால் துடைத்து, மீண்டும் அணைத்து வேறு பேச்சில் லட்சுமி பாட்டியை ஏற்றிக்கொண்டு வெளியே வந்து, அசந்து பார்க்கவைத்து அனுப்பிவைத்தார். அன்றிலிருந்து லட்சுமி பாட்டி அந்த ரகசியம் பற்றி மேலும் கேட்பதில்லை. சிறிதாவது புரிந்திருக்கும்தானே?

ஊரில் சிலர் கமலாவின் உயரத்தையும், பிறரை நேசிக்கும் அன்பையும், அழகையும் மன்னார் மாறியதற்குக் காரணமாகச் சொல்வர். சிலர் அவர் சிரிப்பை குறிப்பிட்டு, 'அவ கள்ளி' என்று சொல்வர். சிலர், 'அவள் பேச்சில் மயங்கினார்' என்பர். சிலர் அவள் படிப்பில் என்பர், சிலர் அவள் பொறுப்பை சொல்வர். 'கமலா பிடிவாதக்காரி முடிவு எடுத்திட்டா அதுக்கு அவள முழுசா ஒப்படச்சிடுவா..' இப்படி பலரும் சொல்வதற்கு நிறைய இருந்தன.

கணபதி குழுவினர் மகடாலு மீதான புகார்களையும் குறைகளையும் தொகுத்துக்கொண்டு பஞ்சாயத்துத் தலைவரிடம் அளித்தனர். அவர் தயங்கினார். பெரும் இரைச்சல் கொண்டு,

'இன்னும் நெறைய இருக்கு. அதையெல்லாம் பஞ்சாயத்துல சொல்லுவோம்' என்று உறுதியளித்தனர். பிறகென்ன அறிவிப்பு ஊருக்குள் பரவியது.

'நாம ஜெயிக்கணும், நாம யாருன்னு ஊருக்குக் காட்டணும்' சொல்லிக்கொண்டனர். 'எப்படியும் இன்று மகடாலுவை தண்டனைக்குள்ளாக்கி இடத்தைக்காலி செய்துவிட்டு நிம்மதிக்குத் தயாராகி விடவேண்டும்' என்று டீக்கடையில் சபதமெடுத்துக்கொண்டனர்.

மன்னாரை இப்போதும் 'பஞ்சாயத்துப் பக்கம் போகவேண்டாம்' என்று சொல்லி வீட்டிலேயே இருக்கும்படியானது. ஆனால் கண்ணுவும், பெருமாளும் இம்முறை மன்னார் வந்தால் மகடாலுவுக்கு ஆதரவாக இருக்குமென கமலாவிடம் சொன்னார்கள். 'நல்லதே நடக்கும்னு பாக்கலாம். அவர் வந்தா என்ன நடக்கும்னு சொல்ல முடியாது. கணபதி, பிரபு, குமார் மேல அவருக்கு ரொம்பக்கோவம். பயமா இருக்கு' என்று சொல்லி கூடவே இருந்துகொண்டார்.

தேனடையில் கூடும் ஈக்கள் போல் பஞ்சாயத்து தொடங்கியது. ஜமக்காளம், கட்டில், திண்ணை என்று காலியான இடங்கள் பூர்த்தியாயின. இயற்கையின் ஆதிக்கம் நேரத்தை அழகாக்கியது. யாரும் பேசாமல் இருக்கும் தருணம் எவ்வளவு அர்த்தமாகிறது?

பஞ்சாயத்து பற்றி மன்னாருக்குத் தெரிவித்துவிட்டு வந்ததால் மகடாலு வந்து சேர சிறிது தாமதமாகிவிட்டது. உண்மையில், பாண்டியிடம் சொல்லி சைக்கிளில் வரத்தான் நினைத்தார். ஆனால் அது நிறைய பேரின் வயிற்றைச் சூடாக்கி, அதுவும் ஒரு புகாராகிவிடும், அதனால் சைக்கிளைத் தவிர்த்தார்.

பஞ்சாயத்து முறையாகத் தொடங்காத நிலையில் கூட்டம் தங்களுக்குள் பேசுவதில் தீவிரமாய் இருந்தது. 'நல்லா இருந்த ஊரு, இவன் வந்தான் அவ்வளவுதான்..' என்று குமார் சொல்வது பலருக்கும் கேட்டது. 'இன்னொரு தடவை வாய்ப்பு வராது. இனி தலைவரைப் பார்ப்பதோ அவரை பஞ்சாயத்துக்கு ஒப்புக்கொள்ளவைப்பதோ சாத்தியமா இருக்காது' என்று சங்கர் சொன்னதும் பலருக்கும் கேட்டது.

’தோ பாருங்க தலைவரே. நாமெல்லாம் வந்துக் காத்திருக்கோம். அவன் மட்டும் லேட்டா வரான், பெரிய இவன்னு நெனப்பு. அப்பறம் என்ன மதிப்பு இந்த பஞ்சாயத்து மேல?’

‘எல்லாத்தயும் குத்தமா பாக்காத அவனால சாதாரணமா நடக்க முடியாது. அதுவும் நாள் முழுக்க ஆடுங்க பின்னாடி ஓடி ஓடி அலஞ்சிட்டு வந்திருக்கான்.’

‘நீங்க என்னா அவனுக்குச் சப்போட்டா தலைவரே?’

‘இது தகவல்தான் தீர்ப்பு இல்ல. கவலப்படாதய்யா.’

எல்லாருக்கும் வணக்கம் சொல்லி ஓர் ஓரமாக நின்று கொண்டார் மகடாலு. அனைவரும் தங்களை அறியாமல் பேச்சை நிறுத்தி மகடாலுவை வார்த்தைகளால் புகார்களால் தாக்க காத்திருந்த நேரம் வந்துவிட்டது என்று கவனத்தைக் குவித்தனர்.

தலைவர் உட்காருபவர்கள் நிற்பவர்கள் இரு வகையினரையும் பார்த்து ஒரு மதிப்பீடு செய்து கொண்டார். யார் யார் எங்கு இருக்கிறார்கள் என்பது மனதில் ஓரளவு பதிவாயிற்று.

‘ஆரம்பிக்கிறோம்’ என்று சொன்னதும், ஏன் இந்தப் பஞ்சாயத்து எதற்காக கூட்டப்பட்டுள்ளது என்று சொல்லப்பட்டது. தலைவர், அவர்களின் புகார்களை சொல்லச் சொன்னார்.

கணபதி தொடங்கினார். ‘தோ பாரு மகடாலு, நான் நேரடியாவே வேண்டியதச் சொல்றேன். அதாவது நீ ரொம்பத்தான் ஊருக்கு தொந்தரவு கொடுக்குற. அதனால நீ வேற எங்கியாவது தங்கிக்க. இல்லன்னா நாங்களே அடிச்சி வெளியில போகச்சொல்ல வேண்டியிருக்கும். ஏகப்பட்ட பேரு கோவத்துல இருக்கோம். ஆமா. நாளைக்கு நீ வருத்தப் படக்கூடாது’ அவர் பஞ்சாயத்தைச் சூடேற்றி எல்லோரையும் நிமரச்செய்தார்.

‘பொத்தாம் பொதுவா சொன்னா எப்படி கணபதி, பிரச்சினைய குறிப்பிட்டுச் சொல்லுங்க. அப்பதான் பேசறதுக்கு வசதியா இருக்கும்’ தலைவர் மேலும் பேச அழைத்தார்.

‘என்னத்த சொல்றது என்னத்த விட்றது? டேய் சொல்றா’

என்று தனது குழு உறுப்பினரை அழைத்தார், கணபதி.

'நம்ம ஊர்ல நெறைய பேத்துகிட்ட தொட்டுப் பேசறான். வெளியூர்காரங்க கிட்ட எல்லாம் நம்ம ஊரப்பத்தி தப்பா சொல்லி கெட்ட பேரு வாங்கித் தர்றான். அடிக்கடி இவன் கார்ல வர்றப்போ இவன் கூட இருக்குறவனுவ நம்ப பொம்பளங்கள ஒரு மாதிரியாப் பாக்கறாங்க. நமக்குள்ள சண்டையமூட்டி வேடிக்கைப் பாக்கறான். நமக்கு எங்கியுமே மதிப்பு கொடுக்கிறதில்ல. இப்படி நெறையா.'

மகடாலு இதை மறுத்தார். சங்கர் மேலும் பேசினார். அப்போது எழுந்த குமார் ஓடி வந்து, 'நாங்க சொல்றதக்கேக்காம என்னவோ நீ பெரிய இவன் மாதிரி' மகடாலுவை உதைக்க வந்தான், அதை லாவகமாய் தவிர்த்ததும், கீழே விழுந்தான். மகடாலு அவன் மேல் தன் கைத்தடியை, பன்றியை உலுக்கியால் குத்தியது மாதிரி வைத்து அழுத்தினார். அவன் வலியால் அலறினான். யாரும் எதிர்பாராதது. கணபதியும் அவருடன் வந்தவர்களும் துள்ளிக்குதித்து வந்தனர். அவர்களை பெருமாளும் கண்ணுவும் தடுத்து நிறுத்தினர்.

தலைவர் எழுந்து, 'எல்லோரும் அமைதியா இருங்க. இதுமாதிரி பண்ணக்கூடாது. அவன் நம்மக் கட்டுப்பாட்டுல இருக்கான். ஏதாச்சும் ஆச்சி அவ்வளவுதான் ஊரே நாறிடும். இப்படி எல்லாம் நீங்க பாட்டுக்கு அடிச்சா அப்பறம் எதுக்கு சட்ட திட்டம், பஞ்சாயத்து? நான் எதுக்கு இருக்கேன். அவன் நியாயத்த தானே சொல்லிகிட்டு இருக்கான்? ஓங்களுக்குத் தெம்பு, திமிரு. கோவம் இருந்தா, மகடாலுவோட மொதலாளி மன்னாரு மேல கைய வச்சிப்பாருங்க? இவன் பாவம்...'

'ஏந்தலைவரே அந்தத் தாயோளி, குமாரு மேல தடியவச்சி குத்துறான். நீங்க ஏதோ.. என்னா ஆச்சி ஓங்களுக்கு?' கோபத்தில் கணபதி குரலை உயர்த்தி எதிர்த்தார்.

'இல்ல தலைவரே என்ன சொன்னாலும் அதுக்கு அவன் பதில் சொல்லிகிட்டு எரிச்சலா இருக்கு. தப்புதான், மன்னிச்சிடுங்க' சங்கர், சற்றே அமைதி வழிக்கு முயற்சித்தார்.

‘மகடாலுவ பத்தி சாதாரணமா நெனக்காத… அவன் மட்டும் நம்ம மேல புகார் கொடுத்தா போதும், நாமெல்லாம் கம்பி எண்ணவேண்டியிருக்கும்’ இது தலைவர் மகடாலுவுக்கு ஆதரவளிப்பது போல் இருந்தது. இது திசையை மாற்றிவிடக் கூடாது என்று நினைத்துக்கொண்டனர் கணபதி ஆட்கள்.

கண்ணு மையத்தின் அருகில் வந்தார். ‘மகடாலு இந்த ஊருக்குச் செய்யறதெல்லாம் தெரிஞ்சா, நீங்க இப்படி நடந்துக்கிட மாட்டீங்க. நம்மள விட அதிகமான வயசு, நோய்வாய்ப்பட்ட கை, கால், ஒடம்பு. அவனுக்கு யாரும் இல்ல. ஆனா நம்ம எல்லாத்தவிட அதிகமா வேலசெய்யறாப்பல. பல வேலங்க நமக்கே தெரியும். பலது நமக்குத் தெரியாது. ஊருக்கு நெறையா நல்லத செய்யறாப்ல. எத்தனையோ பசங்க படிக்க ஒதவி செய்யறாப்ல…’

‘மொதல்ல அவன் புராணத்த நிறுத்துங்க. இதெல்லாம் எதுவும் நமக்கு வேணாம், எது எப்படியிருந்தாலும் அவன் ஊருல தங்கக்கூடாது. என்னாய்யா சொல்றீங்க? படிக்கறவன் அப்பன் ஒழுங்கா இருந்தா, நாம ஏன் கண்டவங்க கிட்டயெல்லாம் கை நீட்டி, கால் நீட்டி, பிச்சயா எடுத்து படிக்கவைக்க வேண்டியிருக்கு? அப்படின்னா படிப்பே வேணாமய்யா’ பிரபு எழுந்து உக்கிரமானார்.

உடனே, ‘ஆமாம்’ ‘ஆமாம்’ என்று சிலர் குரல்கள் வழி ஆதரவளித்தனர்.

‘சரி வேறென்ன பிரச்சின, கணபதி?’

‘தலைவரே நீங்களும் அவனுக்கு சப்போர்ட்டா? பொண்ணுங்க கிட்ட தப்பா பேசறது, அவங்களுக்கு தொந்தரவு தர்ரது..’

‘சும்மா சொன்னா எப்படி? யார, என்ன பண்ணான் ஆளக்கொண்டாங்க? ஆதாரமில்லாம பேசலாமா?’

‘இவன் கெட்ட கேடுக்கு சாட்சிங்கள கொண்டார முடியாது. நாங்க சொல்றத நம்ப வேண்டியதுதான், நான் மட்டுமில்ல இங்க இருக்குற பல பேர்’ கணபதி சொன்னது சலசலப்பானது.

‘அது எப்படிப்பா அவனுக்கொரு நியாயம் மத்தவங்களொரு நியாயமா? இப்படி போனா பஞ்சாயத்து மேல நம்பிக்க வருமா? யாராவது நியாயத்துக்கு இந்த எடத்தத் தேடி வருவாங்களா? சொல்லுங்க?’

தலைவர் பேசிக்கொண்டிருக்கும் போதே, சிலர் எழுந்தனர், ‘இந்த தடவ இவன் ஊரவிட்டுப் போகணும் இல்லன்னா நாங்க இவன என்ன வேணாலும் செய்வோம். ஒன்னும் நடக்காம இந்த எடத்த விட்டுப் போக மாட்டோம்’ கணபதி ஆட்கள் ஒன்றாய் அழுத்தமாய் முடிவோடு சுவரெழுப்பதுவது போல் நின்றனர். மீண்டும் குரலெழுப்பி, கவனத்தை ஈர்த்தனர்.

‘டேய் மூட்டைய கட்டிக்கிட்டுப் போடா.’

‘ஏய் குஷ்ட ரோகி நாயே திமுறு புடிச்ச மிருகமே...’

தலைவருக்கு என்ன சொல்வதென்று தெரியவில்லை. மகடாலுவை ஆதாரம் இல்லாமல் அனுப்பது தவறு. அவன் எங்கு போவான்? யார் அவனைக் காக்க முடியும்? அவன் மேய்க்க வேண்டிய ஆடுகள் எல்லாம் இங்குள்ளன எங்கு தங்கி எப்படி...’ மேலும் சிலர் சேர்ந்து கொண்டு கூச்சல் குழப்பத்திற்கு தூபம் போட்டனர். தலைவர் மகடாலுவையே பார்த்துகொண்டிருந்தார்.

‘ஏய் நிறுத்துங்க, அர்த்தமே இல்லாம கத்துனா எப்படி, அசிக்கமா இல்ல?’

பலரும் எழுந்து தலைவருக்கு எதிராகக் குரலெழுப்பினர். ஒருவர், கண்ணுவை, இழுத்துத் தள்ளி, வெளியே போகச் சொன்னார். ஓடி வந்த பெருமாளை ஒருவர் தடுத்து நிறுத்தினார். வலுத்த கூட்டணி மேலும் இரைச்சல் போட்டது. அது தள்ளு முள்ளாக மாறிக்கொண்டிருந்தது. நிலைமை கடுமையாக மேலும் குழப்பம். பலரும் புரியாமல் திகைக்க. மீண்டும் குமார் அடிக்க ஒரு குறுந்தடியோடு வந்தான்.

மகடாலு எழுந்து பலத்த குரலில், ’அய்யா தயவு செய்து நிறுத்துங்க’ முழு அமைதி. ‘என்னால எதுக்கு நீங்க சண்ட

போட்டுக்கணும், கஷ்டப்படணும். தலைவரு, கண்ணு, பெருமாள் எல்லாம் பாவம். அவங்கள தயவு செஞ்சி எதுவும் செய்யாதீங்க.'

'சரி நீ என்னா...'

'நான் அன்னியன். எங்கோ இருந்து வந்தேன். இப்ப அங்க போக முடியாது. ஆனா எங்கயாவது நான் போய்க்கிறேன். இந்த ஊர் நல்லாயிருக்கணும் ஒங்களுக்குள்ள சண்ட வேணாம். தயவு செஞ்சு அமைதியா நல்லாயிருங்க.'

'டேய் மகடாலு நீ ஏன் போகணும்?' தலைவர் இயல்பாய் சொன்னது மீண்டும் இரைச்சலை ஏற்படுத்தியது. 'அவன் மேல எத்தனையோ புகாருங்க இருக்கு சொன்னது ஒன்னிரண்டுதான். ஞாபகம் இருக்கட்டும், தலைவரே' என்றார் கணபதி. அவருடைய கூட்டணி எழுந்து ஒன்று சேர்ந்து, 'போ' 'போ' எடத்தக்காலி பண்ணு...' வேறு யாரையும் பேசாத படி சேர்ந்து குரலலைகளை எழுப்பிக்கொண்டே இருந்தனர்.

எல்லோரையும் கும்பிட்ட மகடாலு, 'நான் ஏதாவது தப்பு செஞ்சிருந்தா மன்னிச்சிடுங்க' உடனே கிளம்பினார். கண்ணுவும் பெருமாளும் கூடவே போயினர். மகடாலு யாரிடமும் பேசவில்லை. பட்டியில் ஆடுகளைப் பார்த்துக்கொண்டிருந்தார். பிறகு குடிசைக்குப் போனார்.

'யாரா இருந்தாலும் பஞ்சாயத்துல தவறா தண்டிக்க கூடாது கணபதி. இது சரியில்ல' தலைவர் கடும் கோபத்தில் மிரட்டினார்.

'தன் மேல தப்பில்லாம மகடாலு ஊர விட்டுப் போவானா? அவனே போறன்றான் அதப்போயி தடுத்துகிட்டு... எங்கள கொறசொல்லிகிட்டு இருக்காதீங்க தலைவரே. ஒன்னா ரெண்டா இந்த நொண்டி கால வச்சிக்கிட்டு பண்ணாத கூத்தில்ல. போங்க தலைவர, இதுக்கெல்லாம் கவலப்பட்டுகிட்டு. இத்தன பேரு சொல்றோம். அத்தன பேருமா தப்பா இருப்போம்?'

'நாங்கல்லாம்தான் சரி' சிலர் கத்தினர்.

'இல்ல நீங்கல்லாம் தப்புதான்' கோபத்தில் எகிறினார்.

’கோவப்படாதீங்க தலைவரே. அடுத்த முறை பஞ்சாயத்து நடக்கட்டும். அதில் நாங்கள் பல சாட்சிகளைக் கொண்டுவருகிறோம்’ என்று கணபதி சமாதானப்படுத்த முயன்றார்.

‘இதுக்குதான் என்ன பஞ்சாயத்தக் கூட்டுன்னு துடியா துடிச்சீங்களா, கணபதி? நான் அப்பவே சொன்னேன் ஞாபமிருக்கா? சரியான காரணம் இல்லாம கூட்டக் கூடாதுன்னு? இப்ப சந்தோசமா?’ இரவிலும் அவரது உடல் சூடானது. தூக்கம் எங்கோ தூரத்தில் இருப்பதாகத் தெரிந்தது. பேச முடியாத பலர் தங்களுக்குள் பேசிக்கொண்டனர். இரவு கரும் திசையில் தீவிரமாய் இருந்தது. தூரத்தில் நாய்கள், நியாயமாகக் குறைத்துக்கொண்டிருந்தன.

19

பஞ்சாயத்து முடிவையும் மகடாலு முல்லையூரைவிட்டுப் போவதையும் கேள்விப்பட்ட மன்னார், கடும் கோபமடைந்து தலைவர் வீட்டுக்குப் போனார். கணபதியைத் தேடினார். ஊர் தெருவில் நின்று வேடிக்கைப் பார்த்தது. நீண்ட காலத்திற்குப் பின் அவர் எடுத்த இந்த அவதாரம் பலருக்கும் புதியதாக இருந்தது. கமலா பின்னாடியே சென்று போராட்டத்திற்குப் பின் அவரைத்தடுத்திழுந்து வந்தாள்.

குடிசைக்குப் போன மகடாலு ஒரு பாடலை ரசித்துக்கொண்டே அவ்வூருக்கு வரும்போது கொண்டுவந்திருந்த துணி மூட்டையை எடுத்துக்கொண்டார். நின்றிருந்த பிள்ளைகளிடம் சிரித்துப் பேசினார். அம்சம் பாடும் பாடலின் சில வரிகளைப் பாடி, 'போவும் போது இப்படியா அனுப்பி வைப்பாங்க?' என்று சிரிக்கவைத்துக் கிளம்பினார்.

கண்ணுவிடம் வங்கியிலுள்ள பணம் பற்றிச் சொன்னபோது, 'எனக்கு வேணாம். அது முடியாது மகடாலு, நான் செய்ய மாட்டேன்' என்று சைக்கிள் பின்னாடியே நடந்தார். வானதியும் மறுத்து எதையோ சொல்லிச் செல்லும் போதே, பாண்டி, மகடாலுவோடு டவுனுக்குக் கிளம்பிவிட்டான்.

பாண்டிக்கு மகடாலுவை டவுனில் தனியாக விட்டு விட்டு வர மனமில்லை. சைக்கிளில் விட்டதற்கு பணம் கொடுத்தார். அதை வாங்கிக்கொண்டு அவனுக்கு அழுகை வந்தது. இப்படிதான் நிறைய பேருக்குத் தந்திருக்கிறார் கணக்கில்லாமல். இப்படியெல்லாம் யார் தருவார்கள்? 'நீ போடா பாண்டி, நான் பாத்துகிறேன்.' மகடாலு அவன் சைக்கிளில் ஊருக்குப் போவதையே பார்த்துக்கொண்டிருந்தார்.

தனது துணிமூட்டை எடுத்துக்கொண்டு, பஸ் ஸ்டாண்டுக்குப் போனார் அங்கு உட்காரும் இடமெல்லாம் ஆட்கள் படுத்திருந்தார்கள். சிறுநீர் கழிக்கும் இடத்தின் அருகில் உள்ள சுவரோரம் இடம் அழைத்தது. ஆனால் அருகில் போனபோது நாற்றம் தாங்க முடியவில்லை. பின்வாங்கி கார்கள் நிற்கும் இடமருகில் சென்றார். காருக்குக் கீழ் கூடப் படுக்கலாம், ஆனால் இரவு காரை எடுக்கும் படியிருந்தால்? திரும்பி வந்த வழியே நடந்தார்.

திரும்பவும் பஸ் ஸ்டாண்ட். ஒரு தூணின் ஒரு பக்கத்தில் உட்கார்ந்து சாய்வதற்கு இடமிருந்தது. துணிகளை மடியில் வைத்துக்கொண்டு முட்டிகளை மடித்து பக்கவாட்டில் சாய்ந்து கொண்டார். பல நினைவுகள். தூக்கம் வரவில்லை. இனி முல்லையூரில் தங்குவதில்லை என்று முடிவெடுத்தார். அதை இன்னும் உறுதிசெய்கிறமாதிரி அடுத்தென்ன? என்று எண்ணங்கள் சாத்திய திசைகளில் பயணமாயின.

விடியற்காலை: வானொலி பாடல்களில் எல். ஆர். ஈஸ்வரி, சீர்காழி கோவிந்தராஜன், டி.எம். சௌந்தர்ராஜன் பக்தியை பாய்ச்சிக்கொண்டிருந்தனர். டீக்கடைகள் திறப்பு, கழிவறைகள் நோக்கி ஆட்கள் பயணம், பஸ் கிளம்பும் சப்தம், செய்தித் தாட்களை தயார் செய்தல்... திடீரென பலவும் உயிர் பெற்றன

மாதிரியிருந்தன. மெல்ல மெல்ல ஈக்கள் மாதிரி வாகனங்கள் குவியத் தொடங்கிவிட்டன. அதற்கேற்ப சப்தமும் கூடி இடத்தின் அமைதியை விரட்டியடித்தது. பல ஊர்களின் பெயர்களைச் சொல்லி பயணிகளை அழைக்கும் குரல்கள். காய்கறி, பழக்கூடைகள் பஸ்களிலிருந்து இறக்கப்பட்டு, வேன்களுக்குத் தாவின.

ஊரிலிருந்து வந்த பாண்டி, ஆடுகளில் ஒன்றை யாரோ தூக்கிச் சென்றுள்ளதைச் சொன்னான். அதைக் கேட்டதும் மகடாலுவின் முகம் சிவந்து சிறுத்தது. சிறிது நேரம் கண்களை மூடித்திறந்தார். கண் கலங்கியிருந்தது. கணபதியின் ஆட்கள் ஒடிந்து போன கட்டிலை மேலும் முறித்துத் தூக்கி வெளியில் போட்டதையும் அறிந்தார்.

கிராமத்தில் பல இடங்களில் மகடாலு பற்றிதான் பேச்சு. குறிப்பாக தூக்கிச்செல்லப்பட்ட ஆடு, முறிக்கப்பட்ட கட்டில், வெளியூரில் தங்குதல்... மன்னார் வீட்டின் முன் பெருமாள், பிறர் கூடிப்பேசிக்கொண்டிருக்க மகடாலு தூரத்தில் இறங்கி நடந்தே போனார். கடும் வார்த்தைகளைப் பேசுவார் என்று நினைத்த மன்னார் மௌனமாக இருந்தார்.

பிள்ளைகள் அழுவது போல் இருந்தனர். பெருமாளிடம் எந்த ஆடு என்று கேட்டுக்கொண்டார். அதற்குள் பலரும் கூடிவிட்டனர். யாரும் ஒரு முடிவுக்கு வர முடியவில்லை. பலரும் மகடாலுவை விசாரித்தனர். 'இந்த ஆட்ட நிச்சயமா குமார்தான் தூக்க முடியும்' என்று திசையைக் காட்டினார், மகடாலு. மன்னார் அதை ஏற்பது மாதிரி எதிர்வினையாற்றினார்.

ஆடுகள் கத்திக்கொண்டிருப்பதாக பெருமாள் தகவல் சொல்ல, மகடாலு உடனே ஆடுகளுடன் கிளம்ப வேண்டிய நிலை. கமலா, நீராகாரம் கொண்டு வந்து அவரது பாத்திரத்தில் ஊற்றினாள். மகடாலு சில நிமிடங்களில் குடித்து முடித்து தனது கூட்டணியோடும் ஆடுகளோடும் கிளம்பினார். ஊர் வேடிக்கை பார்த்துக்கொண்டிருந்தது, வேறுமாதிரியாக.

வழக்கம் போல் வெயில் குறைவின்றி அடித்துக்கொண்டு

வரவேற்றது. ஆடுகளும் சற்றே மெதுவாகவே நடந்துகொண்டிருந்தன. வழியில் பிள்ளைகள் மகடாலுவிடம் வரிசையாய் கேள்விகளை அடுக்கினர். மகடாலு சிலவற்றுக்கு மட்டும் பதில் கொடுத்தார்.

'மொதல்ல வயல் பக்கம் போயி ஆடுங்களுக்கு தண்ணி காட்டிட்டு அப்பறமா காட்டுக்குப் போவோம்' பிள்ளைகள் அப்படியே செய்துகொண்டிருந்தனர். அப்போது சில ஆடுகள் அப்பகுதிகளில் இருந்த புற்களை மேய்ந்து கொண்டிருந்தன.

குமார் கையில் ஒரு தடியைத் தூக்கிக்கொண்டு ஏரிக்கரையிலிருந்து தாறுமாறாக இறங்கி ஓடிவந்தான். அதைப் பார்த்துக்கொண்டிருந்த, செல்லாயி ஓடி வந்து மகடாலு முன் நின்று குமாரைத் தடுத்தாள். 'அடிங் ஒம் மேல அடி விழும் எட்டப் போயிடு' அவள் நகரவில்லை. வலக்கையைப் பிடித்து கீழே தள்ளப்போக, அவள் விழாமல் திடமாய் நின்றாள். மகடாலு மீது, தடியைக் குத்தி, 'எம் மேல பஞ்சாயத்துல கைய வைக்கிற, நான்தான் ஆட்டத் தூக்கிக்கிட்டு போயிட்டேன்னு மன்னாருகிட்ட சொல்றே. நீ பாத்தியாடா?' மகடாலு தன்னை ஸ்திரப்படுத்திக்கொண்டிருந்தார், எதுவும் சொல்லவில்லை. அதற்குள் மற்ற பிள்ளைகளும் வந்துவிட்டார்கள்.

மகடாலு அவனது கைத்தடியை நொடியில் பிடிங்கி, வயிற்றில் குத்தி கீழே தள்ளினார். வலியில் துடித்தான், ஆனாலும் அதைக் காட்டிக்கொள்ள விரும்பாமல், திமிறிக்கொண்டிருந்தான். தனது கைத் தடியை குமாரின் தொண்டையில் வைத்துக்கொண்டார். அவனது அசைவு நின்றது. சிறிது நேரத்திற்குப் பிறகு இரண்டு தடிகளையும் எடுத்து, 'ஒழுங்கா போயிடு' என்றார்.

'இல்லன்னா.'

'...'

'ஒன்னத்தான் ஊரவிட்டே தொரத்தியாச்சே. அதுக்கப்பறமுமா திமிறு அடங்கல?'

சொல்லிக்கொண்டிருக்கும் போதே அம்சம், சரளா இருவரும்

தூரத்திலிருந்து கற்களை குமார் மீது வீசினர். பெண் பிள்ளைகள் மேலும் கற்களை வீச, குமார் தடுமாறிப்போனான். 'ஆடுமேய்ச்சும் ஓங்களுக்குத் திமிறு அடங்கலயாடி. வாங்க மாமன் சும்மாதான் இருக்கேன்' கற்களை வெவ்வேறு திசைகளிலிருந்து மீண்டும் ஒரே நேரத்தில் வீசினர். 'வாங்கு'டன் ஓடிவந்த பெருமாளை கீழேத் தள்ளினான் குமார்.

ஏரிக்கரையின் பல இடங்களிலிருந்தும், வயல் பரப்புகளில் வேலைசெய்தவர்களும் சப்தம் கேட்டு இவர்களை நோக்கி வந்தனர். விழுந்த பெருமாள், குமாரின் காலை தனது 'வாங்கு' என்கிற ஆயுதத்தால், கணுக்காலில் மாட்டி இழுக்க, பெரும் சப்தத்தோடு, நின்ற நிலையில் இருந்து கீழே சரிந்தான், குமார். பிள்ளைகள் ஓடி வந்து கைகளையும் கால்களையும் பிடித்துக்கொள்ள முயல, அவர்களைக் கீழேத் தள்ளி எழுந்து, சரளாவை அடிக்கப்போக, பின்னால் இருந்த ஒருவர் குமாரின் தலையில் ஓங்கி அடித்தார். அவன் தடுமாறினான்.

நீண்டு நெடிய அரச மரங்கள், இரு பக்க ஏரிக்கரைகள், விரிந்த வயல் பரப்பின் இருக்கும் பயிர்கள் எல்லாம் சேர்ந்து வேடிக்கை பார்த்தன. மேலும் இருவர் குமாரைப் பிடித்து உதைத்தனர். மகடாலு, 'அவன அடிக்காதீங்க விட்டுடுங்க' என்று சொன்னதும் 'அடப் பைத்தியக்காரா ஒன்ன அடிக்கவரான், நீ என்னடான்னா அவன அடிக்காதன்னு சொல்றியே?'

தூரத்தில் நின்ற மனோ இவர்களைக் கண்டு ஓடினான். குமார் அதே இடத்திலிருந்து முறைத்துக்கொண்டிருந்தான். பிள்ளைகளைத் திட்டிக்கொண்டே இருந்தான். மகடாலு ஆடுகளோடு அவர்களையும் காட்டுப் பக்கம் திருப்பினார்.

காட்டைப் பார்த்ததும் சரளா ஒரு பாட்டை பாட அதில் மீதியோரும் சேர்ந்து ஆடவும் செய்தனர். மகடாலு அவர்களைப் பார்த்து, மகிழ்ந்துகொண்டார். பிள்ளைகளின் கவனத்தை மேலும் திருப்ப, காட்டோரம் இருந்த ஒரு சிறிய பனைமரத்திலிருந்து ஒரு மட்டையை அறுத்து அவர்களிடம் கொடுத்து, 'இந்தாங்க இத வச்சி பொம்மைங்க செய்ங்க பாப்போம். யாரு மொதல்லன்னு, போட்டி.'

ஆடுகள் காட்டு ஓரத்திலிருந்த செடிகளை புற்களை கொடிகளை மரத்தழைகளை மேயத்தொடங்கின. மகடாலு அவற்றைப் பார்த்து மகிழ்ந்து கொண்டே, காட்டுக்குள் சென்று பெருமாளைப் பார்த்தார். அவன் யாரிடமோ பேசிக்கொண்டிருந்தான். வழக்கமாய் விறகுக்கு குச்சு வெட்ட வருகிற, முனியன் என்பது மகடாலுவுக்குத் தெரிந்து விட்டது. அருகில் வந்த பெருமாள், 'காலையிலேயே எல்லா ஆபீசரும் வந்துட்டு போயி ஒரு மணி நேரத்திற்கு மேலாகிவிட்டது' என்றான்.

'பெருமாள் சொன்னது காதுல விழுந்துச்சா?'

'ம்' என்றாள் செல்லாயி

'அப்போ அடுத்து என்ன செய்யணும்?'

'ஆடுங்கள இன்னும் கொஞ்சம் உள்ள கொண்டுகிட்டு போகனும்.'

'அதுக்கப்பறம், சரளா?'

'நல்லா மேய்ஞ்சப்பறம், ஆடுங்கள தண்ணிக்குக் கூட்டிகிட்டுப் போவனும்'

'இப்ப நா டவுனுக்குப் போலாமா?'

'போவக்கூடாது' என்று நால்வரும் ஒத்த குரலில் சொன்னார்கள்.

'நல்லாதான் கத்துகிட்டீங்க.'

'மகடாலு எங்கள உட்டுட்டு எங்கியாவது போயிடுவியா?'

'....'

வெயில் இன்னும் இன்னும் என்று சூடேற்றிக்கொண்டிருந்தது. நாள் முழுதும் பலப்பல மனதில் ஓடினாலும் சிலவற்றை முடிந்த முடிவாக எடுக்க முடியவில்லை. எல்லாவற்றையும் மறுபடியும் மறுபடியும் நினைக்கவே முடிந்தது.

மாலை ஊருக்கு வரும் போது மன்னார் தன் வீட்டை ஒட்டி ஒரு ஆட்டுப்பட்டியை அமைத்திருந்தார். பழைய பட்டியிலிருந்து சில எடுக்கப்பட்டிருந்தன. அருகிலேயே ஒரு கொட்டகையும்

இருந்தது. மகடாலு, தனக்கு அமைக்கப்பட்ட குடிலை விட, ஆடுகளுக்குக் கிடைத்த பட்டி பாதுகாப்பானது எனபதை அறிந்து மகிழ்ந்தார்.

கமலா வந்து எல்லாவற்றையும் சொல்லி ஒரு கட்டிலுக்கும் ஏற்பாடு செய்யப் பட்டிருப்பதாகத் தெரிவித்தார். மகடாலு அதை ஏற்கவில்லை. தான், 'சொன்னதைக் காப்பாற்ற வேண்டும்' என்றார். மன்னார் பக்கத்தில் இருப்பதால் ஆடுகள் பாதிக்கப்பட மாட்டாது என்பதை உறுதி செய்து கொண்டார்.

இன்றும் டவுன்தான், பஸ் ஸ்டாண்ட் சுவர்தான் என்று நினைத்துக் கொண்டு பாண்டியோடு கிளம்பிவிட்டார். கமலா எவ்வளவு சொல்லியும் அவரது பயணத்தை நிறுத்த முடியவில்லை. நேற்றை விட இன்றைய முன் தயாரிப்பும் முன் நாள் கிடைத்த அனுபவமும் பலவற்றை இயல்பாக்கின.

நேரத்தில் கிளம்பி விட்டதால் பாண்டியோடு ஒரு ஓட்டலில் நன்கு சாப்பிட்டார். அவனுக்குப் பிடித்த பரோட்டா சால்னா கிடைத்தது. 'இவ்வளவு கஷ்டப்பட்றியே ஏன் எங்க வீட்ல தங்கிக்கக்கூடாது?' பாண்டி முதல் முறையாகக் கேட்டான்.

'நீ மட்டும் தனியா இருந்தா பரவாயில்ல. மத்தவங்களால என்ன ஏத்துக்க முடியாதுப்பா' அவனை அனுப்பிவைத்துவிட்டு சாலையில் நடக்கலானார்.

கமலா, வானதியைப் பார்த்து கோவியின் வயலில் உள்ள குடிசை பற்றிச் சொல்ல உடனே அவர் கோவியிடம் பேசினார். கோவி ஆழமாய் யோசித்தவர், 'நீ போ வானதி நான் பாத்து செய்யறேன்' என்றார். நீண்ட நேரம் யோசித்தவர், திடீரென ஒரு முடிவெடுத்து, வேகமாக வெளியில் வந்தார்.

மணி பத்தை நெருங்கிக் கொண்டிருந்தது. மாடுகள் கம்பீரமாய் படுத்திருந்தன. வண்டி தோட்டத்தின் பின்புறம் நின்றிருந்தது. மாடுகளை அவிழ்த்தார், வண்டியைப் பூட்டினார். நேராக டவுனுக்குப் போனார். மகடாலு பஸ் நிலையத்தில் இல்லை. சிறிது நேரம் வண்டியிலேயே இருந்தார்.

நீண்ட நேரம் கழித்து, வாகனங்கள் குறைந்த பின், கடைகள் அடைக்கபட்ட பின் மகடாலு நடக்க முடியாமல் ஒரு துணி மூட்டையுடன் வந்து கொண்டிருந்தார்.

‘டேய் மகடாலு...’ நின்று சுற்றிலும் பார்த்தார், சாலையில் யாருமில்லை. பிறகு வண்டியைப் பார்த்தார். நெருக்கமாக வந்தார்.

‘ஏறு வண்டியில.’

‘எதுக்குங்க?’ மகடாலு கேட்டார்.

‘ஏறு சொல்றேன்.’

‘மறுபடியும் பஞ்சாயத்தா அய்யா?’

‘இல்லடா என் வயல்ல குடிச இருக்கு. அங்க தங்கிக்க.’

‘நான் வர்லிங்க அய்யா.’

‘டேய் நான்தான் கூப்டறேன். நீ என்னக் கேக்கல.’

‘ஊருக்குள்ள தங்க மாட்டேன்னு சொல்லிட்டுதான் வெளியே வந்தேன்.’

‘என் வயலு ஊர்லயா இருக்கு? சொல்லு? ஏறு.’

‘இல்லீங்கய்யா ஒங்கள பஞ்சாயத்துல தப்பாப் பேசிட்டேன், ஒங்க நெலத்துல ஆடுங்க மேய்ஞ்சி...’

‘நானும்தான் தப்பாப் பேசினேன். அடிச்சேன், ஒதச்சேன்... அது முடிஞ்சி போன கத. அத இப்ப இழுக்காதடா.’

‘இல்லீங்க நான் வர்ல’ மகடாலு பஸ்டாண்டு நோக்கி நடக்கத்தொடங்கினார்.

‘வானதி சொல்லித்தான் நான் வந்தேன். கண்ணு அங்க வந்துகிட்டு இருக்கான்.’

‘அவங்க வந்தாங்களா? நம்ப முடியல’ தொடர்ந்த உரையாடலில் கோபம் அடைந்த கோவி, மகடாலுவை அப்படியே தூக்கி வண்டியில் உட்கார வைத்தார். ஒன்றும் பேசாமல் வேகமாக

மாட்டை விரட்டினார். மகடாலு வண்டியின் வேகத்தில் தடுமாறி ஒரு கைப்பிடியை இறுகப் பற்றிக்கொண்டார். இருட்டாகி விட்டதால் கண்களை மூடிக்கொண்டார். சிறிது நேரத்தில் கோவியின் வயல் அருகே வண்டி நின்றது, இரண்டு சாக்குகளைக் கொடுத்து மகடாலுவை கொட்டகைக்கு அனுப்பினார்.

'ஒங்களுக்கு ஏன் கஷ்டம்.'

'இது கஷ்டமா? என் குடும்பத்துல ஒருத்தருக்குன்னா செய்ய மாட்டேன்?'

'நான் ஒங்களுக்கு யாரு?'

'எப்படியும் எடுத்துக்கலாம். பேசாம தூங்கு, லைட்ட வேணா போட்டுக்க' என்று சுவிட்சுகளைக் காட்டி விட்டுக் கிளம்பினார், கோவி. குடிசையிலிருந்து வெளியே வந்த மகடாலு கைகளைக் கூப்பி நின்றுகொண்டு, மாட்டு வண்டி போய் மறைந்த பின்னும் பார்த்துக்கொண்டிருந்தார்.

கொட்டகையின் தரை சாணத்தால் மெழுகப்பட்டிருந்தது. அதன் மீது சாக்குகளைப் போட்டதும் ஒரு மெத்தை போல் சுகமானது. லைட்டை நிறுத்தியதும் பூச்சிகளின் ஒலிகள் நன்கு கேட்டன. அவற்றின் அழகையும் வித்தியாசங்களையும் கேட்டுக்கொண்டே உட்கார்ந்தார். கொசுக்களைத் தவிர்ப்பதற்கு தனது வேட்டியை போர்த்திக் கொண்டார்.

20

தூக்கம் தள்ளியிருப்பதை உணர்ந்த மகடாலு, கொட்டகையிலிருந்து வெளியே வந்து, சுற்றிலும் பார்வையை நீண்டினார். அப்பிரதேசமே தனக்காக இருப்பதாக உணர்ந்தார். சுகமளிக்கவே இந்தக் காற்றும் இதமான வெப்பமும் பயிர்களும் கற்பனையைத்தூண்டும் வெளிகளும்... தான் அனுபவிக்கக் காத்திருப்பதாக நினைத்தார்.

மேலிருந்து வயலைக் கவனிக்கும் உயரமான ஏணியில் மெல்ல ஏறி கடைசியாக இருந்த பீடத்தில் உட்கார்ந்து கொண்டார். அது குடிசையைப் போல் இன்னொரு மடங்கு உயரமாய் இருந்தது. காற்று வட்டமடித்து சாமரம் வீசுவதாக இருந்தது. மூச்சை இழுத்து காட்சிகளை மனத்திரையில் வரைந்துகொண்டிருந்தார். ஏணி வளர்ந்து கொண்டிருப்பதாக இருந்தது. முழுமையான சாந்தம் உடலிலும் மனதிலும் ஆனந்தத்தைத் தந்தன.

மகடாலுவுக்கு புண்களின் வலிகள் குறைந்து ஆடுமேய்ப்பதன் சவால்கள் மறைந்து அதன் சுக தருணங்கள் வெளிச்சமாயின. தன்னையறியாமல் உடலெங்கும் ஒரு சுகக்காற்று அதிவேகத்தில் பரவியது. தன்னை லேசாய் உணர்ந்தார். வலி மேலும் சிறியதாகி தூரமாய்ப்போகிறமாதிரி இருந்தது. அது திரும்பவே வராத ஒன்றாக இருந்தால் எப்படி இருக்கும்?

எத்தனையோ ஆண்டுகள் தன்னுள் பகுதியாகிவிட்ட மாதிரியுள்ள பிள்ளைகள் நெருக்கமானார்கள். அவர்கள் துயரங்கள் மறைந்து, சவால்கள் விலகி, புது வாழ்வு மாலை நேரத்து ஆடல் பாடல் கொண்ட நேரங்கள் போல் அமைய வேண்டினார். இளம் வயதில் அவர்கள் சுமக்கும் வயது மீறிய சுமைகள் எப்போது குறையும்?

இப்படியெல்லாம் நாளொன்றும் பொழுதொன்றும் ஆண்டுக்கணக்கில் துயரத்தில் நகர்த்துவதுதான் வாழ்வா? என்ன தவறு செய்தார்கள் இம்மண்ணின் பிஞ்சுகள்? நடப்பதறியாது, கேட்பதறியாது, சுகமறியாது, பலனறியாது தண்டனைகளா இவை? காலணிகள் இன்றி, நல்ல ஆடையின்றி, உணவின்றி, துயரங்களைச் சுமப்பதில் தெளிவின்றி... எப்படி அவர்கள் இத்தனையோடும் அத்தனையையும் செய்கிறார்கள்; இறைவா?

மகடாலு கண்களில் நீர். இத்தனையாண்டுகள் அவர்கள் பெற்றவை போதாதா? வெயிலிலும், அலைச்சலிலும், பசியிலும், வலிகளிலும்... எத்தனை எத்தனையோவிலும் பட்டவை போதாதா? இன்னும் அவர்கள் எத்தனையாண்டுகள் வாழ்வின் தாக்குதலுக்கு இரையாக வேண்டும்?

எனது கால்கள், கைகளில் எதையாவது எடுத்துக்கொண்டு அவர்களுக்கு புது வாழ்வு அளிக்க முடியுமா? முழு உடல் தோலையெடுத்து அவர்களை வலுவாக்க முடியுமா? எனது வாழ்வின் ஆண்டுகள் சிலவற்றை அவர்களுக்கு அளித்து, இழந்த எத்தனையோ வற்றுக்கு ஈடு செய்ய முடியுமானால் இந்த வாழ்வு எவ்வளவு பொருள் கூடிவிடும்!

தனது பணத்தில் ஒரு பகுதியை அவர்களுக்கு ஏதாவது செய்ய

முடிவு செய்தார். என்ன செய்தால் பலன்களைக் கூட்டும்? என்று கேள்வி கேட்டுக் கொண்டார். நிறைவாகச் செய்ய விருப்பம் தலை தூக்கியது. அவர்கள் வாழ்வு சிறக்கவேண்டும், இறைவா!

பெரும் சுமைகள் குறைவதாக உணரும் போது, நீண்ட நேரம் கண்ணீரோடு இருந்தது தெரிய வந்தது. இந்த வாய்ப்பு எல்லோருக்கும் கிடைக்குமா? எவ்வளவு சுத்தமாக்கி விட்டேன்? இந்த பூமியில் இந்த உடல் இருக்கும் வரை இது நினைவுக்கு வரும். இதைப் போன்று இன்னும் உள்ளவற்றை யாரிடமும் பகிர முடியும்? எவ்வளவை வார்த்தைகளில் கோர்க்கமுடியும்? எவ்வளவை அவர்களால் ஏற்க முடியும்? உடலெல்லாம் புதியதாய், மனமெல்லாம் ஆனந்தமாய் உணர்வே உயர்ந்து மேல் நோக்குவதாய்... நன்றியைத் தெரிவித்தார்.

இதற்குத்தான் தனிமைப்படுத்துகிறாயா? இதுக்குதான் எல்லோரையும் ஒதுக்கி என்னை மட்டும் நிலை நிறுத்துகிறாயா? அறிவிலியாய் இருந்தால் எதுதான் புரியப்போகிறது, இந்த பொக்கிஷ உலகில்? இதற்காகத்தான் திருமணம் கூட நடக்காமல் பார்த்துக்கொண்டாயோ? திருமணமான எத்தனையோ கோடிக்கணக்கானோருக்கு என்ன இருந்து என்ன பயன்? இந்த ஆனந்த நிலை, உன் அந்நியோன்ய நெருக்கம், இந்த உணர்தலுக்கு ஈடாய் இந்த உலகில் ஏதேனும் உண்டா? நன்றிகளைக் கொட்டுகிறேன், இறைவா!

அதற்குத்தான் என்னைச் செதுக்கித் தனியனாக்கி காத்திருந்தாயோ இறைவா! அறியாமைதான் துயரத்திற்குக் காரணம் என்பர். இதுவரை புரியாதது, இன்று புரிந்தது. இன்னும் எத்தனை புரியாதது உள்ளனவோ? அதற்கும் காத்திருப்பேன்.

அவசரங்களிலும் ஒப்பீடுகளிலும் பக்குவமின்மைகளிலும் இழப்பது நிறைய இருக்கும் போலுள்ளதே? இப்படியுள்ள எத்தனையோ தாண்டும் போதுதான் உனது பாதை, உனது கண், உனது கருணை, உனது உலகம் எங்களை நோக்குமோ? இப்போது சொல்கிறேன். இனி நான் தனிமை பற்றிப் புலம்பமாட்டேன். வலிகளை வைத்து வாழ்வைப் பார்க்க மாட்டேன்.

தனிமைகள் தெளிந்து, கனிந்து, உனது பாதை நோக்கட்டும், இறைவா. நீயும் கொஞ்சம் கருணையோடு குறியீட்டிலாவது தெரிவித்து விடு. இல்லையேல் துவக்கத்திலேயே பயந்து ஓடிவிடுவர். ஓடுவதால் பயப்படுவதால் நடப்பதெல்லாம் ஒன்றுமில்லாமல் ஆகிவிடுகின்றன என்பதை இப்போது அறிகிறேன்; இத்தனைக்கும் பின்தான் தெரிகிறது எனக்கு. எப்போது தெரியும் பிறருக்கு?

கண்களில் நீர். தொடர்கிறது படைத்தவருடனான உரையாடல். நேரம் பறக்கிறது. இரவு விடியலை நோக்கிவிட்டது. வழக்கமாய் உறங்கும் மகடாலு ஏதேதோ பேசுவதாக இருக்கிறது.

விடிந்தது, இரவும். புது மனிதராக உணர்ந்தார். சிறிது நேரத்தில் கைத்தடியை எடுத்துக்கொண்டு வயலில் உள்ள குடிசையைவிட்டு வெளியே வந்தார். பசுமை கண்ணுக்கு மருந்தானது. சுத்தமான காற்றை சுவாசித்து, கிழக்குத் திசை நோக்கி கைகளைக் குவித்து சூரிய பகவானை பவ்யமாய் குனிந்து நெகிழ்ந்து வணங்கினார்.

மன்னார், மகடாலுவை காலையில் எதிர்பார்க்கவில்லை. உள்ளே நுழைந்ததும், கமலா தகவல் கொடுக்கவும், வீட்டின் பின் புறத்திற்கு வரச் சொன்னார்.

'என்னா மகடாலு காலங்காத்தால? இப்படியெல்லாம் வெளியில தங்க வேண்டியிருக்கும்னு நான் நெனச்சேப் பாக்கலடா.'

'ஒரு முக்கியமான விஷயங்க.' வலியை முனகலோடு உணர்த்திவிட்டு, 'டாக்டர்மாருங்க எல்லாம் கொஞ்ச நாளைக்கு ரெஸ்ட் எடுக்க சொல்றாங்க. இல்லன்னா இந்த காலு கை ஒடம்பு ரொம்ப மோசமாயி சுத்தமாவே நடக்க முடியாதாம். ஒங்ககிட்ட இருக்கும்போது எதுவும் விபரீதமா நடக்கவேணாமே.'

மன்னார், எதையோ யோசித்துக் கொண்டிருந்தார். 'நானும் எத்தனையோ எதையெதையோ செஞ்சிப் பாத்தேன், ஒண்ணுமே நடக்குல. பாவம் அந்தப் பசங்களதான் ரொம்ப கஷ்டப்படுத்திகிட்டு இருக்கேன்' மகடாலு மீண்டும் சொன்னார்.

‘ஏண்டா இதுதான் காரணமா? இல்ல இந்த கணபதி அப்பறம் கொரங்கு குமாருக்கு பயந்துகிட்டு போறீயா? இதவிடல்லாம் நடக்கவே முடியாதப்பல்லாம் ஆடு மேய்ச்சிருக்கியேடா?’

‘வயசு ஆச்சிங்கில்லயா? ஒடம்பு ஒத்துழைக்க மாட்டேங்குது, மயக்கம் அது இதுன்னு மாத்தி மாத்தி வருது...’ அன்று காலை கட்டுகளை அவிழ்த்து புண்கள் தெரியும் படி கால்களை ஆக்கிக்கொண்டார்.

‘சரிடா நான் நெனச்சதவிட இத்தன வருசம் ரொம்ப நாள் நல்லாவே ஆடுங்கள மேய்ச்சிருக்க. நீ ஒடம்ப சரிசெஞ்சிகிட்டு வந்து சேரு. ஒன்னய நம்பி நெறையா யோசிச்சி வச்சிருக்கேன். புதுக்கட்டில் ஜமக்காளம்...’

‘சரிங்கய்யா எப்படின்னு சொல்றேன்’ நன்றி சொல்லி, மெல்ல தன் புது உணர்வை காட்டாமல் நடந்து வெளியே வந்தார். கமலாவுக்கு இது அதிர்ச்சியான தகவல். மகடாலுவிடம் ஏதோ கேட்பதற்கு இருந்தார். ஆனால், மன்னார் கூப்பிட்டு சிலரைப் பற்றி விசாரிக்கத் தொடங்கினார்.

மகடாலு ஒன்றை சரி என நினைத்துவிட்டால் நிறைவேற்றுவதிலேயே இருப்பார். எத்தனையோ உத்திகள் காத்திருப்பது போலிருக்கும். பிறர் நினைப்பதைவிட புதியதாக இருக்கும் அவர் பேசுவது, பார்ப்பது... அப்படியிருக்கும் எவருக்கும் வாழ்வும் சூழலும் சலிப்பாகுமா?

21

டவுனில் எவ்வளவு முயன்றும் மகடாலு ஒரு வீட்டை, ஓர் அறையை வாடகைக்கு எடுக்க முடியவில்லை. உருவத்தைப் பார்த்ததும் தவிர்ப்பார்கள். மகடாலு விடவில்லை. தெரிந்தவர்கள் யாரெல்லாம் உண்டோ அங்கெல்லாம் சலிக்காமல் கதவைத் தட்டினார்.

'நீ இப்பத்திக்கி என் வூட்லயே தங்கிக்க, நல்ல வீடு கெடச்சதும், போயிக்க' சக வியாபாரி கந்தன் சொன்னபோது அதிர்ஷ்டமாய் உணர்ந்தார், மகடாலு. நன்றி சொன்னார்.

'என்ன வூட்ல ஏத்துப்பாங்களா? தனி எடம் இருக்குமா?' மகடாலு தெளிவுபடுத்திக்கொள்ள நினைத்தார்.

'வயசான என் அக்கா இருக்காங்க, அவங்களுக்கு ஒத்தாசையா செண்பகம். அதான் வானதி ஊட்ல வேல செஞ்சதே தெரியாதா? ஏ நீ ஆடு மேய்க்கற ஊர்லடா.'

'ஒரு வேல நேராப் பாத்தா தெரியும்.'

‘வூட்டுக்குப் பின்னாடியே வந்து வேலய முடிச்சிட்டு அப்படியே போயிடுவா. யாருகிட்டயும் பேசக்கூடாதுன்னு சொன்னாளாம் வானதி மாமியார். சரி வாடா ஊட்டுக்குப்போலாம்.’ சௌகர்யமாய் இல்லாவிட்டாலும் அவரது மோட்டார் சைக்கிளில் ஏறிக்கொண்டார். கைப்பிடியை முழுதாய்ப் பிடிக்க முடியாமல், தவித்தார். ‘கவலப்படாத மெதுவாவே போறேன்’ கந்தன் வீட்டில் வண்டியை நிறுத்தும் போது, ஒரு கார் நின்று கொண்டிருந்தது.

பெரிய வீடு. சுற்றிலும் வெற்றிடம். மதிலை ஒட்டியுள்ள நிலப்பகுதிகளில் அங்கொன்றும் இங்கொன்றுமாய் வீடுகள். யோசித்து முளைத்த செடிகள் போல. ‘வெல கம்மியா வந்திச்சு வாங்கிப்போட்டேன்.’ சாலையின் பாதிப்பின்றி அமைதியைப் பிடித்துக்கொண்ட வீடு. சுத்தமாய் கழுவப்பட்டு, ஊதுபத்தியில் மணந்தது.

‘பின்னாடி ரெண்டு ரூம் இருக்கு யாரயும் தொந்தரவு செய்ய வேணாம் பாரு.’ கந்தன் இவ்வளவு விவரங்கள் சொல்வது ஏன்? இதன் பின்னால் ஏதாவது திட்டமிருக்குமோ? மகடாலு நேராகப் பின்புறம் சென்று அறையையும் சுற்றத்தையும் பார்த்துவிட்டு முன்புறம் வந்தார்.

‘வாப்பா மகடாலு. ஒன்னெல்லாம் பாக்க முடியுமான்னு நெனச்சிருக்கேன். அப்படி ஒங்க ஊர்க்காரங்க, தம்பி, தோ செண்பகம் நெறையா சொல்லியிருக்காங்க. தங்கறது பத்தி கந்தன் தம்பி சொல்லிச்சு. இங்கதான் நெறைய எடம் இருக்கே, தங்கிக்க.’ உடல் பெருத்து, எடை கூடி, நடப்பது வலியாய் இருந்தது பார்வதிக்கு. மூச்சிறைக்க இருந்த நிலையிலேயே மகிழ்ந்து சொன்னார்.

அடுப்படியிலிருந்து முகத்தை துடைத்துக்கொண்டு வந்த செண்பகம், ‘அண்ணா என்னத் தெரியுதா?’ மகடாலு யோசித்தார். மெல்ல சிரித்து, ‘பாத்த மாதிரி இருக்கும்மா’ திரும்பி செண்பகத்தை உற்றுப் பார்த்தார்.

‘ஒங்களப் பத்தி வானதி அக்கா நெறையா சொல்லியிருக்காங்க.

ஒங்கள அவங்களுக்கு ரொம்பப் புடிக்கும். நான் இப்படி தனியா இருக்கலாம்னு துணிச்சல் வர்றதுக்கு ஒங்களதான் சொல்லி, போடின்னு, கமலா அம்மா மூலமா அனுப்புனாங்க.'

உழைப்பில் களைத்தாலும் அழகாய்ப் புன்னகையோடு பேசும் முகம். நடுத்தர வயது. செண்பகம் வாஞ்சையோடு பேசியது மகடாலுவுக்குப் பிடித்திருந்தது. 'சாப்பாடு ரெடியா இருக்கு வாங்கண்ணா' மகடாலுவுக்கு ஓர் ஓரமாய் இலையில் உணவு. செண்பகம் தான் கூடவே இருந்து கேட்டுப் பரிமாறினாள். பார்வதி செண்பகத்திடம் 'அதைப்போடு,' 'இதைப்போடு' என்று சொல்லிக்கொண்டே இருந்தார்.

'ரொம்ப நாளைக்கு அப்பறம் ரொம்ப நல்லா திருப்தியா சாப்டேன். இதுக்கெல்லாம் நான் என்ன கைமாறு செய்யப்போறேனோ? அந்த மாரியாத்தாதான் இப்படியெல்லாம் எனக்கு கெடைக்க ஒதவுறாங்க. நீங்க நல்லா இருக்கனும்மா' பார்வதி நெகிழ்ந்தார். செண்பகம் அடுப்படியை சுத்தம் செய்துகொண்டிருந்தாள்.

'இன்னும் நெறைய செய்வோம் மகடாலு. சாப்பிட ரெடியா இரு.' அதில் ஒரு மகிழ்ச்சி இருந்தது. பிறர் பொருட்டு இத்தனை அக்கறையா? மகடாலு நகைச்சுவையை ஏற்றிப் பேசியது, பார்வதிக்கு சிரிப்பை வரவழைத்தது. 'என்னா அவசரம். இரு' என்று அருகில் உட்காரவைத்து, 'எல்லாம் மனுசங்கதான். மூச்சு நின்னுட்டா ஏதாவது ஒன்ன கொண்டுகிட்டு போவ முடியுமா? எவ்வளவோ பாத்திட்டேன் என் அனுபவத்துல மகடாலு' பேசினார்.

கட்டிலில் படுத்தபோது அவ்வளவு சுகம்! தொட்டு தொட்டுப் பார்த்தார். அறை எங்கும் சுத்தமாக இருந்தது, குளியலறை கழிவறையும் கூட. இதுவும் இப்படிப் பார்ப்பது முதல் முறை. எல்லாமும் கனவு போல் இருக்கிறது. வசதியான அறை கட்டிலுடன்... இனி என்ன வேண்டும்? கண்களில் நீர். கதவைத் திறந்து வெளியில் பார்த்தார். எங்கும் இருள், பார்வதியும் செண்பகமும் சிரித்துக் கொண்டாடி பேசிக்கொண்டிருப்பது காதிற்கு இனித்தது.

'மகடாலு தூங்கிட்டியா?' கந்தன் பின்புறமாக வந்தார்.

'நீ இருக்கிறது அவங்களுக்கு பாதுகாப்பா இருக்குடா. நான் எப்பவாவதுதான் இங்க தங்குவேன். அதான் வேற வேற ஊர் சந்தை. அப்பறம் குத்தகைக்கு எடுத்திருக்கிற நெலத்தப் பாக்குற வேல.'

'என்னால ஒண்ணும் கஷ்டம் இல்லியே?'

'நீ யாருக்குடா கஷ்டம் கொடுத்திருக்கிறே. சொல்லு? அப்பிடி இருந்தா எந்த ஊராவது உட்டு வைக்குமா?'

'முல்லையூர் உட்டு வைக்கலியே? இருக்கக்கூடாதுன்னு தொரத்துதே ஏதோ பெரிய குற்றம் செஞ்ச மாதிரி?'

'டேய் இது சுத்தப் பொறாமை, திமிரு. சரி ஒன்னிய ஒரு பொம்பளயோ அல்லது இவனுங்களத்தவற யாராவது தப்பா சொல்லியிருக்காங்களா?'

'என்ன காப்பாத்துனது எல்லாமே பெண்கள்தான். எம்மூட்டு வேல செய்றாங்க. காலைல இருந்து படுக்க போறவரைக்கும், அம்மா' கையை எடுத்துக் கும்பிட்டார். கண்களில் ஈரம்.

மெல்ல வீட்டைத் தாண்டி சாலையோரம் வந்தனர். இரவில் அப்பகுதி மனதிற்கு நெருக்கமாக இருந்தது. தூரத்தில் ஐஸ் வண்டியில் இரண்டு கோன் வாங்கினர். வாகனங்களில் லாரிகள் உறுமி போய்க்கொண்டிருந்தன.

'வானதிய அப்படி தொந்தரவு செய்வானாம். ரெண்டு பசங்க ஆச்சில்லயா. அப்பப்ப இவ முடியாதுன்னு சொல்லியிருக்கா. அதுக்கு அடிப்பானாம். ஒரு நாள் வானதி கைய புடிச்சி தள்ளி விட்டிருக்கா. அவன் எதாலயோ அடிக்கப்போய்... பாவம் அவளுக்கு யாரும் இல்லன்னு இப்படி செய்றானா? அதக்கப்பறம் செண்பகம் மேல கைய வச்சிருக்கான். இவ சத்தம் போட்டு காட்டிக் கொடுத்திட்டா. அதனால வேல போச்சி.'

'எல்லாத்தயும் பகச்சுகிட்டுதான் இவனக் கல்யாணம் கட்டிகிட்டாங்க. நல்ல படிப்பாளிங்க. ஐயோ ஏதாச்சும்

கேட்டா அப்படி வெளக்கம் சொல்லுவாங்க. பாவம் புருசன் 'வேலக்குப் போனா வீட்டுக்குள்ள நொழைய முடியாதுன்னு' சொல்லிட்டானாம். ஊர்லயும் யாருகிட்டயும் பேசக்கூடாது. எப்பவாச்சும் கமலா அப்பறம் கண்ணு.'

'அப்பறம் நீ, எப்பவாச்சம் கணேசன்.'

'ரொம்ப ஒதவுனாங்க நெறைய நன்றி சொல்லணும்.'

'சீக்கிரம் புருசன வுட்டுட்டு தனியா வந்து டியூசன் சொல்லித்தரப் போறாளாம். பசங்க படிக்கிற ஸ்கூல்ல டீச்சராவும் ஆகலாம்' னு யோசிக்கிறாப்ல.'

கந்தன், வீட்டில் குளித்து மீண்டும் கிளம்பும் போது, 'கொறஞ்சது முல்லையூர் திருவிழா முடியற வரைக்கும் இங்க இரு மகடாலு. என் அக்காவுக்கு ஒன்னிய ரொம்பப் பிடிச்சிருக்கு. அவளும் தனியா இருந்தப்போ இந்த வீட்ல கீழ விழுந்து, கிழுந்து கஷ்டப்பட்டு, இப்ப செண்பகம் ஒதவியால நல்லாயிகிட்டு வர்றா.'

விழுந்த போது வீக்கமும் வலியும் கூடிக் கொடுமையாக பார்வதிக்குப் பயம் உச்சம்வரை சென்றது. செண்பகம்தான் இரவு பகலாய் துணையிருக்கிறாள். வலியின் நிலையை அறிந்து உதவி வருகிறாள். தனித்தனி வீடுகள் இருக்கும் பகுதியில் ஒரு ஆண் இருப்பது பேருதவி. செண்பகம் மகிழ்ந்தாள். மகடாலுவிடம் நிறைய பேசவும் முடிவு செய்தாள்.

மகடாலுவுக்கு அடிக்கடி பிடித்த உணவுகள் பரிசாயின. 'டேய் கந்தா எனக்கு ஒரு உதவி செய்யறதா இருந்தா, இந்த ரெண்டு பேரையும் இங்கே இருக்கச் சொல்லு. வேறொண்ணும் வேண்டாம். நீ எங்க போனாலும் எத்தன நாள் தங்குனாலும் கவல இல்ல, நிம்மதியா தூங்குவேன்' கந்தன் அக்காவை இறுக்கி, 'சரி'யென்றார்.

மூவரும் பகிர்ந்து, மகிழ்ந்து தொடரும் ஒரு நிலை கந்தனுக்கு கனவு போல் இருந்தது. எப்போது பார்வதியைப் பார்க்க வந்தாலும் நிறைய குறைகள் கேட்டு, சிலவற்றைச் செய்து

சிலவற்றை செய்வதாய் சொல்லி மழுப்பி, சிலதுகள் உண்மையில் குறைகளே இல்லை.

‘டேய் மகடாலு இந்தாடா புது சட்ட, வேட்டி.’

‘எதுக்கும்மா வீண் செலவு?’

‘வீண் செலவா? நீ வந்தப்பறம் நானே கொஞ்சம் மாறிட்டேண்டா. தெனமும் வீட்டச் சுத்தி நடக்கிறேன். செண்பகம்தான் வாங்கிட்டு வந்தா.’ சட்டை வயதைக் குறைத்து அழகைக் கூட்டியதாக இருந்தது. இருவருக்கும் நன்றி சொல்லி மகிழ்ந்தார்.

டவுனுக்கு வந்த பின் டாக்டர் சொன்ன ஆலோசனைகளை கேட்பதில் முழுமையாய் ஈடுபடுத்திக்கொண்டார், மகடாலு. ‘மகடாலு கொஞ்சம் பரவாயில்லன்னு மருந்து மாத்திரய நிறுத்திடாத. எப்படியாவது இன்னும் ஆறு மாசம் இப்படியே ரொம்ப நடக்காம இரு. அப்பறமா நெலமயப் பாத்து மாத்திர மருந்த மாத்தலாம்.’

ஓய்வும், மருந்து மாத்திரையும் நினைத்ததை விட விரைவிலேயே நல்லமாற்றத்தைத் தந்தன. புண்களின் நிறம் மாறி ஈரத்தன்மை குறைந்து, தோல் வறள ஆரம்பித்தது. வலி நிறையவே குறைந்து விட்டது. இப்போது கால்களுக்கு சாக்ஸ் போடத்துவங்கி விட்டார். அதற்கேற்ப செருப்பு மாறியது. இந்த மாற்றங்களால் மகடாலுவின் நடை மாறியது. நொண்டுவது குறைந்துவிட்டது. உடைகள் மாறின. அவரது நிறத்திற்கு வெள்ளை சட்டைகள் மிகவும் எடுப்பாக இருந்தது. புது உடைகளில் அவருக்கே அவர் புதியதாக இருந்தார்.

இப்போது வெளியூர் சந்தைக்கும் போகத்தொடங்கிவிட்டார். உள்ளூர் சந்தையின் ஆடுகளை வேறு ஊருக்கு அனுப்புவதிலும் பங்காற்றுகிறார். பார்வதிக்கு மகடாலுவும் வெளியூர் போவது சற்றே வருந்தும் ஒன்றானது. செண்பகம் பார்வதியிடம் தனது கதைகளைச் சொல்லும் போது, இறந்த கணவனும் வெளிநாடுபோன மகனும் அடிக்கடி இடம்பெறுகிறார்கள்.

‘ஒனக்கு மகடாலுவப் புடிச்சிருக்கா?’ என்ற போது செண்பகம்

பதில் சொல்லமுடியாமல், அழுதாள். 'நெறையா பணம் சேத்து வச்சிருக்கான் செண்பகம். ஊரு ஒலகம், மகடாலுவ அப்படிப் பாக்குதான். தம்பி கந்தன் சொல்றான்.'

மகடாலு வேறு நகரத்திற்கும் ஏன் பட்டணத்திற்கும் போவதற்குக் கனவுகளில் ஓடிக்கொண்டிருந்தார். வெளியூர் சந்தைகள் வழியே, புது வியாபாரிகளின் தொடர்புகள் அவருக்கு மேலும் சவாலையும் பெரும் வருவாயையும் கொடுக்கின்றன. 'திருவிழாவுக்கு முன்னாடி உட்டுட்டு எங்கியாச்சும் போயிடாத மகடாலு?' பார்வதியின் பேச்சுக்கு மதிப்பளிப்பாரா? செண்பகத்திற்கு மகடாலுவை பிடிக்குமா?

22

ஏய் பிரபு நீ ஒரு கிளாஸ் ஓடச்சே மகடாலு ஊர விட்டே போயிட்டான். இப்போ ரெண்டு கிளாஸ ஓட, வேற ஏதாச்சும் நல்லது நடக்குதான்னு பாக்கலாம். 'பெரும் கொண்டாட்டத்தில் இரண்டாவது குடி சந்திப்பை அமைந்திருந்தனர். மூன்று வகை சரக்கு, இரண்டு வகை கறி, புதுவகைப் பயிறுகள், *555* சிகரெட்டுகள், இருவகை ஊறுகாய்... நீரும் புகையும் வெற்றித் திளைப்பும் சிலரை வேடிக்கைக்கும் அழைத்தது.

'நாம நெனச்ச மாதிரி மகடாலுவ தொரத்தியாச்சி, அடுத்து நம்மளோட எண்ணங்கள, நேரத்த ஊர் நன்மைக்காக திருவிழா, கும்பாபிஷேகம், கூத்து, கச்சேரின்னு செலவழிக்கணும்' சங்கர் சொன்னார்.

'இந்த ஊருக்கு நல்லது பண்றதுக்கு நம்மள விட்டா யாரு இருக்கா? வசூல்ல

எறங்கிடுவோம்' குமார் சொன்னதற்கும் மகிழ்ந்தனர்.

'இப்படியே போனா தேர்தல்லயும் நிக்கலாம்டா. ஓட்டுங்களுக்குப் பேரம் பேசலாம். எல்லாம் நல்ல பணம்டா' கணபதி சரியாய் சொன்னதாக நினைத்தனர்.

'இதையும் ஒடனே செய்யனும். வெற்றியாக்கனும்' என்றார் பிரபு. ரசீதுகள் அடித்து பணம் கேட்டு வீடெல்லாம் சென்றனர். கெடு விதிப்பது, மெல்லிய மிரட்டல் முதல், கூட்டாய் அடிக்கப் போவது, பெண்களிடம் அத்து மீறுவது என்று அவர்களின் 'பணி' விரிந்து ஊரையே கவனிக்கவைத்தது.

'ஒங்ககிட்ட சொல்லாமலா அவனுவ பணம் வசூல் செய்றானுவ?' மன்னார் முயற்சியில் சில நாட்களில் அவர்களின் வசூல் நிறுத்தப்பட்டது. அதிர்ந்து 'பணத்துக்கு வேறென்ன செய்யலாம்?' என்று கேட்டார், சங்கர். 'அடுத்து மன்னார எங்க அனுப்பறது?' குமார் ஒரு கிளாசை கையில் வைத்துக்கொண்டு கேட்டான்.

முல்லையூரில் வானதி, அஞ்சலி மற்றும் லலிதா மூவரும் தலைவர் வீட்டு முன் உட்கார்ந்துகொண்டனர். தெருவே வேடிக்கைப் பார்த்து நின்றது. தலைவர் டவுனிலிருந்து வந்த போது, புரியாமல் பயந்துபோனார். கணபதி டீக்கடையை மூடிவிட்டு மண்சாலை வழியாக ஓடியதாக கமலா சொன்னார்.

'திருவிழாவுக்கு வசூல் செய்கிறேன்ற பேர்ல வீட்ல கண்ட நேரத்துல பூந்து தப்பா நடக்கறாங்க. இது பலருக்கு நடக்குது. முன்னமே சொல்லியாச்சி. சில விசயங்கள வெளியில சொல்ல முடியாம இருக்கு' மூவரும் குனிந்துகொண்டே சொன்னார்கள்.

'என்னா இது புதுப்பழக்கம் தெருவுல ஒக்காந்து. மொதல்ல உள்ள வாங்க. எதுவா இருந்தாலும் பேசிக்கலாம்.' யாரும் இடத்தைவிட்டு நகரவில்லை. தன் மனைவி கமலாவை விட்டு அவர்களை இழுத்துவரச் சொன்னார் தலைவர். வேறு சிலர் உதவியோடு மூவரும் வீட்டுக்கு வந்தனர். மூவரிடமும் பேசிய அவர், வேறுசிலரிடம் கலந்து முடிவெடுத்தார்.

'நாளை பஞ்சாயத்து' என்ற அறிவிப்பு ஊர் முழுதும் பரவியது.

‘பஞ்சாயத்துன்னா எல்லா ஆம்பளைங்களும் ஒக்காந்து ஏதேதோ பேசி முடிவெடுத்துக்கங்க. எங்களுக்கு என்ன பிரச்சினைன்னு ஒருகாலத்திலயும் கேக்காதீங்க. இன்னிக்கு நாங்கதான் ரொம்ப பாதிக்கப்பட்டிருக்கோம். என்னமோ போங்க.’ வானதி நொந்து நம்பிக்கையற்று சொன்னது பலரையும் யோசிக்க வைத்தது.

‘சரி நாளைக்கு பெண்களுக்கான பஞ்சாயத்து! நீங்க என்ன சொல்லனுமோ சொல்லுங்க. எதுவா இருந்தாலும் பேசலாம். நீ வர்ரியா கலா பஞ்சாயத்துக்கு? என்ன பத்தி ஏதாச்சும் சொல்றதா இருந்தாலும் சொல்லலாம்’ துணைவியாரிடம் சொன்னார்.

அறிவிப்பே பலரையும் பேச வைத்தது. ‘யாரு சொன்ன ஐடியா?’ ‘தலைவரு வருவாரா?’ ‘ஆண்கள் வரலாமா?’ கேள்விகள் அறிவிப்பின் போதே எழத்தொடங்கிவிட்டன. ‘வர மாட்டேன்’ என்று சொன்ன கணபதியின் ஆட்கள் சிலர் சேர்ந்து. ‘எல்லாப் பொண்ணுங்களயும் பாக்க ஒரு வாய்ப்பு. அத ஏன் விடுவானேன்’ போகலாம் என்று முடிவெடுத்தனர்.

சிலரை குறிப்பாக வரச்சொல்லியிருந்தார் தலைவர். அவர்கள் உட்கார இடம் தயாரானது. அதற்கும் ஒரு விமரிசனம், ‘ஆம்பளங்களுக்கு ஒரு நாளும் இப்படியெல்லாம் வரவேற்பு இருந்ததில்லை. பொம்பளன்னா எல்லாமே விழுந்து வார்றாங்க, தலைவரு மட்டும் என்ன ஒழுக்கம். நான் சொல்லட்டுமா, அவரு யோக்கியதைய?’ சங்கர் சிலரிடம் விமரிசனத்தை தெரிவித்தார்.

பெண்கள் அதிக எண்ணிக்கையில் வந்திருந்தனர். இரவு நேரம் என்பதால் பூக்களோடும் சிலர் தங்கள் பிள்ளைகளோடும் பஞ்சாயத்திடத்தை மணக்க வைத்தனர். வண்ணமயமாய் பார்வைக்கு உற்சாகமூட்டியது. கலா, கோலம் போட்டு, முதல்முறையாக குத்துவிளக்கேற்றி வைத்திருந்தார்.

தலைவர் அனைவருக்கும் நன்றி தெரிவித்து, துவக்கினார். ‘பெண்களுக்கான இந்தக் கூட்டத்தில் பெண்கள்தான் பேச வேண்டும். ஆண்கள் தேவைப்பட்டால் பேசலாம். இந்த

புது முயற்சிக்கு அனைவரும் ஒத்துழைக்க வேண்டும்' என்று கேட்டுக்கொண்டார். கலா மற்றும் வானதி இருவர் மட்டும் திண்ணையில் உட்காந்திருந்தனர்.

முதலில் யார் பேசுவதென்று தயங்கிக் கொண்டிருந்த போது, தலைவர், வானதியை பேசித் துவக்கி வைக்கும் படி கேட்டுக்கொண்டார். 'தலைவருக்கும் படிச்சவங்க, தனியா இருக்கறவங்களப் புடிக்குது' என்றான் குமார்.

வானதியால் அழுகையோடுதான் பேச முடிந்தது. எப்படி ஆண்கள் பெண்களிடம் தவறாக நடந்துகொள்கிறார்கள் என்று சொன்னவர் தன்னிடம் ஒருவர் தவறாக நடந்து கொண்டதைப் பகிர்ந்தார். இனி இது யாருக்கும் நடக்கக்கூடாது. மீண்டும் அழுகையில் இருந்த வானதியை கட்டிக்கொண்டவர் தலைவரின் கலா.

தொடர்ந்த பேச்சில் தலைவரை சிலர் குறை சொன்னார்கள். சிலரிடம் நடந்த பிரச்சினையில் பொறுப்பிலிருந்து விலகியிருந்தது தவறு கணபதி ஆட்களின் புகார்களை எப்படியாவது புறந்தள்ளியிருக்கவேண்டும் என்று சொன்னார்கள், 'ஓன் ஊட்ல பிரச்னனா உட்டுட்டு ஓடிடிவியா? நாங்க ஒங்கள தலைவராக்குனா, நீங்க கண்டவங்ககிட்ட உட்டுட்டு போனா எங்க நெலம? இனிமே இப்படிப் பண்ணாதீங்க.'

'கணபதி கோஷ்டிய அடக்கிவச்சிருந்தா, மகடாலு இங்க இருந்திருப்பாரு. இவங்க, அவங்க வேலயப் பாத்துகிட்டு இருந்திருப்பாங்க. கோயிலுக்கு கும்பாபிஷேகம் அது இதுன்னு பணம் புடிங்கியிருக்க மாட்டாங்க. காரு, தண்ணி அது இதுன்னு கண்ண மூடிக்கிட்டு ஆடியிருக்க மாட்டாங்க' அஞ்சலி, இரைந்து அடிப்பது மாதிரி பேசினாள்.

'ரேஷன் கடக்காரரு நேரத்துக்கு வர்ரதில்லை. லேட்டா வர்ரது, நல்ல அரிசி இல்லன்னு புழுத்த அரிசியப் போட்றது, மண்ணெண்ணெய் இங்க கொண்டு வராம வேற எங்கோ போட்றா மாதிரி இருக்கு. பாத்து ஒரு வாத்த சொன்னா நல்லா இருக்கும்.'

‘கள்ளச் சாராயம் விக்கறவங்க இப்ப ஊருக்கே வந்து விக்கிறாங்க. நீங்க சொல்லி அதத் தடுக்கணும். சிலர் கூலிய கொடுக்காம இழுத்தடிக்கிறாங்க அதயும் சொல்லி நேரத்துல தரச்சொல்லுங்க.’

‘வருசக் கணக்கா கும்பாபிசேகம் நடக்காம இருக்கு. அத நீங்கதான் முன்னிருந்து நடத்தனும். ஊருல கோயிலு பேரச்சொல்லி காசு வாங்கின கணபதி அத முழுசா திருப்பித்தரணும்.’

‘மகடாலு கட்டாயம் திருப்பி வரணும். அவரில்லாம ஊரே சோகமான மாதிரி இருக்கு. அங்கயும் இங்கயும் ஓடிக்கிட்டு எல்லாருகிட்டயும் பேசிக்கிட்டு, தமாசு பண்ணிகிட்டு இருக்கிறப்போ எப்படி இருந்திச்சி? அதுக்கெல்லாம் காரணம் யாரு?’

ஆண்கள் சிலருக்கு கோபம் அதிகமாகி, ‘சரிதான் விடுங்க, ரொம்பதான் லேடிஸ் அலட்டுதுங்க. பிரச்சினை எத்தனையோ இருக்கு. நெக்ஸ்ட்?’

பேசியவற்றின் சாராம்சம் பட்டியலிடப்பட்டது. மீண்டும் படிக்கப்பட்டு அதில் கவனம் செலுத்தப்படும் என்று சொல்லப்பட்டது. அடுத்த பஞ்சாயத்தும் பெண்களுக்கானது என்றும் அதில் இன்னும் தொடரலாம் என்றும் முடிவு செய்யப்பட்டது. சில ஆண் குரல்கள் கேலி செய்தன. தலைவருக்கு இதற்குப் பின் ஏதோ திட்டம் இருக்கிறது என்றனர்.

பஞ்சாயத்து முடிந்தும் யாரும் போகவில்லை. ரத்னாவுடன் வந்திருந்த கோவியை, மகடாலு பற்றி சில வார்த்தைகள் பேச வேண்டுமென சொன்னார் தலைவர். ‘அவன விட்டா வேற ஆளே இல்லியா?’ கணபதி ஆட்கள் இப்போது வீடுகளுக்குக் கிளம்பினர்.

‘சரி கோவிந்தன், இப்ப கொஞ்ச நாளா ஏன் இப்படி ரொம்ப வித்தியாசமா இருக்கே? போனப் பஞ்சாயத்துல மகடாலு மேல புகார் கொடுத்த. அதுக்கப்பறம் இங்க வரவே இல்ல. இப்ப அதுக்கு நேர் மாறா ரொம்ப அமைதியா இருக்க?’

தலைவர்தான் கேள்வியைக் கேட்டு கோவியின் வாயைத் திறக்க வைத்தார்.

சிறிது யோசித்தவர், தொண்டையைக் கனைத்துவிட்டு. 'ம் உண்மையச் சொல்லனும்னா இந்த மாற்றத்துக்கும் என்னோட அமைதிக்குமே மகடாலுதான் காரணம்.'

'ஏன் ஆளவச்சி மெரட்டுனானா?'

'அப்படியெல்லாம் செஞ்சிருந்தா கோவம்தான் ஜாஸ்தியாயிருக்கும், தலைவரே.'

'பின்ன ஏதாவது மந்திரம் தந்திரம்?'

'அதுவும் இல்ல. மொதல்ல என்னா நடந்ததுன்னு ஒங்க எல்லாத்துக்கும் நல்லாவே தெரியும், என்னோட பயிருங்கள ஆடுங்க மேய்ஞ்சது, நான் அடிச்சது, அவன் மதிக்கலன்னு எடுத்துகிட்டது...அது ஒரு பட்டியல். இத யாருகிட்ட சொன்னாலும் மதிக்கல. எனக்கா கோவம். அவன எப்படியாவது ஏதாவது செஞ்சி என்னோட கோபத்த தீத்துக்கணும், அவனப்பத்தி சொல்லி கேக்காதவங்களயும் கவனிக்கவைக்கனும். இதுக்கு என்னென்னவோ திட்டம் போட்றேன். பஞ்சாயத்து நடக்குது. அவன ஒன்னும் செய்ய முடியல. இன்னும் கோவம். அவன உண்டு இல்லன்னு பண்ணிட துடிக்கிறேன். எப்பல்லாம்? 24 மணி நேரமும் எப்படி துன்புறுத்தலாம்றதுதான். அப்போ என்னோட மத்த வேலயெல்லம் நிக்குது.

அவன ஒண்ணும் பண்ண முடியலன்னு கோவத்த மாடுங்க மேலக் காட்டினேன், ரத்னாகிட்ட ரொம்ப சண்ட, கண்ணுகிட்ட சண்ட, ஆடு மேய்க்கிற பசங்ககிட்ட என்னென்னமோ செய்யறேன். ஒரு கட்டத்துல, கோபம் அதிகமாயி தலைவலியோட, நெஞ்சும் வலிக்க ஆரம்பிச்சுது, கையெல்லாம் நடுங்குச்சு, தூக்கம் சுத்தமா இல்ல. மொகம் 'ஓ'ன்னு ஆயிடுச்சு, தாங்க முடியாத ஒடம்பு வலி, சரியா சாப்பிட்ல, மூச்சு வாங்குது, சரியா நடக்கமுடியல. ரொம்ப பயமாயிடுச்சி.

சரி நான்தான் இப்படி அவஸ்தப்பட்டுக்கிட்டு இருக்கேனே,

மகடாலு எப்படின்னு பாத்தா, அவனுக்கு ஒண்ணுமே இல்ல. இன்னும் நெறைய வேல செய்யறான், தெனமும் பாட்டு, அது இதுன்னு நல்லாதான் இருக்கான். உண்மையில பாத்தா பாதிக்கப்பட்டவன், நியாயமானவன் நான். அப்ப நான்தானே நல்லா இருக்கணும்? ஆனா நெலம வேறமாதிரி இருக்கு. எனக்குப் புரியல.

அப்பறம் போலிசுக்குப் போவ நெனச்சேன். இப்படி நெறைய அவன எதுத்து என்னென்னமோ, ஏன் கடவுளக் கூட வேண்டினேன் அவன் செத்துடனும்னு. இதனால நடந்தது என்னான்னா நான் செய்ய வேண்டிய எதையுமே செய்யமுடியல. ஒடம்பு மோசமானதுதான் மிச்சம். ஒரு கட்டத்துல செத்துடுவோமோன்னு பயம் வந்திடுச்சி.'

'சரி எப்படி மாறுன?'

'அவன ஒரு வழி பண்ணிடனும்னு நெனச்சி அவனப் பத்தி யோசிக்க ஆரம்பிச்சேன். என்னப் பத்திப் பேசறானா? இல்ல நான் அடிச்சதுக்கு யார் மூலமாவது சதி செய்யறானா? ஒரு நாளுல அவன் என்னென்ன செய்யறான்? எப்ப கத முடிக்க சரியான நேரம்னு பாக்கணும் இல்லியா?

ஒரு நாள் காலையில அவன் ஆடுங்க இருக்கிற எடத்துக்கும் அவன் தூங்குற எடத்துக்கும் பக்கத்துல அவனுக்குத் தெரியாம நிக்கறேன். அவன் என்னா பண்றான்னு பாத்தா. காலு ஒடிஞ்சி போன ஆட்டப் புடிச்சிக்கிட்டு கட்டு போட்டுக்கிட்டு இருக்கான். அவன் காலுல புண்ணு ரத்தம், கையில எல்லாம் புண்ணு. இதுல அந்த ஆடு கத்துது, கால காட்ட மாட்டேங்குது. இவன் விட்றதா இல்ல. அவனே கஷ்டப்பட்டு ஆட்டுக்கால அவன் காலால மிதிச்சிகிட்டு இன்னொரு கால்ல அழகா கட்டுப்போட்டு அழறான். யாராவது பாக்கறாங்களான்னு சுத்தியிலும். அப்போதான் நான் அவன் கண்ணுக்கு தெரிஞ்சேன்.'

'அப்பறம்?'

'எனக்கு அசிங்கமா போச்சி. ஒரு ஆட்டுக்கு இவ்வளவு

கஷ்டப்பட்டு கட்டுப்போட்டானே, நான் பாத்துக்கிட்டு இருந்தேனே, போய் அது காலப் புடிச்சிருந்தா எவ்வளவு ஒதவியா இருந்திருக்கும்?' பேசமுடியாமல் கண்கள் ஈரமாயின.

'அடுத்து?'

'அவன் என்னப் பாத்து, 'வாங்க வாங்கன்னு' கூப்புட்டு, 'என்னா இவ்வளவு தூரம் ஏதாவது செய்யணுமான்னு' அதே மரியாதயோடக் கேட்டான். அவன் புண்ணுங்க ரத்தம் சிந்துது, தனி ஆளா யாரோட ஒதவியும் இல்லாம. சொல்லப் போனா அவன் அந்த ஆட்ட கட்டுப்போடாம விட்டாலும் யாரும் கேக்கப்போறதில்ல.'

'பொறவு?'

நான் பழைய திமுறுலயே கத்துனேன், 'டேய் வேலயப்பாருடா, எனக்கு ஏதோ செய்ய வந்துட்டான்'னு. அதுக்கும் கோவிச்சிக்காம, நொண்டிகிட்டேப் போயி, அந்த ஆட்டுக்குத் தீனி கொண்டாந்து அத கையில வச்சிக்கிட்டு ஒரு கொழந்தைக்கு ஊட்ற மாதிரி...'

'இப்பப் புரியுது நீ ஏன் அவன கொல்லலன்னு?'

'அன்னிக்கு கொல்லப்போவுல. ஆனா இதுக்கப்பறம் என்னா கேள்விப்பட்டேன்னா அவன் அன்னிக்கு காலையில சாப்டாம எல்லா ஆடுங்களவும் ஓட்டிக்கிட்டுப் போயிட்டான்.'

'நீ பேசாம வீட்டுக்கு வந்திட்டே?'

'இல்ல அவன சாயங்காலமும் போய்ப் பாத்தேன். காட்டுலப் போய் ஒரு நாள் பாத்தேன். அப்பதான் அவனப்பத்தி கொஞ்சம் தெரிய வந்தது. ஒவ்வொண்ணா அவன பத்தி யோசிக்க ஆரம்பிச்சேன். ஏன் நான் புகார் சொன்னாக்கூட எல்லாரும் அவன மதிக்கிறாங்கன்னு.'

'கொல்றத ஓரமா வச்சிட்ட?'

'ஆமா அவனப் புரிஞ்சிக்க ஆரம்பிச்சேன். இவன் எப்படி இவ்வளவு வேல செய்ய முடியுது? இந்த ஒடம்போட, நொண்டியோட, எப்படி பணத்த சேத்து வைச்சி, பேங்குல

சேத்து, படிக்க ஒதவி... என்னென்னமோ செய்யறான்.. அது ஒரு பெரிய லிஸ்ட்.'

'ம்' தலைவர் போலவே கூட்டமும் அமைதியாக கவனமாய்க் கேட்டது.

'இன்னும் தெரிஞ்சிக்க அவனப்பத்தி தெரிஞ்சவங்ககிட்ட கேட்டேன். கமலா கிட்டக் கேட்டேன் அப்பறம் பெருமாள்கிட்ட கேட்டேன். பக்கத்துல இருக்கிற அம்மாகிட்ட கேட்டேன் எல்லாத்தையும் தெரிஞ்சப்பறம். அவன் எப்படி ஒவ்வொரு நாளயும் கழிக்கிறான். என்னென்ன வேலைங்க செய்யறான். பிரச்சினைங்க எப்படி கையாள்றான்னு நெனச்சிகிட்டே இருக்கிறேன்... என்ன அறியாமலே கண்ணுல தண்ணி!'

'நீ அழவே மாட்டியே?'

'நான் அப்படித்தான் இருந்தேன். ஆனால் அமைதியா அவன கவனிக்க ஆரம்பிச்சதலிருந்து ஒவ்வொண்ணா உள்ளபோயி ஏதோ செஞ்சிச்சி, சரி ஏதோ இருக்குன்னு யாருகிட்டயும் சொல்லாம, இன்னும் இன்னும்னு போவப் போவ, எனக்கு அவனோட அணுகுமொற, அவ்வளவு வேலைங்களயும் செய்யறவிதம், எவ்வளவு பிரச்சினை கொடுத்தாலும் அதுக்கு முக்கியத்துவம் கொடுக்காம, தன்னோட வாழ்க்கையில என்ன செய்யனும்னு நெனக்கிறானோ அத அப்படியே லட்டு மாதிரி செஞ்சிக்கிட்டு இருக்கான்.

அதே நேரம் பல பேத்துகிட்ட கிண்டல், கேலி, ஆட்டம், பாட்டம்னு... நம்ம ஊர்ல ஒருத்தன் கூட இப்படி வேல செய்யல. ஒருத்தன் கூட இப்படி வளர்ல. வளர்ரான்னா அப்படி ஒரு வளர்ச்சி! இந்த வயசுல, இந்த ஒடம்போட, அதிலயும் ஒருத்தன் கூட அவனுக்கு நெருக்கமில்ல. அவன் செத்தா கூட அழறதுக்கு சொந்தம்னு யாரும் இல்ல. வேல செய்யாம இருந்தா கூட கேக்க யாருமில்ல. அவன் இப்படி எத்தனயோ விதத்துல என்னென்னமோ.'

'சரி இதுக்கெல்லாம் ஏன் நீ அழணும், கோவி?'

‘இல்ல ராத்திரி தூங்கப்போற நேரத்துல அவனுக்கு எங்கெல்லாம் வலியிருக்கும்னு நெனச்சேன், எப்படி ஒடம்பு இருக்கும்னு நெனச்சேன், யாருகிட்ட அத சொல்லி ஆறுதல்படுவான்னு நெனச்சேன், அவன் என்ன பண்ணுவான்னு நெனச்சன், அவனுக்கு நாள் எப்படி அமஞ்சிருக்கும்னு நெனச்சேன், அவன் என்ன சாப்டுவான்னு நெனச்சேன். இப்படி ஒரு லிஸ்ட். கண்ணுல தண்ணி கொஞ்சம் கொஞ்சமா அப்பறம் ரொம்ப... ரத்னா ஓடி வந்து ஏதேதோ கேக்குறா, நான் ‘எதுவும் வேணாம்னு’ சொல்லி அனுப்பிட்டேன். மறுபடியும் அவனோட குடும்பம் அவனோட நோயி திரும்பவும் அழுகை. தேம்பித் தேம்பி அழுதேன்.’

‘ரத்னா ஓடிவந்திருப்பாளே?’

‘ஆமாம் ஓடி வந்தது மாத்திரமில்லாம, அவ என்ன தப்பா நெனச்சிக்கிட்டா. அதாவது நான் மகடாலுவக் கொன்னுட்டு அழுதுகிட்டிருக்கேன்னு நெனச்சிகிட்டு, நோண்டி நோண்டி கேட்டா. ஒருவழியா சமாதானம் பண்ணி அனுப்பிட்டு, போர்வைக்குள் இருந்துகிட்டு அழறேன் அழறேன்... விடிஞ்சிடுச்சு, பொழுது மட்டும் இல்ல, என் வாழ்க்கையும்தான். விடியறப்போ நான் நானா இல்ல. அவன் ராத்திரி முழுக்க எனக்கு பாடம் நடத்துன மாதிரி இருந்திச்சி. சத்தியமா சொல்றேன். கைய எடுத்து கும்புட்டேன்’ கண்ணீரைத் துடைத்துக்கொண்டார், கோவி.

‘ச்சே அருமை கோவி’ சிலர் கைதட்டினர், இருவர் விசில் அடித்தனர்.

‘அன்னில இருந்து நான் வேற மாதிரியானேன். கோவத்துல, அடுத்தவங்களப் பத்திப் பேசறதுல, நேரத்த பயன்படுத்துறதுல, கொஞ்சமாவது மனுசனாவரதுல, இன்னும் வேல செய்யறதுல, அடுத்தவங்களப் புரிஞ்சுகிறதுல, ஒவ்வொருத்தருகிட்டயும் இருக்கிற நல்ல விசயம் என்ன கத்துக்கலாம்றதுல.. அதுக்கப்பறம் உண்மையில யாரயும் தப்பாப் பேசக்கூட நேரம் இல்ல.’

‘இன்னும் ஏதாச்சும்?’

‘யாரயுமே பாக்கிறவிதமே மாறிடுச்சி தலைவரே, நெஞ்சுவலி சரியாச்சு, தலவலி ஓடிப்போச்சு, தூக்கம் நல்லாயிருந்திச்சு, தப்பான விசயங்களுக்கு செலவழிக்கிறது இப்ப சுத்தமா இல்ல, இன்னும் நெறைய வேல செய்ய முடிஞ்சுது, குடும்பத்துல போடற சண்ட கொறஞ்சிப் போச்சி.’

‘ரத்னா கூட இப்ப சண்ட இல்ல, ஊருக்குப் போய் பொண்ண பார்க்க நீயும் போறே. பஞ்சாயத்து பக்கம் வர்றதில்ல, நல்லா இளமையா இருக்க’ தலைவர் ஒரு சிலவற்றைச் சொன்னார்.

‘கடைசியா மகடாலுக்கு நன்றி சொல்றதத்தவிர வேற ஒண்ணுமில்ல. வாழ்க்கையவே மாத்திட்டான், படுபாவி. அப்பதான் அவன என்னோட குடிசையில இருக்கவச்சது.’

கண்ணு, வானதி, பெருமாள், செல்லாயி மற்றும் கமலாவும் மகடாலு பற்றிப் பேசினர். பலரும் அவர் திரும்பிவரவேண்டும் என்று சொன்னார்கள். மேலும் சிலர் தாங்களும் பேச வேண்டும் என்று சொன்ன போது, ‘இன்னிக்கி நேரமில்ல. வேணும்னா அதையெல்லாம் பொறுமையா அழகா எழுதி சமூகக்கூட நோட்டில் போர்டுல ஒட்டலாமே’ என்றார்.

‘மகடாலு விட்டுட்டு போன பொருட்கள் கொஞ்சம் இருக்கு’ என்றாள் செல்லாயி. ’அதுங்களயும் சமூகக் கூடத்துல வையுங்க’ அவரு கூட எடுத்துக்கொண்ட போட்டோக்களையும் அங்கு இடம்பெறச்செய்யலாம் என்றார். மூன்று பிள்ளைகள் மகடாலுவைப் படமாக வரைந்து அவை வண்ணங்கள் தீட்டப்பட்டு பளிச்சிட்டன. வானம் குளிர்ந்து காற்றை தூதனுப்பியது. நிறைவில் கலைந்தது பஞ்சாயத்து, தலைவர் நீண்ட நேரம் அங்கேயே இருந்து மெல்ல நினைவுகளில் நடையைத்தொடங்கினார்.

23

இழப்புகளில் சிலவற்றை உணரலாம், சிலவற்றைக் கற்கலாம். சில புதுமுடிவுகள் பிறக்கலாம். ‘எப்படியாவது தன் மகள் திரும்பிவர முடியாதா? இதுவரை அப்படி யாரும் வரவில்லையென்றாலும் அழகுநிலாவிலிருந்து தொடங்கலாமே?’ மரகதம் ஆசை நியாயமானதா?

சூரியன் தன் கதிர்களை சூடாக்கிய பின்பும் அவரின் கண்ணீர் ஈரமாக இருந்தது. இன்னும் எங்கோ விளையாட்டிலோ, கூலி வேலைக்கோ அல்லது குளிக்கவோ எங்கோ போயிருப்பதாக நினைத்தே தன் சோகத்தை திசைமாற்றி ஆறுதல் அடைகிறார்.

‘எவ்வளவு நேரம்? சீக்கிரம் வா, அழகு’ தனக்குள் சொல்லிக்கொள்கிறார். பிள்ளைகள் ஏதேதோ கையிலெடுத்துக்கொண்டு வருகிறார்கள். ‘நிலா இங்க பாரு ஓம் பசங்கல்லாம் வர்ராங்க’ அவர்களைப் பார்த்து, ‘டேய் பசங்களா அவளுக்கு

வெளையாட நேரம் இல்லை. கல்யாணத்துக்கு துணியெடுக்கப் போறோம். வாங்க ஒரு அஞ்சி நிமிடம் இருந்திட்டுப் போங்க.' உயிரின் ஆழத்திலிருந்து பீறிடும் அழுகையை, துணியை வைத்து மறைக்கமுடியவில்லை.

வீட்டினுள் நுழைந்த பிள்ளைகள் எதுவும் பேசவில்லை. சாப்பாட்டு வாசம் அக்குடிசையை மணக்கச் செய்கிறது, 'அழகு கொண்டாடி' சமைப்பது போலவே. 'நெலாகிட்ட கத்துகிட்டுதான் இப்படி செய்துங்க' ஒரு சிறுமியின் தாய் சொல்கிறாள். பிள்ளைகள் முன் அழுகையை வெடிக்கச் செய்ய வேண்டாமென வெளியில் இருந்த நீரை முகத்தில் தெளித்து கண்ணீரோடு சேர்த்துப் பார்க்கிறார், மரகதம்.

'வெளியில வாங்க நல்லா காத்துவரும்.'

'இனி எனக்கு என்னா வேணும்?'

'நெலா நம்ம கூடத்தான் இருக்கா. ஆனா பேசாம இருக்கா. வெளயாட்டுல, கோவத்துல எதுவும் செய்ய மாட்டா' ஒரு சிறுமி அவளைப்போலவே செய்து காட்டுகிறாள். மரகதம் முகம் சற்றே விரிகிறது.

மகளது நினைவுகளுக்கு எல்லையில்லை. உட்கார்ந்திருந்தார் மரகதம். தெருவில் யாரைப்பார்த்தாலும் அவர்களுடன் நிலா எப்படி தொடர்பில் இருப்பாள் என்று எண்ணங்கள் வருகின்றன. சில்மிஷங்களில் மகிழ்வித்த சம்பவங்கள் வராமலா? அப்பாதை தொடர இன்னும் சில சங்கிலித்தொடராய்... சிரிப்பே வந்துவிடுகிறது.

சில மாதங்களில் சிறையிலிருந்து வெளியே வந்த தர்மன், இரண்டு வாரங்களில் நோயுற்று இறந்தான். வந்ததிலிருந்து யாரிடமும் பேசவில்லை என்றும் அம்மாவிடம் நிலா பற்றியும் மகடாலு பற்றியும் பேசியதாகச் சொன்னார்கள். தன்னைவிட மகடாலுவின் அப்பாவை 'பார்த்து வேண்டியதைச் செய்' என்று அம்மாவிடம் கேட்டுக்கொண்டானாம். படுத்தே கிடந்த அவனுக்கு அடிக்கடி ரத்த வாந்தியும் வயிற்றுப்போக்கும் ஏற்பட்டு, மயக்கம் உச்சமாகி விழுந்து கிடந்தாதாகச் சொன்னார், பன்றி மேய்த்தவர்.

தன் மகன் காணாமல் போன பின்பு, ஊரில் நடந்த பல சம்பவங்களால், பாதிக்கப்பட்டார் மகடாலுவின் தந்தை. காவலர்கள் அவரிடமும் விசாரணை செய்தனர். மிரட்டினர். அடிவிழாமலா? அவரது உடல்நிலை, புதிய உச்சம் போய் பாதிக்கப்பட்டு, மருத்துவமனைக்குக் கொண்டு செல்லும்படியானது. நிலாவின் தாய் இதற்கு எடுத்த முயற்சிகள் பலருக்கு முன் உதாரணமாக இருந்தன.

காய்ச்சலும் இருமலும் ஓரளவு குறைந்தாலும் வாய்ப்பகுதியிலும் குடலிலும் புண்கள் ஏற்பட்டு பெரும் பாடாய்ப்படுத்தியது, அதற்காக சில சோதனைகள் செய்ய பெரு நகர மருத்துவமனைக்கு அழைத்துச் செல்லச்சொல்லி அனுப்பிவிட்டனர். நோயில் விழுந்ததிலிருந்தே அது இழுத்துக்கொண்டே இருக்கிறதே தவிர குறையவில்லை. பணத்திற்காக நகைகளை அடகு வைத்தார். அழகுநிலா திருமணத்திற்காக வைத்திருந்த நகை ஒன்றை அழுதபடியே விற்றுச் செலவழித்தார்.

ஊரெல்லாம் தினமும் நோய் பற்றிப் பேசியதோ என்னவோ, ஆகும் செலவுகளைப் பேசியது. அப்போதெல்லாம் மகடாலுவும் அழகுநிலாவும் பேசப்படுவர். அவளது மரணம் எப்படியெல்லாம் இந்தக் குடும்பங்களை ஏன் அந்தக் குடிசைப்பகுதியையே பாதித்து, குறைகளை ஏற்படுத்திவிட்டன என்பதைப் பேசுவர்.

மகடாலுவின் தந்தை, சில நாட்களாகவே தனக்குள் ஏதோ பேசிக்கொண்டார். வீட்டின் சுவர்களின் பக்கங்களைத் தொட்டுப் பார்த்துக்கொண்டே இருந்தார். திடீரென அழுகையும் இருந்தது. ஒரு நாள் மாலை தன்னை வெளியில் அழைத்துச் செல்ல பக்கத்து வீட்டுக்காரரைக் கேட்டார். முதலில் தன் மனைவி புதைக்கப்பட்ட இடத்திற்குப் போனார். அவரது கண்களில் நீர். பின்னர் நிலா புதைக்கப்பட்ட இடத்திற்குப் போனார்கள். திடீரென தரையில் உட்கார்ந்து எழுந்தார். அழைத்துக்கொண்டு ஊரை ஒரு சுற்று வந்தார்கள். இரவாகிவிட்டது. வரும் வழியில் நிலாவின் தாயாரைப் பார்த்து உதவியமைக்கு நன்றி சொன்னார், மகடாலுவின் அப்பா. அப்போது பலரும் கூடி அவரது நிலைமையையும் பழைய

நிகழ்வுகளையும் பகிர்ந்துகொண்டார்கள். எல்லோரிடமும் நன்றிப்பெருக்கோடு சொல்லி வீட்டுக்கு வந்தார்.

இரவு படுக்கைக்குப் போகும் போது நீண்ட நேரமாகிவிட்டது. வெளியில் உட்கார்ந்து வானத்தையும் நிலப்பகுதியையும் பார்த்துக்கொண்டிருந்தார். கடன்கள் நினைவுக்கு வந்தன. காவலர்களின் விசாரணைகள், யாருமில்லா தனிமை, உடல் நோய், பிறரைத் துன்புறுத்துகிறோமே என்ற நினைப்பு எல்லாம் மாறி மாறி குழம்பி மேலும் அழுத்தியது. ஏதேதோ சொல்ல நினைத்தார், யாரும் அருகில் இல்லை. குமுறி அழுதார்.

காலை இன்னொரு மரணச்செய்தி அவ்வூரை உலுக்கியது. அது, மகடாலுவின் தந்தையின் தற்கொலை. வீட்டுக்குப் பின்னுள்ள மரத்தில் வேட்டியை கட்டிக்கொண்டு தொங்கிக்கொண்டிருந்தார். காலையில் அந்த வழியே சென்ற பெண்கள் அதிர்ந்து தகவலாக்கினர். தூக்கத்திலிருந்து பலர் நேராக இங்கு வந்து அழுதுகொண்டிருந்தனர்.

சிறிது நேரத்தில் அங்கு வந்த பக்கத்து ஊர் வைத்தியர் சிலமணி நேரத்திற்கு முன் இது நடந்திருக்கவேண்டும் என்று சொன்னார். ‘உடல் குளிர்ந்து விட்டதே?’ என்றும் சொல்லி கையைப் பிடித்து நாடி இல்லாததையும் உறுதி செய்தார்.

கேள்விப்பட்ட மகடாலுவுக்கு உடலின் உறுப்புகள் ஒவ்வொன்றாக உதிர்ந்து பலவீனப்படுத்துவது மாதிரி இருந்தது. அப்படியே சரிந்து விழுந்தான். எப்படி இதை எடுத்துக்கொள்வது என்று புரியாமல் திகைத்தான். இது உயிரில் கலந்த மூன்றாவது மரணம். முதலில் தாய், சமீபத்தில் நிலா, இப்போது தற்கொலையில் பிரிந்து எங்கோ போய்க்கொண்டிருக்கும் தந்தை.

முடிவில்லா கேள்விகளை அனாயசமாய்த் தூக்கி வீசிவிட்டுப்போகும் மரணங்கள் ஏற்படுத்தும் வலியை உணர்வதுண்டா? வலிகள்தான் அதைத்தாண்டி வேறொன்றுக்கு இட்டுச்செல்லும் ஒரு படிப்பினைகளைத் தருவதுண்டா? உணர்ச்சி மிகுதியில் எல்லைகள் குறைந்து சடங்கில் முடிந்துவிடுகின்றன மரணங்கள். ஒரு முழு வாழ்வின் அத்தனை

பருவங்கள் ஆண்டுகள் செயல்கள் ஏற்ற இறக்கங்கள், வளர்ச்சி, கடந்து வந்தபாதை என்று எத்தனையோ! அத்தனையும் சில மணி நேரத்தில் காணாமல் போவதில் இழப்பில்லையா?

காற்றைவிட கட்டுப்பாடுகள் ஆக்கிரமித்த ஒரு காலத்தில் வாழ்ந்து, குடும்பம் நடத்தி மகடாலுவை வளர்த்து ஆளாக்கி திருமணம் செய்ய திட்டமிட்டு தோற்று, நோயில் விழுந்து ஆண்டுகளில் துயருற்று செலவில் மகனைத் துடிக்க வைத்து, இன்னும் அது தொடர வேண்டாமென தன் உயிரை தானே பறித்துக்கொள்வது ஒரு சாதாரணமானால், எவைதான் படிப்பினைகளுக்கும் பாடங்களுக்கும் முன்னிற்கப்போகின்றன?

மகடாலுவுக்கு வாங்கிய கடன்கள் தன்னைவிடப் பெரியதாகி பயமுறுத்துவதாக இருந்தன. சில நேரம் யாரோ தன்னை அழுத்திப் பிழிவது மாதிரியும் இருந்தது. இவற்றையும் இன்னும் எதையும் தாண்டி உடனிருப்பது, உழைப்பு மட்டுமே என்று தெரியவந்தது. அது ஒன்றுதான் கடன்களையும், வாழ்வையும் தன்னை பிறவற்றிலிருந்து விலக்கியும் காப்பாற்றமுடியுமென்று நினைத்தான். இதுதான் மனித வாழ்வா? நாமும் இப்படித்தான் திடீரென மூச்சில்லாமல் போய் மண்ணைத் தின்று கொண்டிருப்போமா?

மகடாலு சில நாட்கள் சாப்பிடாமல் இருந்தான். ஆனால் வேலைக்குப்போகாமல் இருக்கமுடியுமா? மகடாலு ஏதேதோ பேசிக்கொள்ளும்போதெல்லாம், மகடாலுவின் அழுகையை அவரது சகோதரியால் கட்டுப்படுத்த முடியாமல், அவரும் சேர்ந்து அழுதார்.

'சொல்றேன்னு தப்பா எடுத்துக்காதே, இப்படியான நெலமயில ஒனக்குன்னு ஒருத்தி இருந்தா, வேலக்கும் போவா, ஒன்னயும் சாப்பிடவப்பாடா. அப்பறம் எப்படியிருந்தாலும் வாரிசுன்னு இல்லாம என்னாடா மனிச வாழ்க்க?' மாமன் யாரையோ மனதில் வைத்துக்கொண்டு சொல்வதாக இருந்தது.

யார் எதைச் சொன்னாலும் காலத்தில் திருப்பித்தருவதாத உறுதியளித்து வாங்கிய பணம்தான், கண்முன் பேரூபமாக

வந்து நின்றது. அதை ஓரளவேணும் அடைத்துக் குறைத்து சுகம் பெறும்போது, மகடாலுவுக்கு திருமண ஆசை வருமா? அல்லது நிலாவின் உணர்வில்தான் காலம் தொடருமா? அல்லது எல்லாவற்றையும் உறிஞ்சி கடன் இளைக்காமல் வட்டியிலேயே இருந்து வாழ்வை மேலும் சோதிக்குமா?

நாட்கணக்கான சோகத்தின் முடிவில் ஓர் இரவில் பாலையூர் சுடுகாட்டுக்குப் போய் மூன்று இடங்களையும் பார்த்துக்கொண்டிருந்தவன் சொன்னான். 'நான் சாவறத்துக்கு முன்னாடி, ஒங்களுக்கும் சேத்து ஏதாச்சும் செஞ்சிட்டுதான் வருவேன். அது நீங்கெல்லாம் நெனச்சிப் பெருமப் பட்றமாதிரி இருக்கும். இது சத்தியம்' என்று கண்களை மூடி சொல்லிச் சொல்லி, உடலை இறுக்கிக்கொண்டு கிளம்பினான். அப்போது மனிதர்கள் சிறியதாகத் தெரிந்தனர். சாலைகள் புதியதாக இருந்தன. மூவரையும் நினைக்க நினைக்க மூச்சு கூடியது. வேலைகள் எளிதாயின. வேறொருவனாக செயலில் இறங்கினான், மகடாலு..

24

போலிஸ் பயத்தில் செல்லம்மாள் தன் கணவர் ஊரில் இருக்க விரும்பவில்லை. கணவரின் சகோதரர் ஊரில் தங்கிக்கொள்ள ஏற்பாடானது. மகடாலு, 'பயந்து தெனமும் சாவறத விட நான் போலிஸ்ல மாட்டிகிறேன்' என்றான். 'போலிஸ்ல மாட்னா என்னா நடக்கும் தெரியுமா?' கதைகளைக் கேட்ட மகடாலு அழுதுவிட்டான். 'அப்படின்னா என் நெலாவுக்காக செத்துட்றேன்' செல்லம்மாள் அவனை தனியாக அழைத்துச் சென்றாள்.

'சாவறதுக்கா மனிசனா பொறந்த? இதுக்கா நம்ம அம்மாவும் அப்பாவும் படாத கஷ்டப்பட்டு வளத்தாங்க? அவங்க ஒன்ன மாதிரி முடிவெடுத்திருந்தா? அப்பாவ ஊர்ல எப்படியெல்லாம் நடத்துனாங்க, கால்ல விழவச்சி, சாட்டயால அடிகொடுத்து, மாட்ட விட கீழா, நெறையா வேல, அதுலவும் சோறு தண்ணி இல்லாம..'

'...'

'நா நெறைய பேரப்பாத்துட்டேன்டா. நீ நல்லவன். பத்துபேரு வேலய ஒரே ஆளாச் செய்யறவன். ஒன்னப் பாத்தா புடிக்காத பொட்டச்சி இருக்காளுங்களா? அதனாலதான் புத்திசாலி அழகுநிலா ஒனக்காக உயிரவுட்டா. வர்றதுக்கு முன்னாடியே எதையோ நெனச்சிகாத. நிச்சயமா நல்லது நடக்கும்' பல நேரம் அக்காவைப் பார்த்து அம்மா மாதிரி உணர்ந்தான். மீண்டும் அழுதான், மகடாலு.

தூரத்திலிருந்து பார்க்கும்போது, வயல்களும் அடர்ந்த மரங்களும் மகடாலுவை வரவேற்பதாக இருந்தன. வெயில் உடலைத் தாக்கவில்லை. காற்றும் இருந்தது. அங்கு வேலை செய்பவர்கள் உணவுப் பொருட்களை தூக்கிப் போட்டு, கதை பேசி, சிரித்து, பாட்டுப் பாடிக் கொண்டிருந்தனர். அருகிலுள்ள மரத்தில் குழந்தைகள் சேலைகளில் அம்மாவின் வாசத்தில் இருந்தார்கள்.

கிழக்கில் இன்னும் வயல்கள், கிணறுகள் நெல் பயிறுகள் வேர்களுக்கு வலிக்காமல் மென்மையாய் ஆடிக்கொண்டிருந்தன. சில நேரம் அலைகளை எழுப்பி வேடிக்கை காட்டின. மேற்கில் ஒரு கால்வாய் அதைத் தாண்டிய பகுதிகளில் மழையை நம்பியிருக்கும் பயிர்கள். அவையும் இவைகளுக்குப்போட்டி மாதிரி இருந்தன. அவன் பார்வைக்கு ஒருவகையில் எங்கும் ஆட்டங்கள். அவனுக்கோ அது உள்ளுக்குள் நடந்தது. எல்லாமும் புதிது.

மருதூர், கூலி வேலைக்கு என்று சேர்த்துவிட்டாள் செல்லம்மாள். கூடவே தங்கிக்கொள்ள அதோ தெற்கில் கிணற்றை ஒட்டிய குடிசை காத்திருந்தது. அக்கா எப்படித்தான் இப்படி பலவற்றைச் சாத்தியமாக்கும் திறமையைப் பெற்றாளோ? மனம் நிலாவில் மூழ்கிக்கிடந்தது. கனகாவையும் நினைத்தான். ஊரில் அப்பா, மரகதம் என்றும்தான்.

'என்னா அப்படி பார்க்குறீங்க என் தம்பிதான். இங்க கொஞ்ச நாள் இருக்கலாம்னு வந்தான். வேல செய்யாம இருக்க முடியாது அவனால.'

'ஊரு ஒலகத்துல வேலன்னா செய்ய முடியாதுன்னு ஓட்றப்போ. உன் தம்பி இப்படி இருக்கிறாரே?'

'ஆமா இவன் ஒரு வித்தியாசமானவன்தான்.'

'பாத்தாலே தெரியுது, பயில்வான் மாதிரி. கல்யாணம் ஆயிடுச்சா?'

'ம். ஆகும்.'

'பொண்ணு பாத்தாச்சா?'

'வந்த ஒடனே இதையெல்லாம் கேட்டா எப்படி?' செல்லம்மாள் சற்றே கோபப்பட்டாள்.

'பாக்கலன்னா இங்கக் கூடப்பாக்கலாமே?'

'மொதல்ல வேல. டேய் மகடாலு வயல்ல எறக்கி வேலயப்பாருடா' செல்லம்மாள் கிளம்பிவிட்டாள்.

'ஒடம்பப் பாத்தா வேலசெய்யற மாதிரியா இருக்கு?'

'இது நெலாவுக்காக இருக்குற ஒடம்பு' மனதில் சொல்லிக்கொண்டான்.

வேலையில் மெல்ல மூழ்கியவன் பிறரோடு ஒரு இடைவெளியோடு நின்றான். அவர்களின் விளையாட்டுகளிலும் பங்கேற்க ஆர்வம் இல்லாமல் விலகியே இருந்தான். சிலர் மகடாலுவை அடிக்கடிப் பார்த்து தங்களுக்குள் பேசிக்கொண்டனர். நிலா ஞாபகம் வந்தது.

'பேசா ஊரோ?'

'...'

'காலையில சாப்டாச்சா?' தலையை அசைத்தான். மீண்டும் வேலையில் மூழ்கிவிட்டான். மகடாலு கேட்கவிரும்பியது, 'இங்க போலிஸ் டேசன் எங்கயிருக்கு?' கேட்டால் அவர்கள் சிரிப்பார்கள் என்று நினைத்து இவன் சிரித்தான்.

கல்வீசிக் காவலதிகாரியைத் தாக்கிய போது, கனகாவின் எச்சரிக்கைக்குப் பின் பயம் உச்சமேறியிருந்தது. அதே நேரம்,

வீரபாகு மீதான கோபம் குறையவில்லை. இரண்டையும் மனதில் நிறுத்தி வேலையையும் செய்து, வாழ வேண்டும். சவால்தான். இதைச்செய்யாவிட்டால் என்னாகுமெனத் தெரியாது.

முதலில் தயங்கியே வேலைசெய்த மகடாலு, பிறகு கூரிய ஆயுதம் போகும் ஆழம் போல், வேலைகள் செய்தான். ஊர் மறந்து, சுற்றம் மறந்து, நேரம் மறந்து பசி மறந்து, வேலையாகவே கரைந்து போனான் அவன். சுற்றத்தின் கண்கள் வழி பலருள் அவன் தீவிரமாய் உள்ளிறங்கினான். இறப்புகளின் தாக்கமும் வேறொரு ஊரின் மாறலும் தனித்திருக்கும் நினைப்பும் எதையும் தீவிரமாய் பார்க்கவைத்தது.

தொடர்வேலைகள் வழி எதையும் மறந்து மெல்ல இயல்பாகவும் முடிந்தது. சில நாட்கள் யாரைக்கண்டாலும் பயம்தான் 'போலிஸ் சாதாரண உடையிலும் இருப்பார்கள்' என்று கேள்விப்பட்டுள்ளானே. குடிசையில் நிறைய யோசிக்கத்தொடங்கினான். தனிமையில் வேறென்ன இதைவிட ஒசத்தியாய் செய்துவிட முடியும்? அது பேச்சிலும் வெளிப்படத்தொடங்கியது.

வயலிலேயே இருப்பது ஒருவகையில் ஆறுதலாக இருந்தது. மரத்திலேறி வடக்கிலிருந்து ஊரைப் பார்த்தான். முதலில் தெரிந்தது உயரமான நீர்த்தொட்டிதான். மேற்கில் உயர்ந்த வீடுகளும் அதற்குப் பின் பெரிய குளமும், கிழக்கில் பள்ளிக்கட்டிடங்கள், அதற்குப் பின் குடிசைகள். வடக்கில் குட்டையொன்று. தெற்குத் தெரு சண்டைக்குப் பெயர்பெற்றது. அவ்வப்போது அரிவாள், கடப்பாறை, கற்கள் என்றும் சமயத்திற்கு ஏற்ப ஆயுதங்களாகும். சிலர் தெருவைப் பார்த்துவிட்டுதான் அப்பகுதிக்குள் செல்வர். சிறு சப்தமும் பெரும் சண்டையாகலாமல்லவா?

சண்டைகளின் போது பெண்களின் கைகள் பூப்பறிப்பதில்லை. கற்களைப் பொறுக்கி, மடியில் கடத்திவந்து ஆண்கள் கூடியிருக்கும் பகுதியில் போடுவர். இரைச்சலின் போது கற்களை வீசியும் உதவுவர். இவரா, அவர் என்று சண்டைகளின் போது பலரும் புது அவதாரம் எடுப்பதாய் இருக்கும். இதுவெல்லாம்

பின்பு ரகசியங்கள் பேசும்போது துல்லியமாய் இடம்பெறும். 'இத்தனைக்கும் சண்டையிடுபவர்கள் உறவினர்கள்தாம்' என்று நேரில் அதைப்பார்த்தவர் சொன்னார்.

முதலில் மருதூர், மகடாலுவை சந்தேகப்பட்டது. இவன் பேசவில்லை என்பதால், 'திமிரு புடிச்ச ஆள் மாதிரி பேசமாட்டேங்கிறான்?' இவனுக்கு எத்தனையோ கருத்துகள் இருந்தாலும், உணர்வுகள், தேவைகள் இருந்தாலும் எல்லாம் மனதில்தான். வெளியில் பேசுவது மிகவும் குறைவு. ஆனால் மகடாலு வேலை செய்த விதம், பலரை நின்று மலைக்க வைத்தது. கவனம் முழுதும் வேலையில் இருக்க ஆழமாய் வேகமாய் பல நடந்தன.

'ஏய் வேலையில மகடாலு கூட யாராவது போட்டிப்போட முடியுமா?' இப்படித்தான் பலரின் கவனம் அவன் மீது விழுந்தது. அவனோ பிறரோ அந்த அறிவிப்புக்கு பதில் சொல்லவில்லை. வேலையைத் தவிர, வேறெதுவும் இப்போது தனக்கு உதவ முடியாது. அது இல்லையேல் இங்கிருக்க முடியாது. பிறகு போலிசில்... வலி, துயரம், நினைவுகள் எல்லாம் சேர்ந்து இரவில் அவனை ஆட்டிப்படைக்கும்.

சிலருடன் ஒப்பிட்டு மகடாலு நாள் ஒன்றுக்கு மூன்றுபேர் வேலையைச் செய்வதாகச் சொன்னார்கள். எதையும் லாவகமாய்ச் செய்து முடித்தான். மகிழ்ந்த வீட்டுக்கார அம்மா இவனுக்கும் அவ்வப்போது சாப்பாடு கொண்டுவந்து நன்றியைத் தெரிவித்தார். வேலையைப் பார்க்கிற சாக்கில் அவனின் உடல் கட்டையும், அசுர வேகத்தையும் பார்க்காமல் இருக்க முடியுமா?

வேலைசெய்பவர்களுக்குள் ஒரு முறை சண்டை போட்டபோது, ஒருவர் பெண்ணின் தலைமுடியை வீரபாகு மாதிரி பிடித்திருந்தார். மகடாலு தன்னை அறியாமல் ஓடிப்போய் அவரை ஒரு அறைவிட்டு கீழேத் தள்ளினான். அவனைப் பிடித்திழுத்து வரமுடியாமல் தவித்தனர். இது பெரியதாகி, மகடாலுவுக்கு எதிராக சிலர் திரும்பினர். குறைசொல்வது 'அடிப்பேன் உதைப்பேன்' என்ற போது பார்த்துக்கொள்ளலாம்

என்று சொன்னவன், 'போலிசிடம் போவேன்' என்றதும் அவனை உலுக்கிவிட்டது. அன்று முதலில் குடித்தான். குடிசையில் வாந்தி எடுத்து காலைவரை நாறவிட்டிருந்தான் மகடாலு.

தன் ஊரை விட பசுமை கொண்ட நிலம், இவ்வூர். ஒரு பக்கம் பெரும் மலை, மறுபக்கம் ஓடும் சிற்றாறு. விவசாயம் கொழிக்கும் பகுதி. எல்லா நாளும் இருக்கும் வேலை வாய்ப்பு. உணவுக்கும் பஞ்சமின்றி மக்கள் விதவிதமாய் உண்பது விருந்துக்கு அழைப்பது என்பதெல்லாம் மகடாலுவுக்கு புதியதுதானே? பயமும் வீரபாகு மீது கோபமும் அதிகமாயின.

திருவிழாவின் போது ரகசியமாய் மருதூருக்குப் போய் கூழ் குடித்தான். கூட்டத்தோடு ஊரைச் சுற்றி கேள்விப்பட்ட இடங்களைப் பார்த்துக்கொண்டான். எங்கும் மனிதர்கள் பரபரப்பாக இருந்தனர். சிறுவர்கள் வேடிக்கைகளிலும் புதுப்பொருட்கள் வாங்குவதிலும் இருந்தார்கள். ஒரு பகுதியில் உணவு, மோர், கூழ் என்று வருபவர்களுக்குத் தந்து மகிழ்ந்தனர். அக்னி மிதிப்பைப் பார்த்தான். ஓர் ஓரமாய் இருந்து தேர்வருகையைப் பார்த்தான். அழகுவின், நினைவுகள் காட்சிகளாயின. எழுந்து குடிசைக்குத்திரும்பினான். ஏதேதோ எண்ணங்கள்.

யாருமற்ற நிலையில் வாழ்வின் செயல்களில் மும்முரமாய் எல்லா நேரமும் ஈடுபடுவது, சில நேரம் தடுமாற்றமாகத்தான் இருந்தது. மெல்ல சில நாட்கள் எழுவதிலிருந்து இரவு படுக்கும் வரை கடன்கள் இழுத்துக்கொண்டு போவதாக இருந்தது. சில நேரம் உடல் வலி தாங்க முடியாது. மனம் எதையெதையோ நினைத்து வேலையில் ஈடுபாட்டைக் குறைத்தது. குடிப்பதற்கும் உடலுறவுக்கும் திருமணத்திற்கும் வாய்ப்புகளிருப்பதை யாராவது தெரிவித்தபடி இருப்பர்.

'எல்லாரும் குடிக்கிறான் செத்தா புட்டான். தனியா கெடக்கறே. பயித்தமாயிடாத, மகடாலு.'

'இப்படி ஒரு ஓடம்ப வச்சிக்கிட்டு வேஸ்ட் பண்றியே மகடாலு.'

'நீ ஒரு வார்த்த சொல்லு சூப்பரா பொண்ணக்கொண்டாறோம்' சில பெண்கள் சொன்னார்கள்.

வழிகாட்டவும் துணை நிற்கவும் யாராவது இருந்தால் எவ்வளவு உதவியாய் இருக்கும்? எப்போதும் பின்னுக்கிழுக்கும் மனதை முன் தள்ள தொடர்ந்து முயற்சித்துக்கொண்டே இருந்தான், மகடாலு. இதுதான் கடினமாக இருந்தது. ஏதோதோ தடுமாற்றங்கள், கோபங்கள். ஒரு முறை திருமணம் பற்றிய பேச்சின் போது, சகோதரியை அடிக்கும் படியானது.

வேலையென்றால் மகடாலு என்று பெயர் பெற்றுவிட்டதோடு. 'அவன் உண்டு வேலை உண்டு. இளம் வயசு, நல்ல ஒடம்பிருந்தாலும் யாருகிட்டயும் தப்பா நடக்கிறதில்ல. எந்த கெட்டப் பழக்கமும் இல்லை' சிலரோடு ஒப்பிட்டும் பேசி விருதுகள் மாதிரி நிறைய பாராட்டுகள் பெற்றான். வீடுகளிலிருந்தும் உணவு வரும்; அழைப்புகளும்தான்.

மெல்ல ஏதோதோ காரணங்கள் சொல்லி பெண்கள் அவன் மேல் விழும் போது அதை எவ்வளவோ தவிர்த்தான். ஒரு கட்டத்தில் தூங்கிக் கிடந்த ஒதுங்கிக் கிடந்த உணர்வுகள் படு வேகமாய் கூடிவலுவாக அவன் தடுமாறினான். ஒரு நாள் பல்வேறு கேள்விகளுக்குப் பின் இரண்டாம் முறையாக குடிக்கத் தொடங்கினான். 'என்ன நடக்குதுன்னு பாக்கலாமே' என்றுதான் ஆரம்பமானது.

இப்போதெல்லாம், 'தெனமும் குடிக்காம தூக்கம் வரமாட்டேங்குது' என்று சொல்லி சிலருடன் குடிப்பதில் தன்னை இழந்தான். குடியில் எல்லை மீறியவனுக்கு பெண் தொடர்பு அடுத்ததாய் இழுத்தது. முதல் நாள் வந்தபின் குடிசையில் அழுதான். 'நிலா தப்புப் பண்ணிட்டேன், மன்னிச்சிடு' என்று தரையில் புரண்டும் வருந்தினான். சில நாட்களில் குடிக்கும் போது, 'அவளே போ' என்று ஒப்புதல் அளித்ததாய் சொல்லி பெரும் வீச்சில் முயங்கி, பேரனுபவமாய்த் திரும்பினான்.

இப்போது இதுவும் அதிகரித்து, சில நேரம் இரண்டும்

கூடி நிதானமிழக்கச் செய்தன. சிலரிடம் மறைக்கப் பொய் சொல்லவைத்தது, அக்காவிடம் ஏதோ சொல்லி வாங்கிய ஒரு நகையை விற்கவைத்தது. இரவில் மகடாலு வெளியில் போவது பிரச்சினையாகிவிடுமென, அடுத்தகட்டமாய் பெண்கள் குடிசைக்கு வருவது நடந்தது. வேண்டாம்மென்றாலும் வலிந்து வந்து அவனது உடலின் திரட்சிகளில் ஆழமாகி, மகடாலு அன்பில் நெகிழ்ந்து போயினர். எத்தனையோ அடைப்புகள் திறந்து, சிலதுகள் வெளியேறி இலகுவானான்.

செலவுகள் கூடியதில் வைத்திருந்த ஒரு நகையையும் விற்றான். கடன்கள் மேலேறி இவனை மேலும் பயமுறுத்தன. மறுபக்கம் உடல்வலி, அரிப்பு, மயக்கம் என்று சில தொடர்ந்து அவனை மிரட்டின. எல்லாவற்றையும் மறக்க சில வஸ்துக்கள் சேர்ந்து அவையும் நாளின் பகுதியாயின. எங்கோ கிடந்த கோபம் உயிர்பெற்றதால் பலரையும் அவனிடமிருந்து விலகவைத்தது.

'மனுசனா அவன்? கோவம் வந்தா பேய் பிசாசு மாதிரி ஆயிடறான். ஜாக்கிரத எட்டவே இருப்போம்' என்று மேஸ்திரி பிறரிடமும் சொல்லி தனிமைப்படுத்தினார். வேலையில் இருந்த ஈடுபாடு வெறி மெல்ல குறையத் தொடங்கியபோது, புறம் பேச்சுகள் ஆரம்பமாகிவிட்டன. காதில் விழும் சில, வேதனையாக இருக்கும்.

முல்லையூரிலிருந்து, கனகா எப்படித்தான் செல்லம்மாளை வேறொரு ஊரில் கண்டுபிடித்தாளோ? 'மூணு நாள் ஆச்சிக்கா ஒங்களக் கண்டுபிடிக்க' அப்போது மகிழ்ந்தாளே, எதையோ பெரியதாய்க் கண்டடைந்தமாதிரி! கட்டிப்பிடித்து பாதுகாப்பாய் இருப்பதற்குப் பாராட்டினாள். செல்லம்மாளுக்கு கட்டிப்பிடிக்க விருப்பம் இல்லாவிட்டாலும், 'இன்னிக்கி உயிரோட மானத்தோட இருக்கோம்னா அதுக்கு நீதான் கனகா' என்று அழுதாள்.

தன்னை இதன் பொருட்டு அடித்து மிரட்டியதைப் பகிர்ந்தாள். நெஞ்சில் உதை விழுந்ததால், வலியால் சில நாட்கள் துடித்து, உயிர் பயம் கூடிவிட்டதாகச் சொன்னாள் கனகா. அப்போது கடுமையாய் இருமினாள். சிறிது அமைதிக்குப் பின், 'ஒனக்கே

இந்த அடின்னா, எங்களுக்கு எப்படி இருக்கும்? அதிலும் அந்த ஆபீசரை கல்லால அடிச்ச மகடாலுவ என்ன செஞ்சிருப்பாங்க?' என்று சொல்லும் போதே செல்லம்மாளுக்கு உடல் சிலிர்த்தது. மீண்டும் நன்றி சொன்னாள்.

சாப்பிடச் சொல்லியும் நன்றியைத் தெரிவித்தாள். நேராக உட்கார முடியாமல் தவித்தாள் கனகா. 'ரெண்டு மாசம் முன்னாடி ஒருத்தன் கார்ல அழச்சிக்கிட்டுப் போயி, அஞ்சி பேரு ராத்திரி பகலா இம்ச செஞ்சிட்டானுவ. அதுல இருந்து நேரா ஒக்கார முடியல, வலிக்கு மாத்தர போட்டு ஏதோ ஓட்டிக்கிட்டு இருக்கேன்' என்றாள், கனகா. சில கதைகளைக் கேட்கும் போதே, செல்லம்மாள் அவளது கைகளைப் பிடித்து வியந்தாள்.

வீரபாகு ஒரு விபத்தில் பலமாய் அடிபட்டு, கட்டுகளுடன் படுக்கையாய் இருப்பதைச் சொன்னபோது, 'அவன் இன்னும் சாவலையா?' என்று முகத்தை இறுக்கி வெறுப்பை உமிழ்ந்தாள், செல்லம்மாள். 'மரகதம் இறந்து போனாள்' என்றதும் அழுதாள். எப்படி என்று விரிவாய் கேட்டாள். 'மகடாலுவைப் பார்க்கனும்' என்றாள் கனகா. 'எங்க இருக்கான்னு தெரியாது' என்றாள் செல்லம்மாள். தனக்கும் அவனுக்கும் பெரும் சண்டை என்றும் கோபத்தில் எங்கோ போய்விட்டான் என்றும் சொன்னாள். அவள் கிளம்பும்போது, நீண்ட காலமாய் சேர்த்து வைத்திருந்த இருநூறு ரூபாயைக் கொடுத்து, 'தயவு செஞ்சி என்னப் பாத்தத யாருகிட்டயும் சொல்லாத' என்று கெஞ்சிக்கொண்டாள். 'இனியும் எங்கள காப்பாத்துற தெய்வமா இருடி' என்று அவளுக்கு புடவை ஒன்றை அளித்து நன்றியாக்கினாள், செல்லம்மாள்.

அடிபட்ட காவல்துறை அதிகாரி வேறு ஊருக்கு மாறிப்போனதை, தான் கல்லூடு கட்டியதை, இப்போது, காவலர்களே வீரபாகுவை மிரட்டி அடக்கி வைத்திருப்பதை... என்று பலவற்றை மகடாலுவிடம் சொல்ல இருந்தாள். ஒருவேளை அடுத்தமுறை வரும் போது செல்லம்மாளிடம் கூடப்பகிரலாம்.

மகடாலுவுக்கு உடல் அரிப்புக் கூடி எப்போதும் எரிச்சலடைய வைத்தது. கூடவே புண்கள் முளைத்து கை வைத்தியம், நாட்டுவைத்தியம் என்று ஓடினான். மாற்றம் எதுவுமின்றி அவை மகடாலுவை வைராக்யம் செய்துகொண்டு துவம்சம் செய்தன. முதன் முறையாக தன் உடலை வெறுத்தான். தோலைப் பிய்த்தெடுத்து வீச வேண்டுமாய் அலைந்தான்.

‘அம்மா அப்பா நிலா ஐயோ’ இவைதான் வலியின்போது அவன் சொல்லும் வார்த்தைகள். வேலை நேரத்தில் முகம் மாறும். மறைத்து அரித்துக்கொள்வான். வலிகளை முழுங்கிக்கொள்வான். சில நேரம் வேலையாகும் சில நேரம் கோபமாகும் சில நேரம் குடியாகும். புரியாமல் குழப்பங்கள் நிலவின.

அரிப்புகள், உடலில் புண்கள், தடித்த தோல்கள் என்று மெல்ல பலவும் மாற்றங்களை, வேதனைகளை கொட்டிக்கொண்டிருக்க, சில நாட்கள் வேலைக்குப் போவதை நிறுத்தி, யார் கண்ணிலும் படாமல் இருக்க மூங்கில் காட்டுக்குள் போய் கிடந்தான். துணிந்து ரோட்டுப்பக்கம் போய் பஸ் நிறுத்தத்தில் விழுந்து கிடந்தான். யாருமற்ற நேரம் தண்ணீரில் விழுந்து கிடந்தான்.

மருத்துவமனைக்குப் போகப்பயந்தான். செல்லம்மாள் வந்தபோது பேசாமல் இருந்தான், அவளது கண்ணீரின் இளகி, இவனும் அழுதான். மாமனும் வந்திருந்தார். ‘என்ன ஆனாலும் பரவாயில்லை டவுனுக்குப் போய் டாக்டரப் பாப்போம். ஒன்ன அடையாளம் தெரியாத மாதிரி ஒடம்பு ஆயிடுச்சி. நான் மட்டும் வர்ரேன்’ காரை வரவழைத்து அழைத்துச்சென்றார். அங்கு கண்ணாடியில் தன்னை முழுதாய் பார்த்த போது, துக்கம் பெருத்து, மௌனமானான். டாக்டரிடம் தன் செயல்கள் பற்றி முழுதாய் சொல்லமுடியாமல் போனது.

‘இனி இந்தப்பழக்கங்களைத் தொடர்ந்தால் உடல் நிலை மோசமாகும், பிறகு வேலையே செய்ய முடியாது. அப்பறம் சாவுதான்’ என்று அந்த மருத்துவர், எச்சரித்தார். உடனே சுடுகாட்டு சத்தியம் நினைவாய் வந்து அறைந்த மாதிரி உணர்ந்தான். கொடுத்த மருந்து மாத்திரையில் தூக்கம் அதிகமாக வந்தது. அடிக்கடி வேலைக்குப் போகவில்லை.

உடன் வேலைசெய்தவர்கள் வேடிக்கை பார்த்து வியந்தனர்; சிலர் சிரித்தனர்.

ஒரு நாள் தன்னையே வெறுத்து, மாத்திரையை நிறுத்தி குடியை, மீண்டும் தொடர்ந்தான் மகடாலு. உடல் இளைத்து, முகம் சிறுத்து, மனம் கனத்து வேறு ஒருவனாகி பலரையும் திகைக்கவைத்தான். செய்வதறியாது தானாய்ப் பேசிக்கொள்வான். காலை நேரம் சூரியனிடம் தெரிவிப்பான். அழுத்தம் குறைந்த மாதிரி இருக்கும்.

கடன்கள் இன்னும் உயர்ந்து வளர்ந்து கொண்டிருப்பதை உணர்ந்தான். மகடாலுவின் செயல்களை – நிலையை அறிந்த கடன்காரர்கள், கொடுத்ததைக் கேட்பதில் தீவிரமான போது, உடலும் மனதும் அடித்துச் சோதித்த போது, சாவு பயத்தில் கிடந்தான். இயற்கையிடம் புலம்பினான். காலையில் மாலையில் சூரியன் மகடாலுவிடம் வசமாய் மாட்டிக்கொண்டான்.

குடியும் பிறவும் சாத்தியமில்லாமல், பெரும் மன அழுத்தத்தில் பேச்சுகளும் செயல்களும் மாறி வாழ்வின் மீதான பற்று, வேலையில் ஆர்வம், உண்ண விருப்பம், பிறரை சந்திக்கும் ஆசை என்று பலவும் குறைந்து வெறுப்பையும் தந்தன.

'என்னய விட்டுடு அக்கா, நான் செத்துடலாம்னு நெனக்கிறேன்.'

'அடப்பாவி இதுக்காடா நாம் ரெண்டு பேரும் பயந்து பயந்து வாழ்ந்தோம். இதுக்காடா ஒன்ன நெலா கனவு கண்டா? இதுக்கா வேல செய்யற எடத்துல எல்லாம் ஆஹா ஓகான்னு சொன்னாங்க?'

'...'

'அடுத்த வேல சோறில்லாதவன் கூட இப்படி பேசமாட்டான். மகடாலு எத்தன பேத்த வாய் பொளக்க வச்சிருக்கான். செல வெசயத்துல யாருமே கிட்ட கூட வரமுடியாது. அவ்வளவு பெரிய ஆளு அவன். மறந்திடக்கூடாது. கொஞ்சம் பொறுத்துக்க. நிச்சயமா ஒனக்கு நல்லது நடக்கும்.'

'...'

துயரத்திலேயே கரைந்த நாட்களில், முதல் முறையாக சுப்பு, கனகா மூலம் செல்லம்மாளின் இருப்பை அறிந்து வந்து சேர்ந்தான். 'மகடாலு என்னடா ஆச்சி! இப்படி ஆளே மாறிப்போய், அடப்பாவி நீ அழகன்டா!!' தாங்க முடியாமல் அழுதே நொந்தான். ஆனாலும் சுப்புவின் வருகை மகடாலுவிடம் உள்ளும் வெளியிலும் மாற்றத்தைத் தந்தது. நிறைய பேசினான். பிறந்த ஊரோடு தொடர்புகொண்டான். ஆடைகளை நீக்கி உடல் முழுதையும் அவனிடம் காட்டினான்.

'இது சாதாரண டாக்டரப்பாத்தா சரியாவாதுடா. இதுக்குன்னு இருக்கற ஆளாப்பாக்கனும்.'

'நீ பாரேன் இது பத்தி அக்காகிட்டக் கேளேன். நாளுக்கு நாள் வலியும் எரிச்சலும் நடக்குற மாற்றங்களும் ரொம்பப் பயமா இருக்குடா' தன் வகையில் செய்யக்கூடியதை உறுதியளித்து நம்பிக்கை தந்தான், சுப்பு.

'கனகா ரொம்ப முடியாம இருக்கா மகடாலு. சாவறத்துக்கு முன்னாடி எப்படியும் ஒன்னப் பாக்கனும்னு அழதுகிட்டே இருக்காடா. ஏதோ முக்கியமான ஒரு விசயம்னு சொன்னா, போலிசுக்குப் பயப்பட வேணாம்னு சொல்லிட்டாடா' மகடாலுவுக்கு வலிகள் பறந்தோடின மாதிரி இருந்தன.

'அப்படின்னா எந்த டாக்டர்கிட்டயும் ஆஸ்பத்திரிக்கும் போலாம். கடவுள் சரியான நேரத்துல ஒன்ன அனுப்பன மாதிரி இருக்கு சுப்பு' அழுதும் மனச்சுமையை குறைத்தான். இளம் வயது வேலைகளும் ஊரும் அவர்களில் உயிராயின. மகடாலு சில முறை எல்லாவற்றையும் மறந்து நீண்ட நாட்களுக்குப் பின் சிரித்தான்.

கடும் இருளில் சைக்கிள், பஸ், கை ரிக்ஷா என்று போய் மகடாலு டவுன் ஆஸ்பத்திரியில் கனகாவை சந்தித்தான். அவள் கைகளைப் பிடித்துக்கொண்டு அழுதாள். 'ஒன்னய இப்படித்தான் பாக்கணுமா, மகடாலு? எத்தனப்பேர் ஒன்ன ஆசப்பட்டோம்டா' சுப்பு, கனகாவுக்கு மருந்து வாங்கப்போயிருந்தான்.

'போலிஸ் அதிகாரிய கல்லால அடிச்சவன் இவன்தான்னு ஒரு செத்தவனக்காட்டி அவங்கள நம்ப வச்சிட்டேன். அந்த அதிகாரியும் எப்பவே வேற ஊருக்குப் போயி ரிடையரு ஆயிட்டாரு. வீரபாகு இழுப்பு வந்து கெடக்கறான், ஆனா குடிக்கிறதவிடல. நீ இருக்கியான்னு கேட்டுகிட்டே இருப்பான். நீன்னா ரொம்பப் பயம்டா' தொடர்ந்து உட்காரமுடியாமல் நின்றும் இருந்தும் மூச்சு வாங்கிக்கொண்டே பேசினாள், கனகா.

'ஒங்க அக்கா கொடுத்த பணத்துல நகை வாங்கி வச்சிருக்கேன். அத ஒன் அவசரத்துக்கு எடுத்துக்க. அப்பறமா முடியறப்போ அந்த நாப்பது ரூபாய் கூட சேத்துக்கொடு' மகடாலு எதுவும் செய்ய முடியாமல், ஏற்றான். 'இன்னும் கொஞ்ச நாள்தான் இருப்பேன்னு...' மகடாலு அவள் கைகளைப் பிடித்துக்கொண்டு அழுதான். கால்களைப் பிடித்துக்கொண்டு முழுதாய் அவளை வணங்கினான்.

'நீ வாழ்ந்து காட்டுவேன்னு பலபேத்துகிட்டச் சொல்லியிருக்கேன். நீ தோத்துடக்கூடாது, மகடாலு? அன்னிக்கு மட்டும் போலிஸ்ல மாட்டியிருந்தா என்னவேண்ணாலும் நடந்திருக்கலாம். இன்னும் உயிரோட இருக்க, இது போதாதா?'

சுப்பு மகடாலுவை அழைத்துக். கொண்டு வெளியில் வந்தான். நல்ல ஓட்டலுக்குப் போனபோது மகடாலுவை உள்ளே விடவில்லை. ரோட்டுக்கடையில் உண்டு, நீண்ட நேரம் கோயிலின் வெளிப்புறத்தில் பேசினர். சுப்பு பணம் கொடுத்தான்,' நீயே கஷ்டப்பட்றேன்னு' என்று தயங்கினான் 'கனகா நெறைய தர்ராடா. வேண்ணா அவகிட்ட வாங்கிக்கிறேன்' வாங்கி பத்திரப்படுத்திக்கொண்டான். மீண்டும் அழுகையாய் வந்தது.

இரவு பாலையூர் சுடுகாட்டுக்குப் போனான். சுப்பு தூரத்தில் நின்று கொண்டான். கைப் பொருட்கள் எல்லாவற்றையும் தூரமாய் வைத்தான். ஒவ்வொரு இடத்தையும், விழுந்து வணங்கினான். மரகதம், தர்மன் புதைத்த இடங்களையும் விடவில்லை. ஒவ்வொருவராக, அம்மா முதல் மரகதம் வரை மனதில் நினைத்துக்கொண்டான். சிறிது நேரத்திற்குப்பிறகு தரையை ஓங்கி அடித்து சத்தியம் செய்தான். மூன்று

இடங்களிலும் இதைச் செய்து நின்று மீண்டும் வணங்கினான்.

இப்போது நீண்ட நேரம் சத்திய உணர்வில் இருந்தான். எதையோ பெற்றவனாய் எல்லாவற்றையும் எடுத்துக்கொண்டு கிளம்பினான். சுப்பு மகடாலுவை உணர்ந்தவனாய் பின் தொடர்ந்தான். கூடவே சிலர் மகடாலுவோடு வருவதாக உணர்ந்தான். உடலில் பலமும் மனதில் நம்பிக்கையும் அதிகமாகி புதியவனான்.

25

கனகா உள்ளுக்குள் மணக்கத் தொடங்கியிருந்தாள். அவளது போராட்டங்களும் பேச்சுத்திறனும் புதிதாய் தொற்றிக்கொண்டு, பாசம் காட்டின. அவள்தானே இன்று உயிர்வாழக் காரணம்? அவள்தானே இப்போது, போலிஸ் பயமின்றி நெஞ்சைத் தூக்கிக்கொள்ளக் காரணம்? ‘நீ ஏங்கிட்ட ஆசப்பட்டத நெறவேத்தாததுக்கு மன்னிச்சிடுடி’ இனி டாக்டரைப் பார்க்க இரவைத் தேடவேண்டியதில்லை, பதுங்கிப்போய், பயந்து சொல்லவேண்டியதில்லை. மனவானில் தெம்புப் புள்ளிகள் நட்சத்திரங்களாய் விரிந்தன.

‘நெஞ்சம் உண்டு, நேர்மை உண்டு, ஓடு ராஜா

நேரம் வரும் காத்திருந்து பாரு ராஜா

அஞ்சி அஞ்சி வாழ்ந்தது போதும் ராஜா

நீ ஆற்று வெள்ளம் போல் எழுந்து ஓடு ராஜா'

லாரியிலிருந்து இறங்கி, உடலை அசைத்து, நடையை ரசித்து குடிசைக்குத் திரும்பிகொண்டிருந்தான். சுடுகாட்டின் இரண்டாவது சத்தியம் புதுக்கனவுகளையும் நம்பிக்கையுணர்வையும் கூட்டியிருந்தது. பாதையும் பகுதிகளும் புதியதாக இருந்தன.

தங்குமிடத்தை நெருங்கும்போது, எரிந்த நெடி வீசியது. சில வினாடிகளில் அருகில் நின்றபோது, கருப்பில் துகள்களாய், ஏதேதோ கிடந்தன. அவனது குடிசை பூட்டப்பட்டிருந்தது. அதிர்ந்து பார்த்துக்கொண்டிருந்தான். சிறிது நேரத்தில் மேஸ்திரி வந்தார். தூரத்திலிருந்தே, 'ஓம் பை துணியெல்லாம் அங்க இருக்கு' ஒரு வரப்பு மேல் சிதறிக்கிடந்தன. 'நான் போடல. என் மேல கைய வைக்கக்கூடாது' மகடாலு அவற்றை ஒழு ங்குபடுத்திக்கொண்டிருந்தான்.

'இங்க தங்கக் கூடாதாம், வேலை இல்லையாம். இந்த ஊர்லயே இருக்கக்கூடாதாம்...'

'.....'

'சத்தியமா நான் சொல்லல. ஊர்ல யாரோ ஒன்னப் பத்தி சொல்லி நெறையபேரு சேந்து முடிவெடுத்தாங்க.'

'அதான் ஏன்?'

'இந்த கையி, காலு, மொகம் அப்பறம்... முன்ன மாதிரி இல்லதான?' மகடாலு புரிந்துகொண்டான். மேஸ்திரி பயந்தே அருகில் வந்து, 'ஒனக்குச் சேர வேண்டிய சம்பள பாக்கி' வரப்பில் வைத்துவிட்டு நகர்ந்தான்.

'என்னிய மன்னிச்சிடு மகடாலு. நீ ரொம்ப நல்லவன். ஆனா ஊரு முடிவு இது.'

மகடாலு, சூரியனைப் பார்த்தான். சிறிது நேரம் குடிசைக்கருகில் உட்கார்ந்தான். கண்களை மூடி தனக்குள் முணுமுணுத்துக்கொண்டான். குடிசையினுள் பார்த்த போது மூட்டைகள் இருந்தன. 'நெல்லுங்க நாத்துவிட' என்றான்

மேஸ்திரி.

'ரொம்ப நன்றி மேஸ்திரி.'

'எங்கப் போவ, எப்படி வாழ்வ?' கண்களை மூடினான். அழுகை திமிறிக்கொண்டு வந்தது. சைகையில் வானத்தைக் காட்டி விட்டு கிளம்பினான். அவனையேப் பார்த்துக்கொண்டிருந்த மேஸ்திரி சிறிது நேரம் கழித்து, 'ஏ மகடாலு நில்லு' அவன் நிற்க வில்லை. மேஸ்திரி துணிந்து ஓடி அருகில் போனார். 'இந்தா என்னோட சம்பளத்தையும் வச்சிக்க' மேஸ்திரி ஒரு கல்லின் மீது வைத்துவிட்டு திரும்பி ஓடத்தொடங்கினான். மகடாலு அந்தக் கல்லின் மீது உட்கார்ந்து புண்களைத் துடைத்துக்கொண்டு, செல்லம்மாள் வீட்டைச் சேர்ந்தான். அவள் எதிர்பார்க்கவில்லை.

'என்னடா ஒண்ணுமில்லியே? ஆச்சரியமா இருக்கே இந்த நேரத்துல.'

'இனிமே மாமா ஊருக்குப் போகலாம். யாரும் நம்மள ஒண்ணும் புடுங்க முடியாது.'

'போலிஸ்காரங்க?' என்று குழம்பியவளுக்கு, தெளிவுபடுத்தினான்.

'நெசமாவாடா, பயந்தே பாதி உசிறு போயிடுச்சிடா. இனிமே எங்கயும் போவலம்டா' மகடாலுவின் உடலைப் பார்த்து தோல், புண்கள், முகம் இருந்த மாற்றங்கள் அப்படியே இருந்தன. அதைப் பேசத்தொடங்கியதும் அழத்தொடங்கினான்.

'எதுலயும் ஒரு நிதானம் வேணும். வேலன்னா பெரிசா, குடின்னா, குட்டிங்கன்னா... ரொம்ப ஆடாதன்னு சொல்ல ஆளில்ல. அதான் எல்லாம் இப்ப சேத்து வச்சி குத்தோ குத்துன்னு ஆளையே இம்சிக்குது' வேலை செய்யுமிடத்தில் ஒரு சண்டையில் யாரோ சொன்னது நினைவுக்கு வந்தது.

'அப்படின்னா நீ கொஞ்ச நாள் மாமா ஊர்ல வீட்லயே இரு. யாருக்கும் தெரியாம ஒடம்பப் பாரு. நீ ரொம்பவே ஒழச்சிட்ட, கொஞ்சம் ரெஸ்ட் எடு.'

'அவனுக்கு என்னமோ தெனமும் ஆவுது. புதுசு புதுசா வருது,

ரொம்ப கஷ்டப்பட்றான்’ மாமா, செல்லம்மாவிடம் சொன்னார்.

உடலின் சில பகுதிகள் உணர்ச்சியற்றதாகி அதிர்ச்சி தந்தன. இதை யாரிடம் சொல்ல முடியும்? குளிக்கும் போது தேய்ப்பதில் கவனத்தைக் கூட்டினால் சரியாகிவிடுமென நினைத்தான். நினைத்ததெதுவும் பொய்த்து, முதல் முறையாக உடல் அசதியாய் சோதித்தது. சில மணி நேரத்திலேயே முழுசக்தியை இழந்தமாதிரியாகி, மயக்கத்தில், விழு நேர்ந்தது. மற்றொரு பக்கம் அரிப்பு, தன் பங்கிற்கு மெல்ல மெல்ல கழுத்து, பிடறி, முதுகு, முகம் என்று பரவியது. தோலின் நிறத்தையும் விட்டுவைக்காமல் வேறொன்றாக்கி பயமுறுத்தி நின்றன. எத்தனைதான் ஒரு நேரத்தில் கூடி அவனை இம்சிக்கும்?

இரவுகளில் வீட்டிலிருந்து வெளியில் படுத்துக்கொண்டு, புலம்புவதும் அழுவதும் முற்றிலும் வேறு ஒருவனானான். ஏதேதோ பச்சிலைகள், தழைச்சாறுகளைப் பயன்படுத்தியும் மாற்றமில்லை. இது வேறு ஏதோ ஆபத்தான நோய் என்று பலரும் பயந்து அருகாமையைத் தவிர்த்தனர்.

ஊரில் பரவிய செய்தியால், மகடாலுவை நோக்கி வந்தனர், ‘இது என்னா வேடிக்கப் பாக்குற விசயமா? போங்க அவன் பாவம் துடிச்சிகிட்டு இருக்கான்’ என்று செல்லம்மாள் சொல்லி வருபவர்களை அனுப்பிக்கொண்டிருந்தாள்.

அரிப்பில் தொடங்கியது உடலெல்லாம் பரவி, தோல் நிறம் மாறி, புண்கள் உடலின் பல இடங்களில் பூத்தன. புண்கள் ஆறாமல் நிறையவே சோதித்தன. பிறகு கைவிரல்கள் மடங்குவதாக இருந்தன. தினமும் மெல்ல மெல்ல அவை கால்களிலும் தொற்றி பொருட்களை எடுக்கவும் சட்டையில் பட்டன்கள் போடவும் முடியாமல் போனது. அப்படியே உட்கார்ந்து கண்ணீரில் மிதப்பான் மகடாலு. பலர் அவனைப் பார்த்து அழுதனர். சிலர் கண்டதும் விலகிப்போயினர். சிறுவர்கள் பயந்து ஓடியதுண்டு.

ஒவ்வொரு செயலும் ஒவ்வொரு அடியும் பெரும் நரகவேதனையாகி சக்திகளை உறுஞ்சிக்கொண்டிருந்தன. நிறைய

நேரம் அப்படியே நின்றுவிடுவான். சில நிமிடங்களுக்குப் பின் அசைவோ, நடையோ இருக்கும். இப்போது நடப்பது பெரும் வலியாகி ஒரு கைத்தடி துணையோடு நகர்கிறான்.

‘ஏ மகடாலு, பாக்கவே பயமே இருக்கடா. நீ என் தம்பி மாதிரியே இல்லடா’ கண்ணீரில் வார்த்தைகள் உதிர்ந்தன. ஒரு கட்டத்தில் எதையும் செய்ய முடியவில்லை. கைகள் மட்டுமென்றால், சமாளித்துவிடலாம், கால்கள் மட்டுமெனில் வலியைப் பொறுத்துக்கொள்ளலாம். முழு உடலும் பாதித்து ஆளே வேறொரு வடிவில், வேறொரு காட்சியில் இருந்தான். தெருப்பக்கம் போனால், ‘இந்தப் பக்கமே வரக்கூடாதென’ சொல்லி விரட்டிவிடுவர். சிறுவர்கள் கற்களை வீசுவதும், பெரியவர்கள் நின்று, ‘போ வந்த வழியே போடா இந்தப்பக்கம் வந்த அடிச்சே கொன்னுபோடுவேன்’ எதுவும் திருப்பிச் சொல்லவோ, செய்யவோ முடியுமா?

‘வலி தாங்க முடியல அக்கா. புண்ணுங்க ஒண்ணொண்ணும் எமனா மாறுது’ என்று கதறினான். உறுப்புகளின் தோற்றம் நிறைய மாறின. வலி கருணையற்று அவனோடு ஒட்டிக்கொண்டது. அழுகை இப்போது, எப்போதும் என்று மாறியது. ஊரில் இது பற்றிப் பேசி, ‘இனி யாரும் மகடாலுவைப் பார்க்கக்கூடாது’ என்றனர். வேதனை கூட மறத்துப் போய், இனியும் துயரப்பட முடியாதோ?

‘நெலா கூப்ட்றாளா? இவ்வளவு வேதனயில வாழணுமா?’ பலரும் சொன்ன புகார்கள், வசைச் சொற்களால் மனம் ஒடுங்கிப் போன மாமன் சொன்னது செல்லம்மாளுக்கு பெரும் கோபத்தைத் தந்தது. சுப்புவைப் பார்க்க ரகசியமாய் பாலையூர் சென்றாள். காவல் பயம் விட்டபாடில்லை.

ஊர் கூடி, ‘இனி மகடாலு இந்த ஊரில் இருக்கக்கூடாது, அவனுக்குக் குஷ்டரோக நோய் வந்துள்ளது’ என்று அறிவித்து கூடவே, ‘அத பரவக்கூடியது அதனால் யாரும் அவனைத் தொடக்கூடாது. அருகில் போனால் தொற்றிக்கொள்ளும், இதனால் சாவுதான் நடக்கும். யாரும் எதுவும் அவனுக்குத் தரக்கூடாது’ என்றும் சொல்லி உடனே அவனை ஊரைவிட்டு வெளியேற்றியது.

வலிகள், உருவமாற்றங்களோடு தனிமைப்படுத்தியதும் சேர்ந்து உலுக்கிப் போட்டது. 'இது வாழ்வின் கடைசியோ?' இப்போது எண்ணங்களும் வலுவிழந்து வேடிக்கை பார்த்துக்கொண்டிருந்தன. மகடாலுவுக்கு எத்திசை நோக்கி நகர்வுகள் இருக்கவேண்டுமென்று தெரியவில்லை. விரட்டலுக்கேற்ப போய்க்கொண்டிருந்தான்.

பெரும் கூட்டம் இரைச்சல் கொண்டு அவனை மெல்ல மெல்ல ஊரிலிருந்து வெளியேற்றியது. ஊர் எல்லையைவிட்டும் போகச் சொன்னது. சொல்வதைக் கேட்காமல் நினைத்ததை மிருகத்தனமாய் செயல்படுத்தி கொண்டாடியது அந்தக் கூட்டம்.

கட்டுக்கதைகளும் மகடாலுவின் நிலைக்கான காரணங்கள் பற்றிப் பேசியவையும் நினைத்தும் பார்க்காத திசைகளில் வீசிக்கொண்டிருந்தன. காதில் விழாமலா இருக்கும்? கற்கள் விழுந்தன, சேற்றுக் கட்டிகள் உடலில் பட்டன. அவற்றைவிட வார்த்தைகள் தாக்கிக் அவனை துளியும் கருணையற்று தன்னையே வெறுக்கும் எல்லைக்கு கொண்டுசென்றன. ஒவ்வொரு நொடியும் நரக அடுக்குகள் ஏதேதோ செய்ய, கண்கள் வற்றி எத்தனையோ நாட்களாகிவிட்டன.

மகடாலுவை அந்தக் கூட்டம் விரட்டி சாலையில் தள்ளியது. வேடிக்கை பார்த்து முகம் சுளித்த கூட்டம், 'பாவம் செஞ்சவன் அனுபவிசிச்சிதான் ஆகணும்'. 'என்னென்னவெல்லாம் செஞ்சானோ' 'இவனுக்கு வேணும்', 'போடா போடான்னு சொன்னாலும் போவாம இந்த ஊர்லயே இருந்து நம்மளயும் அவனமாதிரி ஆக்கிடனும்னு இருந்தானே பொல்லாத நாயி? சாவுடா' பேச்சுகளுக்கும் வெறுப்புகளுக்கும் குறையே இல்லை. வாழ்வில் தனக்காக இவ்வளவு பேர் கூடுவார்களென நினைத்தும் பார்க்கவில்லை.

'சொறி நாயே எங்கியாச்சம் போயிச் செத்துப்போடா.'

'குஷ்டரோகி, பொறுக்கி, யாருக்கெல்லாம் என்னல்லாம் செஞ்சியோ.'

'வலிக்குதுன்னா முடியலன்னா போயி சாவுடா.'

கற்கள், மரக்கட்டைகள், சேறு, ப்ளாஸ்ட்டிக் வஸ்துகள் அவர்களுக்கு மகடாலுவை துரத்துவது, அடிப்பது எல்லாம் ஒரு விளையாட்டு, பொழுதுபோக்கு மாதிரி ஆனது. திரும்பிய போது பெருங்கூட்டம் அவனைச் சுற்றி நின்றதைக்கண்டான். அடிகளைத் தாங்க முடியாமல் கூட்டம் நோக்கி கும்பிட்டுப் பார்த்தான், அழுது பார்த்தான். மேலும் கடினப்பட்டு தரையில் விழுந்து வணங்கி மனங்களின் கருணைப்புள்ளிகளைத் தேடிப்பார்த்தான்.

கூட்டம் இன்னும் அதிகமாக மகடாலு ஏதேதோ சொல்லிப் பார்க்கிறான். நன்றி சொல்கிறான், கலைந்து போக கெஞ்சுகிறான். எதுவும் அவர்களின் காதுகளில் விழவில்லை. அனைவருமே இவனை அவர்களின் மனங்களில் முற்றாகக் கீழிறக்கி நம்பிக்கையிழந்து விட்டார்களோ? எதுவும் மதிப்பற்று ஒரு வெறுத்தொதுக்கும் வஸ்துவாகி, நடத்தினர். அவன் வானத்தைப் பார்த்துக்கொண்டான். மெல்ல நகர்ந்து, மாலை நேரம் பஸ் நிறுத்தம் நோக்கி நகர முயல அதற்கும் இடம் தராமல் செவிட்டுக் கும்பல் மிருகங்களாகி கருணையற்ற செயல்களில் மூழ்கிக்கிடக்கிறது.

‘இறந்து, யாருக்கும் தெரியாமல் எதுவும் செய்யமுடியாமல் சத்தியங்களை நிறைவேற்றாமல் போய்விடுவேனோ? சிலர் வெறியில் சொன்னது மாதிரி ஆகிவிடுவேனோ? இதுதான் கடைசி என்று யார் சொல்வது? வலியிருந்தால் சாவுதானா? இந்த நிலை எத்தனையோ பேருக்கு வந்திருக்கும் இன்னும் மோசமாகவும், அவர்களெல்லாம் இறந்துவிட்டார்களா?’ சிறிது நேரம் மூச்சை மெல்ல இழுத்து வெளியேற்றினான். நான் சொல்கிறேன், சாகப்போவதில்லை.

குனிந்திருந்தவன், ஆழத்தில் கிடந்த சத்தியை ஒன்றாக்கி, திடீரென எழுந்து விரிந்தான். எதிர்பாராதக் கூட்டம் பெரும் கூச்சலோடு சிதறி ஓடத்தொடங்கியது. பொறுக்கி வைத்திருந்த கற்களை திசைகளில் ஓடி வீசினான். அவர்கள் ஓடுவதைப் பார்த்துக்கொண்டே பேருந்து நிறுத்தம் வந்து ஓரத்தில் உட்கார்ந்துகொண்டான். மீண்டும் வந்த சிலரை

டீக்கடைக்காரர் போகச்சொன்னார்.

உயிர் பிழைத்ததற்கு மகிழவும் சக்தியில்லை. துணி மூட்டையை அணைத்துக்கொண்டான். வேறேதும் நடக்குமுன் எங்காவது போய்விட நினைத்து பலமுறைக் கையைக் காட்டியும் பஸ்கள் ஏற்றவில்லை. நீண்ட முயற்சிக்குப் பின் தோல்வியுற்று, பஸ் நிறுத்த ஓரத்தில் சாய்ந்து உட்கார்ந்துகொண்டான். இயற்கையோடு நெருங்கியிருந்தான். காற்று அணைத்துக்கொண்டது, பூமி தாங்கிக்கொண்டது, வானம் பார்த்துக்கொண்டது. சிறிது நேரத்தில் எண்ணங்கள் மாறின.

'ஏ அம்மா, ஏ அப்பா, ஏ தெய்வமே எனக்கு வாழ்வு கொடுங்க. நான் இனிமே எந்த தப்பும் செய்யவே மாட்டேன். இனி குடிக்க மாட்டேன்; எந்தப் பொண்ணுங்களைவும்... இது சத்தியம். ஓங்க மேல சத்தியம். தயவு செஞ்சி எனக்கு வாழ்வு கொடுங்க...' சுற்றிலும் யாருமில்லை. திரும்பவும் திரும்பவும் சொல்லிக்கொண்டான் மகடாலு. இவைதான் தனது பிரச்சினைகளுக்குக் காரணங்கள் என்று நம்பினான்.

'இந்த நிமிடத்திலிருந்து இந்தவாழ்வை மெல்ல மெல்ல தூக்கி முன்னே நகர்த்தி... ம் அதன்பொருட்டு உயிர் போனால் ஆகட்டும் போகட்டும்.' பற்களைக்கடித்து இந்த எண்ணத்தை மனதில் நிறுத்தவும் சக்தியின்றி இருளில் பார்வையை நுழைத்தவனுக்கு வெகு தூரத்தில் ஒளிபோல் ஒன்று பார்வைக்கு அர்த்தம் தந்தது. பார்வை கூர்மைப்பக்கம் போக, துளி சக்தி தன்னை நோக்கியிருப்பதாக உணர்ந்தான்.

26

எல்லாவற்றையும் பார்த்துக்கொண்டிருந்த டீக்கடைக்காரர் கடையை மூடிய பின் மகடாலுவை நோக்கி வந்தார். கையில் அவர் வைத்திருந்த பொருள் மரக்கட்டை போல் தெரிய பயந்து தரையில் முழு உடலையும் நெருக்கிக் கொண்டான். அவர் தூரத்திலிருந்து பன் ஒன்றை தூக்கிப் போட்டிருந்தார். அதை வானம், காற்றிடம் காட்டி, நன்றி சொல்லி, கண்ணீரை அதற்கு நெருக்கமாக்கினான்.

பஸ் நிறுத்தத் தூண் ஒன்றில், சாய்ந்துகொண்டே 'பன்'னை உடலுக்குள் போட்டான். சிறிது நேரத்தில், அழகுநிலா மனதில் வந்தாள். வயலில் கடும் வேலைக்குப் பின், இருவரும் கொண்டாட்டத்தில் நெருக்கமாயிருந்த ஒரு நாள்,' ஒன்ன மகடாலுன்னு கூப்றதவிட முட்டாளுன்னு கூப்டணும்யா?' கோபம் கொண்டவன்

சொல்ல வார்த்தைகள் வராமல், தன் காலை அவளது கால் மீது போட்டான், 'யோவ் அறிவ வளக்காம ஒடம்பயும் தொடையயும் வளத்துருக்க? கால எடுயா. நான் சொன்னது சரியாயிருக்கா?'

'நீ என்னல்லாம் வளத்திருக்கேன்னு நான் சொல்லட்டுமா?' மகடாலு அறிவாளி மாதிரி கேட்டான்.

'என்னதப் பத்தி எனக்கு நல்லா தெரியுமய்யா. ஒன்னபத்தி யோசியா. எவ்வளவு நாளு இப்படியே மாட்ட விட மோசமா ஒழச்சி ஒழச்சி அப்பறம் ஒழச்சி...ஒரு நாளு ஒடம்பு போயிட்டா?' அவள் சொன்ன உடம்பா இது?

'நமக்கு அறிவுன்னு இருக்குயா... அதுதான் மனிசனுக்கு ரொம்ப முக்கியம்யா. அத என்னய ஒங்கூட சேக்கற மாதிரி, வேலைங்க கூட சேத்துப்பாரு' சிறிது நேரம் அப்பக்கம் பயணம் செய்து திரும்பினான். 'என்னோட அறிவ இனி பாக்கப்போறடி அழகு.'

'தம்பி, போலிச கல்லால அடிச்சது நீதான்னு தெரிஞ்சி மாட்டியிருந்தா, எப்பவே செத்துப்போயிருப்பே. இப்ப இத்தன வருசம் எப்படியோ உயிரோட இருக்கறோம். நீ யாருக்கும் கெடுதல் செய்யல' செல்லம்மாளின் அழுகை காட்சியானது.

இன்று மாலை கற்கள் பெரிதாகவோ அல்லது சில கற்கள் ஒன்றாகவோ விழுந்திருந்தால், இந்நேரம் அந்த இடத்தில் ஒரு பிணம் நாறிக்கொண்டிருக்கும். வயல் வேலையில் பாம்புக் கடியின்போதே இறந்திருந்தால், இந்த உலகில் சுவடில்லாமல் போயிருப்பேன். நோயின் போதே உயிர் ஓடியிருந்தால், இந்நேரம் என்னாவாகியிருக்கும்? மீண்டும் நன்றியைச் சொல்லி மகிழ்ந்தான். பூச்சிகளின் மெல்லிய ஒலிகள் உயிராய் இப்போது கேட்டன.

எந்த உயிரினமும் மனிதர்களை விட மேன்மையானவை. தம்மை எதைக்கொண்டும் அடிக்காமல், சபிக்காமல் இருப்பதற்கு நெகிழ்ந்து பெருமூச்சை விட்டுக்கொண்டான். அவற்றைக் கட்டியணைத்து மனதால் முத்தம் தந்தான். அப்போது உதடுகள் வெடித்திருப்பது தெரியவந்தது.

இரவெல்லாம் உறக்கமின்றிக் கிடந்தான். விடிந்தும் பஸ்கள் நிறுத்தாமலும் நிறுத்திய பஸ்கள் இவனை ஏற்றாமலும் போகின்றன. பலரும் வேடிக்கை பார்க்கின்றனர். உடலின் கடைசித்தெம்பைத் திரட்டி திரட்டி நடப்பான். ‘அய்யா ஒங்களுக்குப் புண்ணியமா போகட்டும், அய்யா’ சக்கரம் அருகில் போவான், ‘ஏய், சீ ஓரமா போடா’ அப்படியே பின் சக்கரத்தில் விழுந்துவிடவும் தோன்றும்தான்.

திரும்பவும் ஏதேதோ எண்ணங்கள். இப்போது வாழ்ந்து காட்டுவதில் தீர்மானமாக இருந்தான். இனி வாழ்வதுதான் என் மூச்சு; புதுவாழ்வு, சரியான வாழ்வு. தலை சுற்றல் அதிகமானாலும் யோசிப்பதை நிறுத்தவில்லை.

ஒவ்வொரு எண்ணமும்

ஒவ்வொரு உணர்வும்

ஒவ்வொரு அசைவும்

ஒவ்வொரு செயலும்

ஒவ்வொரு நட்பும்

ஒவ்வொரு திட்டமும்

ஒவ்வொரு உறவும்

ஒவ்வொரு மணி நேரமும்

ஒவ்வொரு நாளும் நான் என்ன செய்கிறேன் என்பதைக் கொண்டே என் வாழ்வு நடக்கும் அல்லது வேறில்லை. வாழ்வுதான். வலியிருக்கட்டும், பிறர் முகம் சுளிக்கட்டும், பிறர் தூரத்திலிருந்து ஏதாவது செய்யட்டும், என்னைக் கண்டு ஓடட்டும், எது எதுவேண்டு மானாலும் நடக்கட்டுமே, யார் வாழ்வு? நான் வாழப்போகிறேன்! வாழ்ந்து காட்டுவேன்! அம்மா, அப்பா, கடவுளே, நிலா, அக்கா... இது சத்தியம். கண்கள் மூடின, பற்கள் அழுந்தின.

எத்தனையோ பேர் ‘இந்த வலியில் பிறரின் வெறுப்புகளில் கொடூரமான உருவத்தில் வாழ்ந்து என்ன செய்ய முடியும்?’

என்றதும் 'இனி உன்னால வாழவே முடியாதுடா அதனால செத்துப்போயிடு' கூட்டத்தில் கற்களை வீசியபடியே சொன்ன வார்த்தைகளும் நினைவுக்கு வந்தன. அது அவர்களின் பார்வை, அவர்களின் வாழ்வு. பற்களின் வரிசைகள் அழுந்தின. திரும்பவும் புதுவேகத்தோடு பஸ் நோக்கிப் போனான்.

செல்லம்மாள், சுப்புவோடு அலறிக்கொண்டு வந்தாள். மகடாலுவுக்கு அழவும் தெம்பில்லை. பாதி பிணம்போல் இருந்தான். சுற்றிலும் பார்த்து தண்ணீர் கொடுத்தாள். சுப்பு சோகமாயிருந்தாலும் நம்பிக்கையாய்ப் பேசினான். இருவரும் விசாரித்துக் கண்டுபிடித்த தொழுநோய் மருத்துவமனைக்குக் கொண்டுசென்றனர். அவன் யாரையும் எதையும் நினைக்கவில்லை. தன்னில் இருந்து கொண்டான். வாய்ப்புகளில் சூரியனை பார்த்துக்கொண்டான்.

எதுவும் சாதாரணமாய் அமையவில்லை. ஒவ்வொரு அசைவும் நகர்வும் அடியும் எத்தனையோ வலி சார்ந்து, முயற்சி சார்ந்து, ஒரு வரிசையோடு தொடர்புடையதாய் இருந்தது. எதுவானாலும் செயல்களை நிறுத்த முடியாது, தீர்மானம் செய்தாயிற்று, சத்தியம் செய்தாயிற்று, எதையும் வீணடிக்க வாய்ப்பேயில்லை. அதை அடியோடு பிடிங்கி எறிந்தாயிற்று, புலம்பல் எப்போதுமே எதிரிதான். பின் நோக்கிப் போகும் வழியை மூடியாயிற்று, திரும்பவும் ஊருக்குப் போவது, தற்கொலையைவிட, விபத்தாகி இறப்பதைவிட மோசமான ஒன்று.

மருத்துவமனையை நெருங்கும்போதே மூச்சின் அளவு கூடி மகிழ்ந்தான். அந்தக் கட்டிடம் வரவேற்பதாக இருந்தது. புறமும் உள்ளும் சில நோயாளிகள் மகிழ்ச்சியற்று நம்பிக்கையற்றுக் கிடக்கும், புலம்பும் போது, தன்னை நினைத்து நெஞ்சை உயர்த்திக்கொண்டான். 'புதியவனாய்த் திரும்புவேன் அக்கா' என்று நன்றி சொன்னான். சுப்பு அழுதே பிரிந்தான்.

பாதங்களை, விரல்களை, கைகளை இழந்தவர்கள்; இரண்டு பக்கமும் துணை கொண்டு நடப்பவர்கள், நாற்காலியில் இருந்து கொண்டு தள்ளப்பட்டு வருபவர்கள், கட்டுகளுடன் நடப்பவர்கள், செயற்கை உறுப்புகளைப் பொருத்திக்கொண்டவர்கள் என்று பலரும் கண்களில் தெரிந்தார்கள்.

டாக்டர் அமிர்தத்தைப் பார்த்தபின் நம்பிக்கையும் உறுதியும் மகிழ்ச்சியும் வளரத்தொடங்கின. ஒரு இரும்பு கம்பியால் உடலின் இடங்களை தட்டியும் தொட்டும் சில கேள்விகள் கேட்டார். 'இதவிட மோசமானவங்களப் பாத்து சரி பண்ணியிருக்கேன். அதிலும் நீ உற்சாகமா இருக்கே' என்று மூன்று வகையான மாத்திரைகளைக் கொடுத்தார். புண்களை என்ன செய்யவேண்டும் என்று சொன்னார். பல நாற்றங்களுக்கிடையில் டாக்டரின் வார்த்தைகள் மணத்தன. சிரித்துக்கொண்டான். சக்தி கூடியது.

கிடைக்கும் சக்தியை சேர்த்துக்கொண்டே இருந்தான், எண்ணங்களை வலிமையாக்கிகொண்டே இருந்தான். பலர் ஹாலில் உட்கார்ந்துகொண்டும், நகர்ந்துகொண்டிருக்கும் புலம்பிக்கொண்டும் இருக்கும் போது, மகடாலு துணிவாய் நடப்பான், நொண்டினாலும்.

'என்னா மகடாலு எப்படி இருக்க?' டாக்டர் அமிர்தம் கேட்பதே மனதிற்கு சுகமாகும். 'டாக்டர் நீங்க இருக்கும்போது எனக்கென்ன கொறச்சல்' மெல்ல பேச்சிலும் யோசிப்பதிலும் வளரத்தொடங்கியிருந்தான், மகடாலு. சிலருடன் பேசுவதிலும் நம்பிக்கை தருவருதிலும் கூட இறங்கிவிட்டான். 'அங்க இருக்கானே மகடாலு அவனப் பாரு, எவ்வளவு நம்பிக்கையா, அதச் செய்யணும் இதச் செய்யணும்னு...'

ஓரிரு வாரங்களில் சிறு சிறு மாற்றங்கள். மூச்சை நன்கு உணரமுடிந்தது. ஏதோ முன்னேற்றப்பாதையில் அடியெடுத்துவைப்பதாய் உணர்ந்தான். சில நாட்களில் 'டாக்டர் தப்பா எடுத்துக்காதீங்க, ஏதாவது வேல இருந்தா கொடுங்க, சும்மா இருக்க முடியல' நின்று, மகடாலுவை பூரித்துப்பார்த்தார். மகடாலுவுக்கும் சந்தோஷமாக இருந்தது.

டாக்டர் அமிர்தம் சொன்ன வேலைகளையெல்லாம் முடித்ததோடு அந்தத்திசையில் தானாகவே சிலவற்றைச் சேர்த்தும் செய்தான். மகடாலுவை அழைத்து நெகிழ்ந்து சொல்லும்படி காரியங்கள் செய்தான். இவனால், மருத்துவமனையின் செடிகள் மரங்கள் அழகாகின. மெல்ல அவரது வீட்டுக்கும் வேலை

செய்ய விரும்பினான். அங்கு டாக்டரின் குடும்பத்தினர் மகடாலுவை விரும்பினர். அவனது முயற்சியும் செய்யும் விதமும் பார்த்து இன்னும் வேலைகள் கிடைத்தன, கூடவே பணமும் கூட. சேமிப்பைப் தொடங்கிவிட்டான்.

அறிவொளி இயக்கத்தின் படிப்பு வகுப்புகளில் சேர்ந்து கொண்டான். டீச்சரின் அன்பில் நெகிழ்ந்தே நன்கு படித்தான். தனிமையில் எழுதுவது சாத்தியமில்லாமல் போகும். ஆனால் மனப்பாடம் செய்வது, படிப்பில், 'மகடாலுவப் பாருங்க ஒரு மாசம் கூட ஆகல' என்று சொல்லும் படி வளர்ந்தான். கடிதத்தை எழுத்துக்கூட்டி படிக்கமுடியும்.

பல மாத சிகிச்சையில் மாற்றங்கள் விரைவாக நிகழ்ந்தன. மகிழ்ந்து அதனாலும் மேலும் வேலைகள் செய்ய விரும்பினான். அடிக்கடி டாக்டரிம் பேசுவான். 'ஒடம்ப வருத்திசெய்யற வேல இப்ப வேண்டாம்' அவர் மகடாலுவின் அனுபவம், ஈடுபாட்டையெல்லாம் கேட்டு, ஒருநாள் 'பக்கத்து டவுன்ல ஆட்டு சந்தை வாரத்துல ஒரு நாள். போ வேடிக்கப் பாரு. அப்பறமா வாங்கி விக்க முடியுமான்னு பாரு.' முதல் நாளே துணிந்து இரண்டு ஆடுகளை வாங்கி விற்று டாக்டரை பாராட்ட வைத்தான். சிறிய லாபமும் கிடைத்தது.

ஆண்டுகள் சில நகரத்திலேயே கடந்தன. சந்தையும் பணம் சம்பாதிக்க துணைசெய்தது. தங்குவதற்கும் உண்பதற்கும் போதும்தான். ஆனால் மகடாலுவுக்கு இது ஏதோ சொகுசாகவும் சுய நலமாகவும் இருந்தது. அரை நாள் சந்தையில் இருக்கும் நேரம் தவிர மீதி நேரமெல்லாம் செய்ய ஒன்றும் புதியதாக இல்லை.

'மகடாலு, ஓரளவு சரியாயிடுச்சி. இனிமே நீ எங்கிருந்தாலும் மாத்திரய தவறாம எடுத்துக்க' டாக்டர், ஆசி செய்தமாதிரி நெகிழ்ந்தான்.

'ரொம்ப, கஷ்டப்பட்டு செய்யற வேல இப்ப வேணாம்.'

'டாக்டர் ஒங்கள கொஞ்ச வருசம் முன்னாடி பாத்தப்போ பாதி பொணமா இருந்தேன். இப்ப கிட்டதட்ட ஒரு

மனிசனா ஆயிருக்கேன். அந்த நெலமய விட இது எவ்வளவோ நல்லாயிருக்கு. கொஞ்சம் பணம், படிக்கறது... எல்லாம் ஓங்களால' அழுதான்.

உடலில் சக்தி கூடி நிமர்த்தியது. அதைக் கொண்டு இன்னும் பெரியதாய் ஏதாவது செய்ய யோசித்துக்கொண்டே இருந்தான். வயதின் காரணமாகவோ பெரும் விபத்துகளில் உயிர் பிழைத்ததாலோ சுடுகாட்டு சத்தியங்களின் கங்குத்தன்மையினாலோ ஒரு கடும் உழைப்பில் இருக்க விரும்பினான். நகரத்தில் நேரம் அர்த்தமின்றி வீணாகும் போது குற்றவுணர்வில் மிதந்தான்.

வேலைகளுக்கு அலைந்தான். திருப்தியாய் கிடைக்கவில்லை. கிடைக்கும் வேலையை யார் வேண்டுமானாலும் செய்து உயிர்வாழ முடியும். 'இது என் வேலையில்லை' என்று முடிவெடுத்தான். அறிமுகமே இல்லாத ஊர் ஒன்றில் சவாலான வேலை ஒன்றுக்குத் தயாரானான். அதுதான் மன்னாரின் அழைப்பு. இரவு பகலாய் வெற்றியாக மனதில் எதையெதையோ கொண்டுவந்து அதைக் காட்சியாகவும் விரித்துப்பார்த்தான். ஆடுமேய்க்கும் புது அவதாரம்.

27

பார்வதியின் பூஜை நேரம், கால்வலி அதிகமாகுமளவு நீண்டுவிட்டது. பெருமூச்சோடு நாற்காலியில் உட்கார, செண்பகம் தைலம் போட்டு தேய்த்துவிட்டாள். 'நீ கை வச்சாலே வலி கொறஞ்சிடுதும்மா!' வெட்கச் சிரிப்பில் தன்வலிகளை மறைத்து வேலையில் மூழ்கினாள். 'செண்பகம் அந்த லட்டுவ கொண்டா, நான் புடிக்கிறேன். வட ரெடியா?'

'ஒன்னோட மொதலாளி அம்மா வர்ராங்க, ஆடுமேய்க்கற புள்ளங்க வர்ராங்க. கடவுளுக்கு எவ்வளவு நன்றி சொன்னாலும் திருப்தியில்ல. ஒன்னய விட்டுட முடியுமா?'

'இவ்வளவு அக்கறப் பட்றீங்களே நாங்கெல்லாம் என்ன சொந்தமா?'

'இதுக்கெல்லாம் சொந்தம் வேணுமா? மகடாலு சொன்னா எத்தன பேரு மதிக்கிறாங்க. தோ வர்ர எல்லாம் யாருக்காக?'

ஊருக்குக் கார் வந்தபோது, ஆடுகளைப் பட்டியில் அடைத்துவிட்டு, டவுனுக்குப் போக செல்லாயி, சரளா மற்றும் அம்சம் குதித்துக்கொண்டிருந்தனர். பெருமாள் படிப்பைத் தொடர வேறு ஊருக்குப் போய்விட்டான். கண்ணு தேர்வுக்கு மாணவர்களைத் தயார் செய்வதில் இருந்தார்.

'எல்லாம் மகடாலு கோஷ்டி. எங்கயோப் போவுதுங்க' குமார் சொன்னதற்கு சங்கர், 'யாரு எங்கப் போனா நமக்கென்னாடா. நம்ம வேலயப்பாப்போம்' கணபதி எதுவும் சொல்லாமல் வியர்வையோடு டீ போடுவதில் இருந்தார். கண்ணன் அழகாய் வளைவில் திருப்பி காரை வேகப்படுத்தினார். பிள்ளைகள் மகிழ்ந்து இன்னும் வேகத்தை எதிர்பார்த்தனர். தார்ச்சாலை வந்ததும் கார் வழுக்கிப் போவதாய் இருக்க பிள்ளைகள் தங்களுக்குள் சிரித்துக்கொண்டனர்.

டவுனில் இருந்த பெரிய ஜவுளிக்கடையில் இருந்த வானதி மகடாலுவை ஏற்றிக்கொண்டு கார் கந்தன் வீட்டுக்குப் போனது. கந்தன் வீட்டு வாசலில் நின்று எல்லோரையும் வரவேற்க. பார்வதி எழுந்து வானதியை கும்பிட்டும் பிள்ளைகளை கன்னதில் தட்டியும் வரவேற்றார். செண்பகம் எல்லோரையும் அணைத்துக்கொண்டார். யாரும் எதுவும் சொல்லவில்லை. வானதியிடம் அழுதார்.

பிள்ளைகள் வீட்டின் எல்லா இடங்களையும் ஆர்வமாய்ப் பார்த்து கண்களை விரித்து 'எம்மாம் பெரிய ஹாலு, பாத் ரூமு...'. பார்வதி செண்பகத்திடம் சொல்லி அவர்களுக்கு உடனே சாப்பிட தரச்சொன்னார். மகடாலு பிள்ளைகளுக்கும் கண்ணுவுக்கும் வாங்கிய அன்பளிப்புகளோடு மாடிக்கு போனார்.

வீடு பலரோடு, சிரிப்போடு ஓடிய பிள்ளைகளோடு இருந்ததைப் பார்த்து மகிந்த பார்வதியைப் பார்த்து மகிழ்ந்தார், வானதி. தனது மாமியார் நினைவுக்கு வந்திருக்க வேண்டும். 'செண்பகம் ரொம்ப அழகா இருக்கே' வானதி ஒருமுறை அணைத்துக்கொண்டாள். வீட்டைப் பார்த்தும் செண்பகத்தைப் பாராட்டினார்.

'ரொம்ப சந்தோசமா இருக்குடா கந்தா' பார்வதி வானதியையும் பிள்ளைகளையும் அணைத்தபடியே மாடிக்கு ஏறினார். பல ஆண்டுகளுக்குப் பின் இது நடப்பதால் உணர்வில் ஆரோக்கியம். 'சுடுகாட்டுக்குதான் நாலு பேரோடப் போவாங்க' பார்வதி சொன்னதற்கு, 'தூக்கறதுக்கும் ஆளில்லாமல் கெடக்கிற பொணங்க இருக்கே?' என்றார்; மகடாலு.

மொட்டை மாடிக்குப் போனபோது பிள்ளைகள் சுவரோரம் நின்று சாலையையும் பிற பகுதிகளையும் ஒன்றாகவே பார்த்து மகிழ்ந்து பேசிக்கொண்டனர்.

'மகடாலு நீ இருக்கிற வீடு ரொம்ப பெரிசா அழகா இருக்கு' அதற்குக் கந்தனைக் காட்டி சொல்லி நன்றி சொன்னார். சிறிது நேரத்தில் அன்பளிப்புகளை வானதி அம்சத்திற்கு முத்தமிட்டு கொடுத்துத் துவக்கினார். கந்தன் செல்லாயிக்கும் பார்வதி சரளாவுக்கும் அன்பளித்ததை கை தட்டி கொண்டாடினர்.

'என்னா அம்சம் நீ நல்லா பாடுவியாமே?' கந்தன் கேட்டதும், 'அது காட்டுலதான் பாடுவேன்' என்று வெட்கப்பட்டாள். 'இத காடுன்னு நெனச்சிக்கோ, எங்கள மிருகங்களா நெனச்சிக்கோ' வானதியிடமிருந்து இப்படி ஒரு நகைச்சுவையை யாரும் எதிர்பார்க்கவில்லை.

'வா வா' அவளை மடியில் இருக்க வைத்து, 'கண்ண மூடிகிட்டு பாடு' சரளா விடுவாளா? செல்லாயி தனது ஆட்டைத்தை சிறிதும் காட்டாமல் இருப்பாளா? வானதிக்கும் செண்பகத்திற்கும் மனதில் பிள்ளைகளோடு ஆட விருப்பம்தான். 'அம்மா ஒங்களுக்கு ஆடத்தெரியும் பாடத்தெரியும்னு...' செண்பகத்தை முறைத்து, 'அதையெல்லாம் எப்பவோ மூட்டக் கட்டியாச்சிம்மா' மெல்ல முறைத்தாள்.

சாப்பிடும்போது பார்வதியே கால்வலியோடு பரிமாறினாள். 'இந்த வயசுல யாராச்சும் இப்படி சாப்டுவாங்களா?' மகடாலு ஓர் ஓரமாய் இருந்து சாப்பிட்டார். கந்தன் ஆடுகள் பற்றி பிள்ளைகளிடம் நிறையப் பேசி மகிழ்ந்தார்.

‘பெருமாள் திருவிழாவுக்கு வர்ரப்போ எல்லாரும் சேந்து ஒருதடவ வாங்க.’

‘அதுக்கு முன்னாடி வர்க்கூடாதா?’ செல்லாயி பார்வதியைப் பார்த்துச் சொல்ல சிரித்து அப்பகுதியை இரைச்சலாக்கினார்.

‘மகடாலு பெரிய ஊருக்கோ வெளி நாட்டுக்குப் போறதுக்கு முன்னாடி வாங்க. அப்பறம் அங்க இருந்து அடுத்து, ஒருநாள் அமெரிக்கா போவியா மகடாலு?’

‘என்னய்யா இப்படி கிண்டல் செய்றீங்க.’

‘ஒன்னப் பாத்துகிட்டே இருக்கேன், பேசிக்கிட்டே இருக்கேன். ஒன்னோட ஒடம்பு சரியாவறத்துக்கு ஏத்த மாதிரி முன்னேறிப் போயிகிட்டே இருக்கே. இன்னும் சில வருசங்கள்ள முழுசா.’

‘வேணும்னா ஆபரேசன் செஞ்சியும் சரி பண்ணிக்கிலாம்’ வானதி பகிர்ந்தார்.

‘டூப்ளிகேட் உறுப்புகள் கூட வச்சிக்கலாம். அப்பறம்? நான் என்னப் படிச்சிருக்கேன் எதுவரைக்கும் போவ முடியும்?’

டாக்டர் அமிர்தம் நினைவுக்கு வந்தார். சரியான வைத்தியமும் ஆலோசனையும் செய்த மாற்றங்களை வரிசைப் படுத்திச் சொன்னார். பார்வதி, ‘அம்மாடி இதப் பாத்தா நான்னெல்லாம் வலிக்குதுன்னு கூடசொல்லக்கூடாது போல இருக்கு.’

பிள்ளைகள் சேர்ந்து, ‘ஊர்த் திருவிழாவுக்கு கட்டாயம் வாங்க பாட்டி’ வானதியும் சேர்ந்து அதையே சொன்னாள். செண்பகத்திற்கு விருப்பம்தான். ஓரமாய் நின்று கொண்டு முந்தைய விழாவை நினைத்துக்கொண்டாள். சிலரோடு கூழ் குடித்தது, கம்மல் வாங்கியது, ஆட்ட பாட்டங்களை ரசித்தது. நமக்கு யாரிடமிருந்தாவது அழைப்பு வருமா?

‘படம் பாக்கிறீங்களா? ‘கந்தன் பிள்ளைகளிடம் கேட்டார்.

‘நான் சீக்கிரம் போவனும். பசங்க டியூசனுக்கு வருவாங்க.’

‘தனியா இருக்கறது கஷ்டமா இல்லியா, வானதி?’

'அவ்வளவு கஷ்டம் இல்ல. நெனச்ச மாதிரி வாழமுடியுது.'

'பில்லா' போவுது அப்பறம் 'நெழலுகள்'னு படம்.'

'ஆட்டுக்கார அலமேலு' ஓடுதா?'

'அது ஓடிப்போய் ரெண்டு வருசமாச்சே.'

திருவிழா முடிந்து, பெருமாளோடு போகலாம் என்று முடிவுசெய்தனர். காரை கண்ணன் வாசலில் தயாராக வைத்திருந்தார். பார்வதி நால்வரோடு வாசலுக்கு வந்தார். திருவிழா அழைப்பு மீண்டும் வந்தது. கார் மறையும் வரை பிள்ளைகள் கையத்துக்கொண்டிருந்தனர். மகடாலு எதிர்காலத் திட்டத்தில் இருந்தார். வீடு யாருமற்ற இடம்போலாகி பிள்ளைகளை நினைக்க வைத்தது.

கணபதி சகாக்கள் திருவிழாவிற்கு வசூலித்த தொகையில் சில கலைஞர்களை அழைத்து வந்து, ஒளியமைத்து ஒரு மினி நிகழ்வை நடத்தி 'இது ஒரு சிறு மாதிரிதான் இன்னும் எத்தனையோ நடக்க நிதி தாருங்கள்' என்று இறங்கியது பிரச்சினையில் முடிந்தது. 'இதுவரை இப்படி யாராவது எங்காவது செய்ததுண்டா?' பெருமையடித்துக்கொண்டனர்.

ஊர் கூடி நிதி பற்றிப் பேசும் போதுதான் கணபதிக் குழுவினர் பலரிடம் கும்பாபிஷேகம் என்றும் திருவிழா என்றும் சொல்லி பெருந்தொகை வசூலித்தது தெரியவந்தது. அதை உடனடியாக தலைவரிடம் ஒப்படைக்கச் சொன்னபோது, பணம் செலவாகிவிட்டதாகச் சொல்லிப் பலரை வெகுண்டெழ வைத்தனர்.

'போலிஸில் புகார் தருவோம்' என்று சொல்லி ஏற்பாடு ஆகும் போது, சங்கரும் பிரபுவும் வந்து, 'மூன்று மாதங்களில் வசூலித்த எல்லா பணத்தையும் தருகிறோம். கேஸ் வேண்டாம்' என்று கெஞ்சி நிறுத்தினர். பஞ்சாயத்து அவர்களிடம் எழுதி வாங்கிக் கொண்டது. இதனால் ஊருக்கு அவர்கள் கடன்காரர்கள் என்பது பலருக்கும் தெரியவந்தது. வாங்கிய தொகை எப்படியெல்லாம் வீணடிக்கப்பட்டது என்று தெரிந்து, ஊரே

அதிர்ச்சியடைந்தது.

முன்பே பலரிடம் கணபதி ஆட்கள் வசூலித்துவிட்டதால் வெளியூரில் இருக்கும் ஊர்க்காரர்கள் பட்டியல் தயாரானது. அப்போது சொல்லப்பட்டவர்களில் மகடாலுவும் இருந்தார். கணபதி குழு அந்த விசயத்தை கடுமையாய் எதிர்த்தது...'சரி நான் மகடாலுகிட்ட கேக்கல. நீங்க கொடுங்க' என்ற போது, 'அதுக்காக யாருகிட்ட கேட்கணும்னு ஒரு வெவஸ்த இல்ல?' என்று விமரிசித்தார்கள்.

காலம், தலைவரை மகடாலுவுடன் பணத்திற்காகப் பேசவைத்தது. மகடாலுவுக்கு பெரும் மகிழ்ச்சி. தலைவரை ஆச்சரியத்தில் வீழ்த்தும்படி பெரும் தொகையைத் தருவதாகச் சொன்னார். ஆனால் அதை கணபதி குழுவிற்குத் தெரிவிக்க வேண்டாம் என்று ரகசியம் காக்கச் சொன்னார். ரகசியம் எப்போது ரகசியமாக இருந்தது?

திருவிழா ஏற்பாடு தீவிரமானது. கோவில் முழுவதும் வண்ணங்களில் பிரகாசித்தன, தூரப்பார்வைக்கும் நெருக்கமாகி மனதில் இறங்கி கைகளைக் குவிக்கவைத்தது. சுற்றிய பரப்பின் குப்பைகள் காய்ந்த புற்கள் தூரப்படுத்தப்பட்டு தரை புத்தாடையணிந்த மாதிரி இருந்தது.

சிலவீடுகளில் உறவுகள் வந்து திருவிழாவின் எதிர்பார்ப்பைக் கூட்டினர். மாலையில் வீதி விருந்தினர்களால் புதிதானது. தனித்தும் பிள்ளைகளுடனும் பயணங்கள். பதுங்கிக் கிடந்த சிரிப்பு, உபசரிப்பு கடன்களோடும் வெளிவந்து மகிழ்ச்சிகொடுத்தன. வீட்டினுள் இருந்த வயதானவர்களும் வாசலில் இருந்து கொண்டு வருபவர்களைக் கண்டு கதைபேசிக்கொண்டனர். கடந்த காலத்தின் ஆழ் தருணங்கள் நினைவுபடுத்தப்பட்டு உற்சாகம் வீசியது.

மாற்றங்களில் பலர் நட்பை விரித்து பேச்சில் மங்களத்தைச் சேர்த்தனர். எப்போதும் வீட்டில் உணவு இருந்தது. சொந்தமோ பக்கத்துவீட்டு உறவோ எதிர்வீட்டுச் சொந்தமோ யார் வந்தாலும் தங்களின் வள்ளல் தன்மையைக்காட்ட இது

உதவியது. அதனால் பல நாட்கள் ‘வருமை’, ‘பணக்கஷ்டம்’, ‘இல்லை’ என்கிற வார்த்தைகள் குறைந்து, மறந்தும் போனது, பலருக்கு.

ஏதாவது பிரச்சினையைச் சொல்லி இடைவெளியைக் கூட்டித் தொடங்கும் உரையாடல், இப்போதெல்லாம் உறவைச் சொல்லி, விருந்தைச் சொல்லி மாற்றத்தின் ஏற்பாட்டின் ஏதாவதொன்றைச் சொல்லி நெருங்கினர். வெறுப்புகள், தூரத்தில் நின்று வேடிக்கைகளில் கிடந்தன. கொண்டாட்டம் கூடின.

உள்ளூரிலே இருந்தாலும் இந்த மாதிரி நாட்கள் பிறரை சந்திக்கவும், ஊர் சுற்றவும், சிலரோடு நிற்கவும், இருக்கவும், பகிரவும், விளையாடவும், சில ரகசியங்களை வெளிப்படுத்தவும் சந்தர்ப்பங்களை அள்ளித்தரும். பயன்படுத்துகிறவர்கள் அனுபவிப்பார்கள். இதுவும் இன்னொரு நாள் என்று குறைகளை குவித்துக் கொண்டும் தங்களை இறுக்கிக் கொண்டும் இருப்பவர்கள் உண்டோ?

நீண்ட நாள் கீற்றுகளால் போர்த்திக்கிடந்த தேர் புதுவடிவில் அணிகலன்களுடன் நிமர்ந்து பார்க்கவைத்தது. கழட்டி வைக்கப்பட்ட பாகங்கள் உரிய இடங்களில் சேர்ந்தன. தேர் உயரமானது அகலமானது. அலங்கார வேலைகளால் எண்ணங்களில் வண்ணங்களாகி பார்க்கவைத்தது. நிற்கும்போதே இப்படி எனில் இன்னும் மாலைகள், சிலையோடு, மனிதர்களோடு ஒலிகளோடு, ஆயிரக்கணக்கான பார்வைகளோடு தனித்துவத்தோடு பெரிய ஆனை போல் அசைந்து வரும். அதன் அழகு என்னென்ன செய்யுமோ?

விளையாட்டுப் பொருட்கள், பெண்கள் அழகு சாதனங்கள் விற்பனையாளர்கள் இவர்களை வாங்க காத்துக்கிடக்கும் உண்டியல் காசுகள், உறவினர் தரும் அன்பளிப்புத் தொகைகள் இடம் மாறும். காய்ந்து கிடக்கும் இந்த இடங்கள் கடைகளால் விற்பனைகளால் விற்பனை ஒலிகளால் வாங்குபவர்களின் மகிழ்வுகளால் பேச்சுகளால் வேறொன்றாகி புதியதாகிவிடும்.

மரபாட்டங்களும், மங்கல இசையும், குத்தாட்டக் கலைகளும், முழு இரவு கூத்துகளும் பலவற்றை மாற்றி, எத்தனையோ பேரைப் பேச வைக்கும். நிகழ்வுக்குப் பின்னும் மனங்களில் தங்கி அசை போட வைக்கும். பல இளைஞர்கள் தங்கள் அளவில் வேஷமிட்டுக்கொண்டு ஓரிரண்டு ஆட்டங்களை ஆடிப்பாடி கொண்டாடிக்கொள்ளும் நிகழ்வுகளும் உண்டு. தட்டுகள் இசைக்கருவியாகும், சாம்பல், மாட்டு வண்டி மை, குங்குமம் என்று பலவும் குறையும் அல்லது காணாமல் போகும். சிலர் முன்னமே தயார் நிலையில் சில ஆடைகளையும் வைத்துக்கொண்டு அந்த நாளை எதிர்பார்ப்பதுண்டு.

அர்ச்சகர்களும் பூசாரிகளும் அவர்களின் உதவியாளர்களும் பதவி உயர்வு பெற்று பெரிய இடத்திற்கு மாறியது போல் ஆகிவிடுவார்கள். எப்போதும் அவசரங்களில் சாமிக்கும் மக்களுக்கும் இடையில் என்றாலும் அவர்கள் மனிதர்களிடம் அதிகமாக இருப்பதாகச் சொல்ல முடியாதபடி இன்னொரு அளவில் நெருக்கமாகிவிடுவர். அவர்களுக்கு மதிப்புப் பெருகும். சில நேரம் எவ்வளவு பெருகினாலும் பேச முடியாது. சமயங்களில் இவர்களே தெய்வங்களாகி உணர்வில் வேறொருவராய் ஆவதும் சம்பரதாயம் என்பர்.

வேலைக்காரர்கள், ஆதரவற்றவர்கள், யாசகம் செய்பவர்கள், ஊர் சுற்றிகள், பிறரின் உதவியில் வாழ்பவர்கள் என்கிற உள்ளங்கள் பொங்கி மகிழும் நாட்கள் திருவிழா. கருணை பெருகி, வேறுபாடுகளை தூரவைத்து, வெறுப்பை உள்ளடக்கி எத்தனையோ பேர் மனிதராகும் காட்சிகள் நம்பகத்தன்மை பெறும். இப்படி ஒரு முகமா? பரிமாணங்களில் விரியும் உயரும் காலம் இதுவோ என்று நினைக்கும் அரிதான பல அரங்கேறி விழாவின் பண்பைக்கூட்டும். மனங்கள் வண்ணங்களைக் குறைத்து, அசலில் உயிர் பெற்று ஆனந்திக்கும் வாய்ப்புகள் அங்கு யாருக்கில்லை?

சிறுமைகள் விலகி மறைந்து குறைந்து, பிற பெருகி வளர்ந்து உயிராகி எண்ணங்களில், செயல்களில் கலந்து மொட்டுகள் - மலராகும், காய்கள் கனியாகும், இருள் ஒளிபார்க்கும்,

தாழ்வு உயரம் திரும்பும். எத்தனையோ அலைகள் சேர்ந்து ஒரு வரமாகும், புது வாழ்வாகும். இதன் விரிவு, அம்சங்கள் துளியேனும் எவருக்கும் மனதில் இனித்து மகிழ்வாவதால் அனைவராலும் எதிர்பார்க்கப்பட்டது.

28

திருவிழாவிற்கு மகடாலு போவது தெரிந்ததும், ‘மகடாலு ஊர்ல ஜாக்கிரதயா இரு, அந்த கணபதி ஆளுங்க இன்னும் கோபமா இருக்கானுவன்னு கேள்விப்பட்டேன். மன்னாரும் சொன்னான். நீ நல்லா இருக்குறது, நல்லா நடக்குறது, அப்பறம் இந்த ட்ரெஸ், வாட்ச் எல்லாம் அவனுங்கள வயிறு எரியவைக்கும். ஜாக்கிரத, அவனுங்க ஊர விட்டே அனுப்பன அப்பறம் முதல் தடவயா கார்ல போற. குமாரு வேற இன்னும் கோவத்துல இருக்கான்னு சொன்னாங்க. அந்த வீரபாகுவும் எப்ப ஒன்னய கொல்லலாம்னு துடிச்சிகிட்டு இருக்கான்னு ஒனக்கும் தெரியும். படு ஜாக்கிரதை.’

‘நீங்களே எடுத்துக் கொடுப்பீங்க போல. நான் ஒங்கள நம்பிதான் போறேன். அங்க தலைவரு, கண்ணு, கோவி, மன்னார் எல்லாம் இருக்கறப்போ எனக்கென்னா பயம். அதுலயும் என்ன பல பேரு

எதிர்பார்த்துக்கிட்டு இருப்பாங்க. இன்னும் செலருக்கு கொடுக்க வேண்டியதும் இருக்கு. ஆடுங்கள விக்கற வேலையும் இருக்கே.'

'கந்தா, மகடாலுவ பாத்துக்கூடவே இரு' பார்வதி சற்று அழுத்தமாய் சொன்னது கோபத்தை ஏற்படுத்தியது. 'அக்கா அவரு வாழ்ந்த ஊரு அங்க எங்கபோனாலும் ஆளுங்க பேசுவாங்க. இன்னும் சொல்லனும்னா இந்தத் திருவிழாவுக்கு பணம் கொடுத்து கும்பாபிஷேம் நல்லா நடக்கக் காரணமா இருக்கிற சிலர்ல இவரும் ஒருவர்னா பாரேன்! நான் மகடாலு கூட இருந்தா, அவன் எப்படி மத்தவங்கக்கூட நல்லா பேச முடியும்? அவன் பணங்கொடுத்து படிக்க வைக்கிற பசங்க வருவாங்க. அவரு கூட ஆடுமேய்ச்ச பசங்க வருவாங்க. உயிரா பழகுன ஆளுங்க வருவாங்க. ஊருக்கு நாமலே போனாக்கூட அவருகிட்ட பேசமுடியாது. அவ்வளவு பெரிய ஆளு அக்கா, இந்த மகடாலு!'

நாளை காலைதான் ஊரில் திருவிழா. இன்று இரவு போனால் சிலரைப் பார்ப்பது எளிதென்று மகடாலு கிளம்புகிறார். பார்வதி, 'பாத்து பாத்து சீக்கிரம் வந்திடு எல்லாத்தயும் மொத்தமா ஒரே நாள் பார்க்க நெனக்காத, மகடாலு' என்று ஒரு எச்சரிக்கை மாதிரி சொல்ல, செண்பகம் அதை சற்றே பயத்தோடு உள்வாங்குகிறார். 'இவர்கள் மட்டும் தவறாக நினைக்காதிருந்தால், நானும் கூடப்போய் இருந்து பத்திரமாக திருப்பிக்கொண்டுவர முடியும்' பெருமூச்சு விடுவதோடு, தெய்வத்தை வேண்டுவதும் சேர்ந்து பார்வதி அக்காவோடு வீட்டுக்குள் போனாள், செண்பகம்.

'அதனால இப்ப மகடாலு மட்டும்தான் போறான். நான் ட்ரைவர் கிட்ட சொல்லிட்டேன்' செண்பகத்திடம் காபி கொண்டுவரச் சொல்லி குடித்துவிட்டு, தனது பைக்கில் வெளியே கிளம்பினார் கந்தன்.

சிறிது நேரத்தில் சமையல் முடிந்தது. வீடு அமைதியானது. பார்வதி சற்று ஓய்வெடுக்க அறையில் நுழைந்ததைப் பார்த்தாள் செண்பகம். இருளில் வாகனங்கள் எப்படி ஒளியை ஏற்படுத்தி அழகானதாக மாற்றுகின்றன என்று ரசித்துக்

கொண்டிருந்தாள். காற்றும் வெளியே அழைப்பது மாதிரி இருந்தது. அன்று பிள்ளைகளோடு பாடிய ஒரு பாடலை நினைத்து சிரித்துக்கொண்டாள், செண்பகம்.

சிறிது நேரத்தில் மின்சாரம் இல்லாமல் இருளானது. அப்போது யாரோ உள்ளே வருவதுபோல் தெரிந்தது. செண்பகம் விளக்கை ஏற்றிக்கொண்டு. 'யாரு? யாரது?' என்று கேட்டுக் கொண்டே வெளியில் வந்தாள், யாரோ ஒருவர் சுவரேறிக் குதித்து ஓடினார். சப்தம் கேட்டு பார்வதி வெளியே வந்தார்.

'இப்பதான் கரண்ட் போச்சி, யாரோ உள்ள வந்த மாதிரி இருந்தது. வெளக்கேத்திகிட்டு வந்தா எவனோ ஏறிக்குதிச்சி ஓட்றான்' சற்றே அதிர்ச்சியடைந்தனர். பேச்சுக் குறைந்து அமைதி கூடியது. சப்தம் ஏதாவது வருமா? என்று எதிர்பார்த்தனர்.

சுற்றிலும் பார்க்கும் போது அருகில் ஒரு மரக்கட்டை இருந்தது. அதை எடுத்துக்கொண்டார் செண்பகம். பார்வதியின் அருகில் வந்து, 'தூக்கம் போச்சா அக்கா?' விளக்கொளியில் செண்பகத்தின் முகத்தைப் பார்த்தார். கையைப் பிடித்து அருகில் உட்காரவைத்துக் கொண்டார். 'எப்ப என்ன நடக்கும்னு தெரியாம இருக்கு. பயம்தான். தனி ஒரு பொம்பளயா இருக்கிறது. எப்படிதான் அத்தன வருசம் இருந்து சமாளிச்சியோ?' வெட்கப்பட்ட செண்பகம், 'நீங்க மட்டும் என்னவாம்?'

தனிப்பட்ட கதைகள் விரிந்துகொண்டிருக்கும் போது, இருட்டில் ஒளியை அள்ளி வந்த காரின் வேகமும் நிறுத்தப்பட்ட விதமும் பதட்டத்தை ஏற்படுத்தியது. காரிலிருந்து வேகமாக ஓடிவந்த டிரைவர் கண்ணன், கேட்டைத் திறந்தடித்து உள்ளே வந்தார். இருள். வாசலில் யாருமில்லை. 'அய்யா அய்யா' என்று கந்தனைத் தேடினார்.

பார்வதி, மிரண்டு, 'என்னடா ஆச்சு. கந்தன் வெளியிலப் போயிருக்கான். என்னன்னு சொல்லு? தயங்கிய டிரைவரை நெருங்கி, 'டேய் சொல்லண்டா? என்னாச்சி?'

செண்பகம் கையில் விளக்குடன் ஓட்டமாய் வெளியில் வந்தார்,

‘எங்க மகடாலு?’

‘என்னத்த சொல்றது, மகடாலுவக் காணோம்மா’ டிரைவர் அழும் தொனியில் சொல்லிக்கொண்டிருக்கும் போதே, ‘ஏய் என்ன சொல்ற. நீதான அழச்சிக்கிட்டுப் போன, நீயே இப்படி சொல்றியேடா. அடப்பாவி?’ பார்வதி கோபத்தில் வெடித்தார்.

‘அங்க ஒரு வீட்ல பேசிட்டு இன்னொரு வீட்டுக்கு நான் போயிட்டு வர்ரேன்னு போனாரு. அங்க போயிப்பாத்தா அங்க இல்ல. முன்ன பேசின வீட்லயும் இல்ல. எங்கெங்கயோ தேடியும் கெடைக்கல. ஊரே தேடுது. அங்கயும் ஒரே இருட்டு. என்ன பண்றதுன்னே புரியலம்மா.’

பார்வதி, ‘வேற எங்கயாவது பேசிக்கிட்டு இருக்கானோ, என்னவோ? கந்தன் எங்க போய் தொலஞ்சான்? அடக்கடவுளே!’

‘அந்த வீட்ல பேசிட்டு அஞ்சி நிமிசத்துல வர்ரென்னு சொன்னாரே அம்மா. அர மணி நேரத்துக்கு மேல ஆனப்பறம் போனா, அந்த வீட்டுக்கு வர்லன்னு சொல்றாங்க, இப்ப எல்லா எடமும் தேடியாச்சி. மன்னாரு அய்யாவும் தேடிக்கிட்டு இருக்காரு. அவருதான் ஒரு வேள நம்ம அய்யாவுக்கு தெரியும்னு இங்க அனுப்புனாரு. ஒன்னுமே புரியலம்மா.’

செண்பகத்திற்கு உடலெல்லாம் நெருப்பை அள்ளிப் போட்ட மாதிரி இருந்தது. முழு உடலும் வேர்த்து, சொல்வதறியாது, அழுகையே எல்லாமும் ஆனது.

‘கந்தன் அய்யா எங்க இருப்பாரு இப்ப?’

‘தெரியலயே அவன் ரெண்டு மூணு வேல இருக்குன்னான். பைக்குல போயிருக்கான். ஒன்னுமே புரியலியே? எங்க இருப்பான் தெரியுமா செண்பகம்?’ அவரிடம் பதிலில்லை.

கந்தன் வரும் போது, மின்சாரம் வந்திருந்தது. வழியிலேயே ட்ரைவர் கந்தனிடம் அழுது தகவலைச் சொல்லிவிட்டார். அவர் ஏதோ திட்டமிட்டு மின்சாரத்தைக் கையோடு கொண்டுவருவது போலிருந்தது. செண்பகத்திற்கு ‘அவர்தான் மின்சாரத்தை நிறுத்தி மகடாலுவை ஏதோ செய்துவிட்டு வருகிற மாதிரி’ இருந்தது.

செண்பகத்தின் சோகம் கந்தனுக்கு புதியதாக இருந்தது, பார்வதியிடம் பத்திரமாக இருக்கச் சொல்லிவிட்டுக் கிளம்பினார்.

'வாடா இப்பப் போயி தேடலாம்' சோர்ந்து போயிருந்த டிரைவரை அழைத்துக்கொண்டு கிளம்பினார். கார் நகர்ந்ததும், டிரைவரை அடித்து, 'ஒன்னய எவண்டா இங்க வரச்சொன்னான்? இவளுங்ககிட்ட போட்டு ஒடச்சி இப்படி ஆக்கிட்டியே?'

சிறிது அதிர்ந்து இன்னும் அடி இல்லை என்பதற்கு மூச்சை விட்டு சிறிது நேரம் கழித்து, 'ஒங்க கிட்ட ஒடனே சொல்லலன்னாலும் தப்பாயிடும் இல்லீங்களா?' கந்தன் யோசனையில் ஆழ்ந்து, அமைதியாகி விட்டதால் பதில் சொல்ல விரும்பவில்லை.

கணபதி ஆட்கள் கந்தனைக் கண்டதும் ஓடி வந்தனர். 'இவனப் புடிச்சி ரெண்டு கொடுத்துக் கேட்டா மகடாலு எங்க இருப்பான்னு தெரிஞ்சிடும்.' கந்தன் சுற்றிலும் பார்த்து, சற்றே கணபதி பக்கம் போக, 'ஆமாண்டா கட்டாயமா நீங்கதான் ஏதாவது பண்ணியிருப்பீங்க. ஒலகத்துக்கே தெரியும். இதுவரைக்கும் மகடாலுவுக்கு எதிரா என்னென்னெல்லாம் செஞ்சன்னு தெரிஞ்சாலே யாரும் சொல்லுவாங்க. நீதான் காரணம்னு.'

'நான் ஏன்டா அப்படி செய்யனும் பைத்தியம் மாதிரிப் பேசற?' கணபதி சப்தமாய்க் கேட்டார்.

'இங்கன்னா வேற யாரு மேலயாவது பழியப் போட்டிட்டு தப்பிச்சிக்கலாமே அதனாலதான். அவன் நல்லா இருந்தா புடிக்கல, சம்பாதிச்சா புடிக்கல, யாருகிட்டயாவதுப் பேசுனா புடிக்கல... இப்படி எத்தனயோ புடிக்காம ஊரவுட்டே அனுப்பி, இப்ப ஒலகத்த விட்டே அனுப்பிட்டீங்கடா, பாவிங்களா.'

'இப்ப அவன் ஒன் வீட்ல இருக்கான். நீதான் அவனக்கொன்னுட்டு பழிய எங்க மேலப்போட்றடா' கணபதி இரைந்தார்.

'நான் ஏண்டா கணபதி அவனக் கொல்லணும். அறிவோடதான்

பேசறியா? மொதல்ல கொஞ்சமாவது இருக்கா?'

'டேய் யாருகிட்ட பேசறன்னு யோசிச்சுப் பேசு, ஒங் காரு ஊரு எல்லயத் தாண்டாது. ஆமாம்டா, ஜாக்கிரத.'

'பார்த்தியா எதுக்கெடுத்தாலும் அடி, ஒத, பொய், கேஸ் அது இதுன்னு இருக்கியே ஒனக்கு அசிங்கமா இல்ல? முட்டாப் பயல ஒன்ன மாதிரி ஆளுங்க கிட்ட பேசறது சாக்கடக் கிட்டப் பேசறதுக்கு சமம்டா.'

'நான் சொல்றேன் நீதான் சுய நலத்தால மகடாலுவ எங்கயோ..' பேசிக்கொண்டிருக்கும் போது கந்தன் ஓடிப்போய் தன் செருப்பைக் கழட்டி அடி அடியென்று கணபதியையும் அவரது இரண்டு கூட்டாளிகளையும் வீசிக்கொண்டிருக்க கூட்டம் கூடி விட்டது. மன்னார் ஓடிப்போய் கந்தனைப் பிடித்துக்கொண்டார். கணபதி ஓடிவர, கந்தன் ஒரு உதை விட கணபதி கீழே விழுந்தார்.

'கந்தன விடக்கூடாது' என்று ஓடிவந்தவனை, மன்னார் ஓர் உதையில் கீழே தள்ளினார். 'இங்க மறுபடியும் பிரச்சின செஞ்சீங்க? அப்பறம் ரத்த ஆறுதான். உசுப்பேத்தாதீங்க இந்த ஊர இதுவர நாசம் பண்ணதோட நிறுத்திக்கீங்க' கணபதி குழுவினரை நோக்கி எச்சரித்தார்.

'கொன்னுட்டு எப்படி கூட்டமா நின்னு கத்தறானுவ அற்பப்பசங்க ஊர் பணத்துல தண்ணி, பொண்ணுன்னு, அலையற பேமானிங்க கொலசெய்ய எவ்வளது தூரம் ஆகும்?' மன்னார், கணபதியிடம் பேச வேண்டியதாயிற்று.

பலரும் தேடிக்கொண்டிருந்த இடத்திற்கு போய்ப் பார்த்தனர். சிலரிடம் பேசினர். கந்தன் இறங்கிப் போய் சில சந்துகளில் விசாரித்தார். பிறகு காய்ந்து கிடக்கும் நிலப்பகுதிக்குப்போய் குரலெழுப்பினர். இவர்களோடு ஒரு கூட்டம் தொற்றிக்கொண்டது. ஆளாளுக்கு கதைகளைச் சொல்ல அதையெல்லாம் கேட்டுக் கேட்டு தொடர்ந்தது தேடுதல் படலம்.

நீண்ட நேரம் மன்னாருடன் தேடித் தேடிப் பார்த்தும் 'புரியாத புதிராய் இருக்கிறதே' என்று வீட்டு வாசலில் உட்கார்ந்துவிட்டார், கந்தன். கணபதி ஆட்கள் இன்னும் இரைந்து தலைவரை, மன்னாரை, கந்தனை கடும்வார்த்தைகளில் திட்டிக்கொண்டிருந்தனர். ஊர் முழுதும் மகடாலுவைப் பற்றித்தான் பேச்சு.

தலைவர், 'நாளைய கும்பாபிஷேகத்தில் முழு கவனம் இருக்கட்டும் மகடாலுவுக்கும் ஒன்னும் ஆயிருக்காதுன்னு நம்புவோம் வேண்டுவோம்' என்று சொல்ல மெல்ல அதை நோக்கிக் கவனம் திரும்பியது. ஊரே திருவிழா பற்றிய சிந்தனையில் இறங்கினாலும் பலர் மகடாலுவையே நினைத்துப் பேசுதல், தொடர்ந்து தேடுதல், கணபதி ஆட்களைத் திட்டுதல் என்றும் இருந்தனர். 'மகடாலு நாளை காலை நிச்சயம் வருவார்' என்று பலர் நினைத்தனர். சிலர் 'விடியும் போது அவர் இங்கிருப்பார்,' என்றனர். நம்பிக்கை விடியல் மேல் இருந்தது.

செண்பகம் வாசலின் சுவரில் சாய்ந்தபடி, 'மகடாலு இரவு வந்தாலும் வரலாம்தானே?' தனக்குத்தானே சொல்லிக்கொண்டு காத்திருந்தாள். கந்தன் எவ்வளவு சொல்லியும் அவள் உள் அறைக்குச் செல்லவில்லை. மகடாலு இல்லாமல் இருப்பது ஏதோ அழுத்துவதாக இருந்தது. அதிலும் காணாமல் போனது என்பது அவளால் முழுதும் உள்வாங்கி உணரமுடியாத ஒன்றாக இருந்தது.

எத்தனையோ பேர், நம்பிக்கையான பக்கங்களில் எண்ணங்களைத் திருப்பி, காலையையும் கடவுளையும் பிடிமானமாகக் கொண்டனர். செண்பகம் விடியல் கட்டாயம் நல்லசேதியைக் கொண்டு வரும் என்றே முழுதும் நம்பினாள்.

உடலைத் தரையும் சுவரும் தாங்கிக் கொண்டிருந்தாலும் அவள் மிதந்துகொண்டிருப்பதாக உணர்ந்தாள். இரவு இருளில் கரைந்துகொண்டிருந்தது. சூரிய உதயத்திற்கு காத்திருப்புகள் குவியத்தொடங்கின.

29

திருவிழா நடந்த ஒருவாரத்திற்குள் பெய்த மழை ஊரைக் குளிர்வித்தது. 'இதுக்காகவே காத்திருந்த மாதிரி' என்று சிலர் மகிழ்ந்தனர். காய்ந்த மண் அடங்கிப் போனது, செடிகள் விரிந்து நன்றி சொல்லின. அங்காங்கே தேங்கிய நீர் கால் நடைகளுக்குக் குடிநீராயின. அப்போதைக்கான சில விளையாட்டுகள் சிறுவர்களை வீட்டிலிருந்து வெளியேற்றின. அவை தெருக்களை பகலிலும் உயிராக்கின. அனலின் கொதிப்பு சற்றே அடங்கி மூச்சு விட்டு மகிழும் சூழல் எங்கும் காட்சியானது.

கண்பதியையும் அவரது நண்பர்கள் சிலரையும் போலிஸ் விரட்டிச் சென்று கைது செய்திருந்தது. அதனால் குற்றவாளிகளைப் போல் நடத்தி ஜீப்பில் ஏற்றினர். பலர் முன் அடியும் விழுந்து, முகத்தை மூடினார் கணபதி. அப்போதும் எல்லோரும் தம்மை வேடிக்கைப் பார்ப்பதாக நினைத்தார். குமார் ஆடு திருடும் போது கீழே விழுந்து

கால் முறிவினால் மருத்துவமனையில் இருக்கிறான்.

‘எப்படியாவது மகடாலுவ கொண்டாந்துடுங்க’ என்று போலிசிடம் சிலர் கேட்டுக்கொண்டனர். ‘எவ்வளவு பணம் கொடுத்தாலும் திருப்திகரமாய் ஆட்கள் கிடைக்கவில்லை. தினமும் ஏதாவதொரு பிரச்சினை’ என்று புலம்புகிறாள், கமலா. அதனால் சில ஆடுகள் இறந்துவிட்டன. இருக்கும் ஆடுகளில் பல இளைத்துவிட்டன.

டவுனில் இருந்து ஊருக்கு வந்திருந்த பார்வதி பலரிடம் மகடாலுவைப் பற்றிப் பேசப்பேச அவளுக்கு நெகிழ்ச்சியாக இருந்தது. மகடாலுவின் ஆடுமேய்க்கத்தொடங்கியது முதல் இன்று வரையுள்ள வாழ்வின் ஒரு சிறு பகுதியே இத்தனையா? எத்தனை முயற்சிகள்? எத்தனை வளர்ச்சிகள்? அவை பிறரிடம் இருக்கின்றனவா? தனக்குத் தெரிந்த சில மாதங்களிலேயே மகடாலுவிடம் எத்தனை மாற்றங்கள்! அவர் தனக்குள் இன்னும் எத்தனை வைத்திருக்கிறாரோ?

ஏன் பலருக்கும் பலதுக்கும் நன்றி சொல்ல ஒரு பஞ்சாயத்தைக் கூட்டக்கூடாது? தலைவர் ஒவ்வொருவருக்காய் நன்றி சொன்னார். மகடாலு பெயரைச் சொல்லும் போது நிறைய கைத்தட்டல்கள். சிலர் விசிலடித்து உற்சாகமாயினர். ‘மகடாலு கட்டாயம் வருவான்னே பலரும் சொல்றாங்க. நானும் நம்பறேன். அதே நேரம் கணபதியின் ஆட்கள் சீக்கிரம் ஜெயில்ல இருந்து வெளிய வரணும், அவங்க குடும்பத்தப் பாக்கணும்னு விரும்பறேன்’ இதை பலர் வரவேற்க, சிலர் எதிர்த்தனர்.

மகடாலு டவுனில் இருக்கும் போதே படிப்பதற்காக வெளியூர் போனவன் பெருமாள். சில நாட்களுக்கு முன்பு வந்திருந்தான். அடையாளம் மாறி, பேச்சு மாறி, உடை மாறி நம்புவதற்கே சற்று நேரமாகும். அவனோடு இரண்டு பேர் வந்திருந்தார்கள். திருவிழா அன்று மேலும் மூவர் அவனுக்குத் தெரிந்தவர்கள் வந்ததாகவும் இந்த ஐவரும் எப்போதும் கூடிப்பேசிக்கொண்டே இருந்ததாகவும் ஊரைச் சுற்றி, சுற்றி வந்ததாகவும் சொன்னார்கள். திருவிழா முடிந்ததும் நால்வர் ஊருக்குத் திரும்பிவிட்டனர் என்றும் பெருமாள் மட்டும் மேலும் சில நாட்கள் இருந்து

விட்டுப் போனதாகவும் தகவலானது.

கதைகளுக்கு மேல் கதைகள், யூகங்களுக்கும் மேல் பல என்று மகடாலு உள்ளூரிலும் வெளியூர்களிலும் ஏன் டவுனிலும் பேசப்பட்டார். ஊரில் பிடிக்காத கணபதி ஆட்கள் கூட மகடாலுவுக்காக வருந்தினர், பிரார்த்தனை செய்தனர், என்றார்கள்.

சமூகக்கூடம் இப்போது மகடாலு கூடமாக இருந்தது. முன்பே இருந்த சிலவற்றோடு அவர் காணாமல் போனதும் எத்தனையோ கடிதங்கள், பொருட்கள், அவரோடு மேய்ப்பில் இருந்தவர்கள் வரைந்தபடங்கள், பிரார்த்தனைக் குறிப்புகள், புகைப்படங்கள்... வித விதமாய் காட்சி தந்தன.

தலைவர் வானதியின் ஒரு குறிப்பைப் பார்த்தார்: 'நாம எல்லோருமே மகடாலு காணாமப் போறதுக்கோ அல்லது சாவுக்கோ காரணம். பரந்த மனசோடு அவர நாம ஏத்துக்கல. அவர் பிறருக்கு செய்த நல்லதுகள நாம்செய்யல, அவரு செஞ்சாரு அத ஏத்துக்கக் கூட முடியல நெறைய பேரால. அதோட வெருத்தோம், வஞ்சம் வச்சி, சாகணும்னு பலர் நெனச்சாங்க. கடைசியா இப்படி ஆச்சி. அந்த மனிசன வாழவைக்க எத்தன பேரு முயற்சி செய்தோம்? குறைந்தது எத்தன பேர் வாழனும்னு நெனச்சோம்?

அவரு குஷ்டரோகியா இருந்து, தானே ஒழச்சி, சம்பாதிச்சி சாப்பிட்டுகிட்டு, சேத்த பணத்த பேங்குல போட்டு, பலருக்கும் ஒதவரது, பசங்கள படிக்க ஆதரவு, வெளிநாடு போக, சம்பாத்திக்க அனுப்புறது, இப்படியும் இன்னும் எத்தனையோ செய்த அந்த ஆளவிட நாம எத்தனயோ மடங்கு நல்லா, வசதியா, உறவு நட்பு, வீடு வாசல், படிப்பு - ஒயர்ந்த சாதி, கொண்டாட்டம்... இப்படி பலப்பல சாதகமா அட்வான்ஸா பெரிசா இருந்தாலும் நாம, நம்ம வாழ்க்கையில என்ன செய்ய முடிஞ்சுது? எவ்வளவு வளர முடிஞ்சுது? கொறஞ்சது சுதந்திரமா இருக்க முடிஞ்சுதா?

மகடாலு ஒரு இயக்கம் மாதிரி ராவும் பகலும் ஒழச்சி அவர்

ஏற்படுத்தின வரலாற்ற என்ன செய்யப்போறோம்? அவரு செஞ்சி பயனடைஞ்சவங்க நாம, அவர நெனச்சி நல்லா இருக்குகிறதுக்காக ஏதாவது செய்யலாம். இதுவரைக்கும் அப்படி ஒன்னு இல்லதான். ஆனா இதுவரைக்கும் இப்படி ஒரு மனுஷனும் இல்லதான? நமக்காக இல்லாவிட்டாலும், இளம் தலைமுறை ஒரு மனுஷன் குஷ்டரோகத்தோடு வயசான காலத்துல எப்படியெல்லாம் வாழ முடியும், எப்படியெல்லாம் சாதிக்க முடியுங்கிறதுக்கு இவர உதாரணமா சொல்லக் கூடாதா?

இன்னிக்கி நான், விருப்பப்பட்ட மாதிரி தனியா இருந்து புடிச்சத செஞ்சி மானத்தோட வாழலாம்னு நெனக்கறத்து அவர்தான் காரணம். என்ன படிச்சிருந்தாலும் அவரோட வாழ்க்கை எந்த படிப்பிலயும் இல்ல. நம்ம முன்னாடி இருக்கு, எவ்வளவெல்லாம் முடியும்னு காட்னதுல கொஞ்சம் செஞ்சாலே போதும்.'

படித்து முடித்ததும் கண்களில் நீர் கோர்த்துக்கொண்டது. அங்கேயே உட்கார்ந்த போது, மகடாலுவின் கைத்தடி, செருப்பு, அவர் செய்த விளையாட்டுப் பொருள்கள் என்று சிலவும் ஒரு பகுதியில் இருந்தன. மீண்டும் ஒரு சுற்று வர முடிவெடுத்து, கண்களைத் துடைத்துக்கொண்டு எழுந்தார், அப்போது சிறுவர்கள் வந்துகொண்டிருந்தனர். அனைத்து ஜன்னல்களையும் திறந்து புதுக்காற்றையும் அவர்களையும் வரவேற்றார்.

சில நாட்கள் கழித்து, தலைவருக்கு வந்த ஒரு கடிதம், மகடாலு பற்றிய எண்ணங்களை மாற்றியது. ஆனால் நம்பி வெளியில் யாரிடமாவது சொல்லமுடிந்ததா?

அன்பான தலைவருக்கு,

மகடாலுவோடு ஆடுமேய்த்த பெருமாள், வணக்கமும் சேவைக்கு நன்றியும் சொல்லி எழுதுகிறேன்.

திருவிழாவின் முதல்நாள் இரவு மின்சாரம் நிறுத்தப்பட்டபோது மீண்டும் ஒளி வருவதற்கு வழக்கமான சில நிமிடங்களுக்கு மேல் ஆனது. அதற்கு இதுதான் காரணம்: மகடாலு ஊரிலிருந்து கவனமாய் தூக்கப்பட்டு, குறுக்கு வழியில் காட்டுக்குக் கொண்டு செல்லப்பட்டார். அங்கு சில மணி நேரங்கள் வைக்கப்பட்டு, பிறகு லாரி ஒன்றில் ஏற்றப்பட்டு, நீண்ட தூரம் கொண்டு செல்லப்பட்டார்.

காரணம்: நீண்ட நாட்களாகவே சிலர் மகடாலுவை கொன்றுவிட திட்டமிட்டிருந்தனர். ஏதேதோ காரணங்களால் அது நடக்கவில்லை. இதற்கு மகடாலுவின் போக்கும் ஒரு காரணம். மகடாலுவும் பல முறை திட்டமிட்டு தப்பித்தார். இதை சிலர்தான் அறிவர். அவரின் போக்கு சில நேரம் கொலைத் திட்டத்தையே மாற்றி அவர்களின் மனதையும் மாற்றியது.

திருவிழாவை முன்னிட்டு சிலர் மகடாலுவைத் தீர்த்துக்கட்டுவதென்று முடிவெடுத்து அதற்கான வேலைகளில் இருந்ததை அறிந்து கொண்டோம். அவர்கள் யாரென்று இப்போது சொல்ல விரும்பவில்லை. இதை வேறு சிலர் மூலமும் ஏற்கெனவே தெரிந்துகொண்டேன். பயந்து அதிர்ந்து அழுது என்ன செய்வதென்று தெரியவில்லை.

மகடாலு இறப்பதால் கொல்பவர்களுக்கும் பெரிதாக ஒன்றும் ஆகிவிடப்போவதில்லை. ஆனால் அதற்கான விளைவுகள் நிறையபேரைப் பாதிக்கும் என்பதை தாங்களும் அறிவீர்கள். இதன் கோர அலை பலரையும் வரும் தலைமுறையையும் பாதிக்கும். ஊரைக்கேவலமாக்கும், உங்களையும் கூட. இதற்கு உதாரணங்களை நாம் நிறைய பார்த்துள்ளோம்.

இப்படி ஒன்று நடந்த பின்பு உணர்வை மூச்சாக்கி ஏதேதோ செய்தாலும் அழுது புரண்டாலும் போன உயிர் வரப்போவதில்லை. ஊரின் நல்ல பெயரை மீட்டெடுக்க நடக்கும் விழாவில் இன்னும் கெட்டபெயர் எதற்கு? இறந்தபின் புலம்புவதற்குப் பதிலாக உயிரைக் காப்பாற்ற சிலரோடு இரவு பகலாக ஆலோசித்தேன். பலரும் உதவ முன்வந்தார்கள்.

அவர்கள் மூலம் அறிமுகமில்லாத சிலரைத் தேர்வு செய்து அவர்களின் முழு ஒத்துழைப்போடு நாங்கள் மகடாலுவை அவரின் விருப்பத்திற்கு எதிராகக் கடத்தினோம். முதலில் கடுமையாக எதிர்த்தவர், நான் காட்டுப்பகுதிக்குப் போய் விளக்கம் தந்த பின்பு அமைதியானார். கொலைத் திட்டங்கள் பற்றி சொன்னதும், 'நானும் ஏதாவது அசம்பாவிதம் நடக்கும்னு நெனச்சேன். ஆனா பயப்பட்ல' என்றார்.

இப்போது அத்திட்டப்படி தங்கி இருக்கும் இடத்திலிருந்து, மகடாலு வெளியில் வருவதில்லை. மகடாலு வீட்டிலிருந்தபடியே ஊறுகாய், பொடிகள் செய்து விற்க உதவி வருகிறார். அவரது கை கால்கள் கிட்டத்தட்ட சரியாகிவிட்டன. விரைவில் காத்திருக்கும் திட்டங்களை அவர் உயிராக்கி இன்னும் சாதிப்பார் கூடவே சம்பாதிப்பார். நிறைய யோசிக்கிறார். வேறு ஊர், வெளிநாடு பற்றியும் பேசுகிறார், சிலர் அழைப்பதாகவும் கேள்விப்பட்டேன்.

மகடாலு நிச்சயம் ஒரு நாள் அந்த ஊருக்கு வரவேண்டுமென நான் விரும்புகிறேன். அவரை மற்றவர்கள் பார்க்கும் போது, ஆடு மேய்த்துக்கொண்டிருந்த ஒரு குஷ்ட ரோகி எப்படி இப்போது இருக்கிறார் என்று அறிந்து கொள்வதற்காகத்தான். அவரின் ஒவ்வொரு எண்ணத்திலும் ஊர் பங்கேற்கிறது.

இன்னும் சொல்ல நிறைய இருந்தாலும் இதை மட்டுமே இப்போது தெரிவிக்க விரும்புகிறேன். சில காரணங்களால் இப்போது நான் முகவரியைத் தரவில்லை. பின்னர் முடியுமானால் தருவேன், திரும்பவும் ஊருக்கு வரும் போது தங்களிடம் மட்டும் நேரிடையாக மீதியைப் பகிர்வேன்.

இரண்டாம் நன்றி

பெருமாள்

கடிதத்தைப் படித்தவுடன், தலைவருக்கு செய்வதறியாது திகைப்புதான் இருந்தது. இதை எழுதியது பெருமாளா? இது

உண்மையாக இருக்குமா? அல்லது கடிதம் யாரோவால் குழப்புவதற்காக எழுதப்பட்டுள்ளதா?

கடிதம் உடலில் ஏதோ செய்கிறது. யாரிடம் சொல்ல முடியும்? யார் நம்புவர்? இப்போது சொன்னால் குழப்பமாகி புதுப்பிரச்சினைகள் விளைவாகுமா? சொல்வதனால் எந்தமாதிரியான பாதிப்புகள் வரும்? சிலர் மனதிற்கு வந்தனர். அவர்கள் கூட இதற்கு உதவியிருக்கலாம்.

மகடாலு எங்கோ இருக்கலாம் அல்லது வேறொன்றாகி இருக்கலாம். யாருக்குத் தெரியும்? இன்னும் அவர் வாழ்வில் விரிவதும் உயர்வதும் நடக்குமா? அல்லது எல்லாம் முடிந்திருக்குமா? இனி மகடாலு?

ஏயெம்

ஏயெம் என்கிற சி. அண்ணாமலை (1963), *சுபமங்களா*', *கணையாழி, குமுதம்* ஆகிய இதழ்களிலும் *பிபிசி*'உலக சேவையிலும் பணியாற்றியவர். 'கூத்துப்பட்டறை'யில் சில ஆண்டுகள் நடிகராக இருந்தார். நாடக ஆளுமைகளான சே. இராமானுஜம், ந. முத்துசாமி ஆகியோரின் சில படைப்புகளையும், *தமிழ்க்கொடி* என்கிற ஆண்டு மலரையும் தொகுத்தவர். நாடக விமர்சனத்திலும், ஆவணப்பட உருவாக்கத்திலும் ஈடுபட்ட அவர், இருபதுக்கும் மேற்பட்ட நூல்களின் ஆசிரியர். தற்போது யோகா ஆசிரியராக உள்ளார். *மகடாலு* இவருடைய முதல் நாவல்.

www.ingramcontent.com/pod-product-compliance
Ingram Content Group UK Ltd.
Pitfield, Milton Keynes, MK11 3LW, UK
UKHW042134021026
15589UKWH00003B/816

9 789395 511216